மனவளர்ச்சிக் குறைபாடுகள்
ஆட்டிசம், அறிவுத்திறன் குறைபாடு, கற்றல் குறைபாடு
ஓர் அறிமுகம்

மனவளர்ச்சிக் குறைபாடுகள்
ஆட்டிசம், அறிவுத்திறன் குறைபாடு, கற்றல் குறைபாடு
ஓர் அறிமுகம்

எம்.எஸ். தம்பிராஜா (பி. 1942)

கடந்த முப்பது ஆண்டுகளாக இங்கிலாந்தின் பர்மிங்ஹம் நகரில் மனநல மருத்துவராகப் பணிபுரிந்துவருகிறார். இவரின் சிறப்புத்துறை சிறார்கள், வளர்இளம் பருவத்தினர் மனநலம். பர்மிங்ஹம் பல்கலைக்கழகத்தில் மனநலத்துறை விரிவுரையாளராகவும் அதன் முதுகலைப் பட்டப்படிப்பின் தேர்வாளராகவும் மனநலப் பயிற்றுவிப்பாளராகவும் பணிபுரிந்துள்ளார்.

இவர் எழுதிய நூலான *'Psychological Basis of Psychiatry'* 2005ஆம் ஆண்டுக்கான *British Medical Association Book Award* பெற்று, தற்போது மனநலத்துறை முதுகலைப் பட்டப்படிப்பில் ஒரு பாடப் புத்தகமாக உள்ளது. பல தொழில்சார் ஆராய்ச்சிக் கட்டுரைகளும் மீளாய்வுக் கட்டுரைகளும் எழுதியுள்ளார்.

மின்னஞ்சல்: *ibmaht@hotmail.com*

ஆசிரியரின் பிற நூல்கள்

Thambirajah M.S. (2005) 'Psychological basis of Psychiatry.' Elsvier: UK.

Thambirajah M.S. (2007) 'Case Studies in Child and Adolescent Mental Health.' Radcliffe Press: Oxford.

Thambirajah M.S. Grandison K.J. De-Hayes. L. (2008) 'Understanding School Refusal: A Handbook for Professionals in Education, Health and Social Care,' Jessica Kingsley: London.

Thambirajah M.S. (2011) 'Developmental Assessment of the School Aged Child with Developmental Disabilities.' Jessica Kingsley: London.

'மனநோய்களும் மனக்கோளாறுகளும்' (காலச்சுவடு பதிப்பகம், 2014)

Thambirajah M. S. & Ramanujam L.L. (2016) 'Essentials of Learning Disabilities and Other Developmental Disorders,' Sage (India).

'சிக்மண்ட் ஃபிராய்டு: ஓர் அறிமுகம்' (காலச்சுவடு பதிப்பகம், 2019)

மனவளர்ச்சிக் குறைபாடுகள்
ஆட்டிசம், அறிவுத்திறன் குறைபாடு, கற்றல் குறைபாடு
ஓர் அறிமுகம்

டாக்டர் எம்.எஸ். தம்பிராஜா

காலச்சுவடு பதிப்பகம்

மனவளர்ச்சிக் குறைபாடுகள்

ஆட்டிசம், அறிவுத்திறன் குறைபாடு,
கற்றல் குறைபாடு

ஆசிரியர்: டாக்டர் எம்.எஸ். தம்பிராஜா

© எம்.எஸ். தம்பிராஜா

முதல் பதிப்பு: டிசம்பர் 2018
இரண்டாம் பதிப்பு: பிப்ரவரி 2021

வல்லமை
669, கே.பி. சாலை
நாகர்கோவில் 629 001

manavaLarccik kuRaipaaTukaL

Autism, Arivuthiran kuraipadu,
Katral kuraipadu

Author: Dr. M.S. Thambi Raja

© M.S. Thambi Raja

Vallamai
669, K.P. Road
Nagercoil 629001
India
T.: 91-4652-278525
E.: vallamaibooks@gmail.com

ISBN: 978-93-86820-78-5

Language: Tamil
First Edition: December 2018
Pages : 288
Size: Demy 1 x 8
Paper: 18.6 kg maplitho

Wrapper printed at:
Print Specialities, Chennai 600014

Printed at:
Mani Offset, Chennai 600077

02/2021/S.No. 3, V 3, 18.6 (2) 9ss

வல்லமை
இது ஒரு காலச்சுவடு பதிவீடு

Vallamai
an imprint of Kalachuvadu Publications

பொருளடக்கம்

முன்னுரை	11

பாகம் 1. ஆட்டிசம்

ஆட்டிசம்: மிகச் சுருக்கமாக	19
அறிமுகம்	21
ஆட்டிசத்தை அடையாளப்படுத்தும் அறிகுறிகள்	26
முதலாவது பண்பு: பேச்சு மற்றும் மொழித் திறன் குறைபாடுகள்	30
இரண்டாவது பண்பு: சமூகத் தொடர்பாடலில் உள்ள குறைபாடுகள்	34
மூன்றாவது பண்பு: இறுக்கமான, நெகிழ்வற்ற செயல்கள், சிந்தனைப்பாங்கு, தொடர் செயல்கள், பழக்கவழக்கங்கள்	38
ஆட்டிசம் உள்ள மூவர்	41
மழையும் புயலும்: ஆட்டிசத்துடன் இணைந்து வரும் குறைபாடுகள்	52
ஆட்டிசம் ஏன் ஏற்படுகிறது?	57
பெருகிவரும் ஆட்டிசம்	61
ஆட்டிசத்தைக் அடையாளம் காண்பது எப்படி?	64
சிகிச்சை முறைகள்: பல்துறை அணுகுமுறை	71
ஆட்டிசத்தைக் அடையாளம் காண்பதில் ஆசிரியர்களின் பங்கு	76

ஆசிரியர்களின் பங்கு: ஆட்டிசம் உள்ளவர்களுக்குக் கற்பித்தல்	80
பெற்றோர்களுக்கு சில ஆலோசனைகள்	85
வயது வந்தவர்களில் ஆட்டிசம்	91
ஆட்டிசம்: சில உளவியல் விளக்கங்கள்	97

பாகம் 2. அறிவுத்திறன் குறைபாடு

அறிவுத்திறன் குறைபாடு: மிகச் சுருக்கமாக	111
அறிவுத்திறன் குறைபாடு என்றால் என்ன?	113
அறிகுறிகளும் அடையாளங்களும்	117
அறிவுத்திறன் குறைபாட்டை அடையாளம் காண்பது எப்படி?	122
அறிவுத்திறன் குறைபாட்டின் நான்கு வகைகள்	127
சுமாரான அறிவுத்திறன் குறைபாடு	131
மிதமான அறிவுத்திறன் குறைபாடு:	135
அறிவுத்திறன் குறைபாடு: சில தகவல்கள்	139
உளவியல் தாக்கங்கள்	144
நடத்தை சார்ந்த பிரச்சினைகள்	148
கல்வியில் பின்தங்கிய குழந்தைகள் எல்லோரும் அறிவுத்திறன் குன்றியவர்கள் அல்ல	152
ஏன் ஏற்படுகிறது?	156
சிகிச்சை முறைகள்	160
நடத்தைச் சீராக்கமும் புதுத்திறன்களைக் கற்றுக்கொடுத்தலும்	165
பெற்றோர்களுக்கும் ஆசிரியர்களுக்கும் சில உதவிக் குறிப்புகள்	170
நுண்ணறிவும் நுண்ணறிவு ஈவும்	174

பாகம் 3. கற்றல் குறைபாடு

கற்றல் குறைபாடு, மிகச் சுருக்கமாக:	183
ஜனகன்	185

டிஸ்லெக்சியா என்றால் என்ன?	189
டிஸ்லெக்சியாவின் மூன்று முக்கிய அடையாளங்களும் கற்றல் குறைபாட்டின் மூன்று கூறுகளும்	194
எண்கணிதக் குறைபாடும் கையெழுத்துக் குறைபாடும்	198
டிஸ்லெக்சியா எனப்படும் வாசிப்புக் குறைபாட்டின் அறிகுறிகள்	203
வாசிக்கத் தெரியாதவர்கள் எல்லோருக்கும் டிஸ்லெக்சியா உள்ளதா?	207
டிஸ்லெக்சியாவை அடையாளம் காண்பது எப்படி?	211
ஏன் உண்டாகிறது?	217
குழந்தைகள் எவ்வாறு வாசிக்கக் கற்றுக்கொள்கின்றன?	221
எழுத்தும் மொழியும்	226
டிஸ்லெக்சியா உள்ள குழந்தைகளுக்கு வாசிக்கக் கற்றுக்கொடுத்தல்	232
வயதுவந்தவர்களில் டிஸ்லெக்சியா	238
பெற்றோர்களுக்குச் சில ஆலோசனைகள்	241
டிஸ்லெக்சியா பற்றி அடிக்கடி கேட்கப்படும் கேள்விகள்	245

பாகம் 4. பெற்றோர்களுக்கு

குடும்பத்தில் ஏற்படும் தாக்கங்கள்	251
பெற்றோர்களுக்குச் சில உதவிக் குறிப்புகள்	256
சிறப்புக் கல்வி	261
கலைச் சொற்கள்	269
சான்றுக் குறிப்புகள்	275
சுட்டி	283

முன்னுரை

குழந்தைகளிடையே மனவளர்ச்சிக் குறை பாடுகள் கணிசமான அளவில் – குறைந்தபட்சம் 10% முதல் 15% வரை – காணப்படுகின்றன. ஆனாலும், இந்தக் குழந்தைகளின் பெற்றோர்களைத் தவிர மற்றவர்கள் இதைப் பெரிதும் சட்டை செய்வதில்லை. வளர்ச்சிக் குறைபாடுகள் பற்றிய விழிப்புணர்வு பொது மக்களிடையே – படித்தவர்கள், ஆசிரியர்கள், கல்விமான்கள் உட்பட – குறைவாகவே உள்ளது.

ஒரு பக்கத்தில் வளர்ச்சிக் குறைபாடுகள்பற்றிப் பல தப்பான கருத்துகள் பொதுப் புத்தியில் நிலவி வருகின்றன. மறு பக்கத்தில் இந்தப் பொருள் பற்றி எழுதப்பட்ட நூல்களும் திருப்திகரமாக இல்லை. இவற்றில் பெரும்பாலானவை பாடத்திட்டப் போக்கில் உள்ளவை; ஆசிரியர் தேர்வுகளுக்காக எழுதப்பட்டவை. இவற்றில்கூட அப்பட்டமான பல தவறுகள் உள்ளன. மேலும் பழைய காலாவதியாகிப் போன கருத்துகளும், வழக்கொழிந்து போன சொற்றொடர்களும் பயன்படுத்தப்பட்டு வருகின்றன. பல இணையதளங்களும் தவறாகத் தகவல்களை வழங்குகின்றன. இதற்கு ஒரு காரணம், நம் நாடு களில் கற்றல் குறைபாடு போன்ற வளர்ச்சிக் குறை பாடுகள் இன்னும் சரிவர அறிமுகமாகவில்லை. பலர் பெயரளவில் மட்டுமே இவற்றை அறிந்தவர்களாக இருக்கிறார்கள்.

குழந்தைகளின் மனவளர்ச்சிக் குறைபாடுகள் சிக்கலானவை, எளிதில் புரிந்துகொள்ள முடியாதவை. எனவே, கற்றவர்கள் மத்தியில்கூட

இது குறித்துப் பல மயக்கங்கள் இருப்பதில் வியப்பில்லை, அண்மையில் ஒரு தொலைக்காட்சியில் ஆட்டிசம் பற்றிய ஒரு நேர்காணலின்போது ஆட்டிசம் ஓர் அறிவு சார்ந்த குறைபாடு என்று செய்தியாளர் ஒருவர் திரும்பத்திரும்பக் கூறியதைக் காணக்கூடியதாய் இருந்தது (புதிய தலைமுறை தொலைக்காட்சி, பெப்ரவரி, *2017*). ஆனால், அடிப்படையில் ஆட்டிசம் ஒரு சமூகத் தொடர்பாடல் சார்ந்த குறைபாடு, அதை அறிவுசார்ந்த குறைபாடு என்று கூறுவது தவறு. இம்மாதிரியான நுணுக்கங்கள் பலருக்குத் தெரியாமல் இருப்பதற்கு இந்தப் பொருள் பற்றித் துறைசார் வல்லுநர்களால் எழுதப்பட்ட நூல்கள் தமிழில் இல்லை. இந்தக் குறையை நிவர்த்தி செய்ய எழுதப்பட்டதே இந்த நூல். வளர்ச்சிக் குறைபாடுகள்பற்றி ஆதாரபூர்வமான ஒரு நூலைத் தமிழ் வாசகர்களுக்கு வழங்குவதே இந்தப் புத்தகத்தின் முதன்மையான நோக்கம்.

இன்னுமொன்று தமிழ்ப் புத்தகங்களும் ஊடகங்களும் கடுமையான வளர்ச்சிக் குறைபாடுகளை மட்டுமே முன்நிறுத்திப் பேசுகின்றன. இதனால் இந்தக் குழந்தைகளில் மிகப்பெரும்பான்மையாகவுள்ள மிதமான அல்லது சுமாரான குறைபாடுகள் உள்ளவர்கள் அலட்சியப்படுத்தப்படுகிறார்கள். இவர்களும் இவர்கள் குடும்பங்களும் எதிர்கொள்ளும் பிரச்சினைகள் எந்த வகையிலும் குறைவானவை அல்ல. இந்தப் பாரபட்ச நிலையைச் சமன்படுத்த இந்த நூல் கடுமை குன்றிய நிலைகள் முதல் மிகக் கடுமையான குறைபாடுகள்வரை தொட்டுச் செல்கிறது.

இந்த நூல் குழந்தைகளின் எல்லா மனவளர்ச்சிக் குறைபாடு களையும் விவரிக்கவில்லை. மூன்று மனவளர்ச்சிக் குறைபாடுகள் பற்றி மட்டுமே பேசுகிறது. பிற வளர்ச்சிக் குறைபாடுகளான பேச்சு மற்றும் மொழி வளர்ச்சிக் குறைபாடு, உடல் ஊனங்கள் போன்ற தன்மையான குறைபாடுகள் இந்த நூலில் உள்ளடக்கப்படவில்லை. மிகுசெயல் கவனக்குறைவுக் கோளாறு, உடல் ஒருங்கிணைப்புக் கோளாறு ஆகியவையும் விரிவாக ஆராயப்படவில்லை.

இந்த நூலை ஆரம்பம் முதல் கடைசிப் பக்கம் வரை வரிசைக்கிரமாக வாசிக்க வேண்டும் என்ற அவசியம் இல்லை. ஒவ்வொரு இயலின் தொடக்கத்திலும் தங்களை ஈர்க்கும் பொருள்களைத் தெரிந்துகொள்ள வாசகர்களுக்காக ஒரு நிமிட வாசிப்புக்குப் போதுமான சுருக்கங்கள் தரப்பட்டுள்ளன. நூலில் கூறப்பட்டுள்ள ‘கதைகள்’ உண்மையானவை, பெயர்களும் சந்தர்ப்பங்களும் மாற்றப்பட்டுள்ளன. பெரும்பாலும் மாணவன்,

ஆசிரியர் போன்ற ஆண்பால் சார்ந்த சொற்கள் வாசகங்களின் எளிமை கருதிப் பாவிக்கப்பகூஷட்டுள்ளன.

இந்த இடத்தில் ஓரளவு 'அரசியல்' பேசுவது அவசியமாகிறது. இந்தப் புத்தகத்தை மேலோட்டமாக வாசிக்கும் எந்த ஒரு வாசகருக்கும்கூட ஒரு விஷயம் புலப்படும். இதில் கூறப்பட்டுள்ள சோதனைகள் ஒன்றுகூடத் தமிழில் இல்லை, தமிழ்நாட்டில் இது தொடர்பாக எந்த ஆராய்ச்சிகளும் மேற்கொள்ளப்படவில்லை. நுண்ணறிவுச் சோதனைகள் அனைத்தும் ஆங்கிலத்திலேயே உள்ளன. தமிழனின் (*IQ* எனப்படும்) நுண்ணறிவு ஈவு ஆங்கிலச் சோதனைகளாலேயே அளவிடப்படுகிறது! தமிழில் டிஸ்லெக்சியா எப்படி வெளிப்பாடடைகிறது என்பது குறித்து இன்னும் ஆராயப்படவில்லை. இவர்களுக்குத் தமிழில் வாசிக்கக் கற்றுக்கொடுப்பது பற்றி ஆராய்ச்சிகள் எதுவுமில்லை. எல்லாக் குழந்தைகளையும் உள்ளடக்கிய எல்லாக் கல்விக் கொள்கைப் பற்றி வாயளவில் பேசினாலும் சிறப்புக்கல்வி சார்ந்த எல்லாக் குறுக்கீடுகளும் ஆங்கிலத்திலேயே உள்ளன!

டிஸ்லெக்சியா போன்ற குறைபாடுகள் தமிழில் எவ்வாறு பரிணமிக்கின்றன, அவற்றை நிவர்த்தி செய்யத் தமிழை எவ்வாறு கற்றுக்கொடுக்க வேண்டும் என்பது போன்ற வரன்முறையான ஆராய்ச்சிகளை மேற்கொள்ளத் தனிமனிதர்களால் இயலாது. இந்தக் குறைபாடுகளுக்கு மருந்துகள் பயனளிப்பதில்லை என்ற காரணத்தினால் மருந்து நிறுவனங்களிடமிருந்து பொருளாதார உதவிகளை எதிர்பார்க்க முடியாது. இந்த மாதிரியான ஆராய்ச்சிகளுக்குத் தேவையான பொருளாதார பலமும் ஆள் பலமும் பல்கலைக்கழகங்கள் போன்ற நிறுவனங்களிடமே உள்ளன. ஆனால் தமிழ்நாட்டிலுள்ள பல்கலைக்கழகங்கள் இதைக் கண்டுகொண்டதாகத் தெரியவில்லை.

இன்றைய நிலையில் கல்வி என்பது தேர்வுகளில் அடைவு களைப் பெறும் சாதனமாகவே கருதப்படுகிறது. தேர்வுகளில் வெற்றிபெற்ற மாணவர்களின் வண்ணப் படங்களோடு நாளிதழ் களிலும் சுவரொட்டிகளிலும் விளம்பரப்படுத்தும் கல்விச் சூழ்நிலை யில் வளர்ச்சிக் குறைபாடுகளுள்ள மாணவர்கள் ஓரங்கட்டப் படுவது வியப்புக்குரியதன்று. இந்த மாணவர்கள் சிறப்புத் தேவை உள்ளவர்கள். இவர்களுக்குத் தேவைப்படும் கல்விக்கான செலவு மற்றவர்களைவிடப் பல மடங்கு அதிகமாக இருக்கும். எனவே, பொதுப் பள்ளிகள், குறிப்பாகத் தனியார் பொதுப் பள்ளிகள், இவர்களை விரும்புவது இல்லை. ஆனால் ஒரு நாட்டின் கல்விக் கொள்கை எல்லா மாணவர்களையும் உள்ளடக்கியதாக இருக்க

வேண்டும். 'எல்லோருக்கும் கல்வி' என்ற அரசின் கொள்கையும் இதையே கூறுகிறது. ஆனால் நடைமுறையில் நாம் காண்பது என்ன? மெதுவாகக் கற்கும் பத்து மாணவர்களுக்குக் காஞ்சி புரத்தில் ஒரு வகுப்பு நடத்தப்பட்டது என்பதை நாளிதழ்கள் செய்தியாகப் பிரசுரிக்கின்றன! (நாய் மனிதனைக் கடித்தால் அது ஒரு நிகழ்வு, மனிதன் நாயைக் கடித்தால் அது செய்தி என்ற கூற்றுதான் நினைவுக்கு வருகிறது.) பத்தில் ஒரு மாணவனுக்குச் சிறப்புக் கல்வி தேவை என்ற நிலையில் இது கடலில் விழுந்த மழைத் துளியாகவே இருக்க முடியும்.

தமிழ்த் தாயின் தொன்மை பற்றியும், தமிழின் மேன்மை பற்றியும் பேசிவரும் தமிழக அரசியல்வாதிகள் கடந்த ஐம்பது ஆண்டுகளில் சாதித்தது இவ்வளவுதான்! தமிழ் ஆராய்ச்சி என்பது செம்மொழி ஆராய்ச்சியாகவே உள்ளது. தாய்மொழியில் ஆரம்பக் கல்வி அளிப்பதே மாணவர்களின் திறனை மேம்படுத்து கிறது என்று கல்வியாளர்கள் தொடர்ந்து வலியுறுத்தி வருகிறார்கள். தாய்மொழிவழிக் கல்வியே ஏற்றது என்பது அனைத்துலகக் கல்வியாளர்களின் ஒருமித்த கருத்தாக இருக்கத் தமிழ்நாட்டில் பள்ளிக்கூடங்களில் தமிழ் இன்னும் கட்டாயப் பாடமாகக்கூட இல்லை. தங்கள் மொழியைக் கட்டாயப் பாடமாக்கி, மொழிப் போராட்டம் நடத்திய தமிழ்நாட்டைக் கேரளமும் வங்காளமும் வெட்கித் தலைகுனிய வைக்கின்றன.

இன்னும் சொல்லப்போனால் வாசிப்புக் குறைபாடு உள்ள குழந்தைகளுக்குத் தமிழ் வாசிக்கக் கற்பிப்பது பற்றி மலேசியாவிலுள்ள முனைவர் முல்லை முத்தையா ஒரு கல்வி முறையைக் கண்டுபிடிக்கிறார் (பாகம் 3, இயல் 11). தமிழ்நாட்டின் கல்வியாளர்கள் எங்கே போனார்கள்? இலங்கையைச் சேர்ந்த இந்த நூலாசிரியர் தமிழில் மொழியியல் பற்றி எழுதுகிறார் (பாகம் 3, இயல் 10). இந்த நூலைக் காலச்சுவடு கண்ணன் பிரசுரிக் கிறார். இதில் பொதிந்துள்ள நகைமுரண் வாசகர்களுக்குப் புலனாகாமல் போகாது.

சுருங்கச் சொன்னால், வளர்ச்சிக் குறைபாடுடைய இந்தக் குழந்தைகளுக்குத் தேவையான கல்வியும் பிற சிகிச்சைகளையும் அரசு வழங்கத் தவறுகிறது என்பதே அப்பட்டமான உண்மை. இவர்களுக்குத் தேவையான அடித்தள வசதிகள் அரிதாகவே உள்ளன. பயிற்சிபெற்ற சிறப்பு ஆசிரியர்களைக் காண்பதும் குதிரைக் கொம்பாக உள்ளது. தமிழ்நாட்டில் வளர்ச்சிக் குறைபாடுள்ள குழந்தைகளின் பெற்றோர்களைக் கேட்டுப் பார்த்தால் இது தெரியவரும். தம் குழந்தைகளுக்குத் தேவையான

கல்வியையும் சிகிச்சைகளையும் பெறுவதற்கு அவர்கள் படும் துன்பங்களையும் அல்லல்களையும் எழுத்தில் வார்க்க இயலாது.

இறுதியாக, பாடப்புத்தகமாகவும் இல்லாமல், சாதாரண வாசிப்பு நூலாகவும் இல்லாமல் அமைந்துள்ள இந்த நூலைப் பிரசுரிக்க முன்வந்த காலச்சுவடு கண்ணனுக்கு நன்றிகூறக் கடமைப்பட்டுள்ளேன். நான் செய்த பல திருத்தங்களையும் சிரமம் பாராது திருத்தியும் மேம்படுத்தியும் தனிப்பட்ட சிரமங்களுக்கு மத்தியிலும் நூலை வடிமைத்த சுபாவுக்கு எனது மனமார்ந்த நன்றி. இருபதுக்கும் மேற்பட்ட வரைபடங்களுள்ள இந்த நூலைச் சிறப்பாக அமைக்க ஒத்துழைத்த காலச்சுவடு பதிப்பகப் பணியாளர்கள் அனைவருக்கும் எனது நன்றியைத் தெரிவித்துக்கொள்கிறேன்.

இங்கிலாந்து   எம்.எஸ். தம்பிராஜா
15.04.2018

பாகம் 1

ஆட்டிசம்

ஆட்டிசம்: மிகச் சுருக்கமாக

ஆட்டிசம் என்பது ஒரு மனவளர்ச்சிக் குறைபாடு. மூளையின் ஆரம்ப வளர்ச்சியின்போது ஏற்படும் நுண்மையான மாற்றங்களினால் குழந்தையின் மனவளர்ச்சியில் சில நுட்பமான வேறுபாடுகள் உண்டாகின்றன. இவை பல அறிகுறிகளாகவும் வளர்ச்சிப் பின்னடைவுகளாகவும் வெளிப்படுகின்றன. ஆட்டிசம் என்பது பலவகைப்பட்ட அறிகுறிகளைக் கொண்ட தொகுப்பின் பெயர். இதன் அறிகுறிகள் குழந்தைப்பருவத்தின் ஆரம்பத்தில் (மூன்று வயதுக்கு முன்) தோன்றி, காலப் போக்கில் ஓரளவு குறைந்தாலும், வாழ்நாள் முழுவதும் நீடிக்கும் தன்மை கொண்டவை. ஆட்டிசத்தில் காணப்படும் குறைபாடுகள் மூவகையானவை:

(1) பேச்சு, மொழி மற்றும் மற்றவர்களுடன் தொடர்பாடல் கொள்ளும் திறன் ஆகியவற்றில் காணப்படும் குறைபாடுகள்.

(2) மற்றவர்களுடன் தகவல் பரிமாறிக்கொள்வது, ஊடாடுவது, ஒட்டி உறவாடுவது ஆகியவற்றில் உள்ள இடர்ப்பாடுகள்.

(3) இறுக்கமான, நெகிழ்வற்ற செயல்களும் சிந்தனைப்பாங்கும்; மீண்டும் மீண்டும் அதே செயலைச் செய்யும் பழக்கவழக்கங்கள், தொடர் செய்கைகள்; மாற்றத்தை விரும்பாத போக்கு.

வேறு சில அறிகுறிகளும் காணப்பட்டாலும் இம்மூன்று அறிகுறித் தொகுப்புகளுமே ஆட்டிசத்தை அடையாளப்படுத்திக் காட்டும் முக்கியமான பண்புகள். ஆட்டிசத்தின் பாதிப்பு அதன் உக்கிரத்துக்கு ஏற்றவாறு வேறுபடும். சிலருக்குக் கடுமையாகவும், சிலருக்கு மிதமாகவும், வேறு சிலருக்கு சுமாராகவும் இருக்கும். மிகக் கடுமையான ஆட்டிசம் உள்ள குழந்தைகள் பேச்சுத் திறன் மிகக் குன்றியவர்களாக இருப்பார்கள். ஆனால், சுமாரான ஆட்டிசம் உள்ளவர்கள் இயல்பான பேச்சுத் திறனும் அறிவுக் கூர்மையும் கொண்டவர்களாகக் காணப்படுகிறார்கள். இவ்வாறு ஆட்டிசத்தின் அறிகுறிகள் வேறுபடுவதினால் தற்போது அது ஒரு நிறமாலையாக நோக்கப்படுகிறது. எனவே, ஒரே வளர்ச்சிக் கோட்டில் அமைந்த இந்த எல்லா ஆட்டிச நிலைகளும் கூட்டாக 'ஆட்டிச நிறமாலை' என்று அழைக்கப்படுகிறது.

ஆட்டிசத்தை அடையாளம் காண மருத்துவப் பரிசோதனைகள் இல்லை, குழந்தையின் வளர்ச்சி விவரங்களை அறிந்தும் குழந்தையின் வளர்ச்சிச் சார்ந்த திறன்களைச் சோதித்துமே ஆட்டிசம் அடையாளம் காணப்படுகிறது. ஆட்டிசத்தைக் கண்டறிய சிறப்புப் பயிற்சியும் அனுபவமும் கொண்ட ஒரு குழந்தைநல மருத்துவர் அல்லது குழந்தை மனநல மருத்துவர் ஒருவரால் மட்டுமே முடியும். ஆட்டிசம் ஏறத்தாழ நூறு குழந்தைகளில் ஒரு குழந்தை (100:1) என்ற விகிதத்தில் காணப்படுகிறது. ஆட்டிசம் ஏன் ஏற்படுகிறது என்பது இன்னமும் முழுமையாக அறியப்படவில்லை. ஆட்டிசத்தைக் குணப்படுத்த முடியாவிட்டாலும் அதன் தாக்கங்களை வெகுவாகக் குறைக்கவும் மட்டுப்படுத்தவும் முடியும். இதில் கல்வி, பேச்சுப் பயிற்சி, சமூகத் திறன் பயிற்சி, நடத்தைச் சீராக்கம் போன்றவை முக்கியப் பங்கு வகிக்கின்றன.

இயல் 1

அறிமுகம்

ஆட்டிசம் என்பது குழந்தைப் பருவத்தில் ஆரம்பமாகும் ஒரு மனவளர்ச்சிக் குறைபாடு. அது ஒரு மனநோய் அல்ல. ஆட்டிசத்தைக் கண்டறிய மருத்துவச் சோதனைகள் இல்லை; அதன் அறிகுறிகளைக் கொண்டே அது அடையாளம் காணப்படுகிறது.

அண்மைக் காலமாக பொது மக்களின் கவனத்தை ஈர்த்து வரும் ஒரு குறைபாடு ஆட்டிசம் ஆகும். நாளேடுகளிலும் வலைத்தளங்களிலும் ஆட்டிசம் இப்போது ஒரு பேசுபொருளாக அடிக்கடி இடம் பெற்று வருகிறது. ஆட்டிச பாதிப்பு உள்ளவர்கள் பற்றிச் சமீப காலமாக சில திரைப்படங்களும் வெளி வந்துள்ளன. பல வலைத்தளங்களும் ஆட்டிசம் பற்றிய தகவல்களைத் தொகுத்து எழுதி வருகின்றன. இவை வரவேற்கப்பட வேண்டிய முன்னேற்றங்களே என்றபோதிலும் ஆட்டிசம் பற்றிப் பொது வெளியில் உள்ள பல தகவல்கள் குழப்பமூட்டுவனவாக உள்ளன, சில வேளைகளில் தவறாகவும் உள்ளன.

ஆட்டிசத்தைப் புரிந்துகொள்வது ஓரளவு கடினமானது. ஏனென்றால், அதன் வெளிப்பாடுகளும் அறிகுறிகளும் பலவகைப்பட்டவை; மேலோட்ட மாகப் பார்க்கும்போது குழப்பம் தருபவை. ஆட்டிசம் என்பது **ஒரு** குறைபாடு அல்ல. உண்மை யில் ஆட்டிசம் என்று ஒருமையில் பேசுவது தவறு. ஆட்டிசம் என்ற பெயர் குழந்தைகளில் மனவளர்ச்சியின் பாதிப்பால் ஏற்படும் பற்பல அறிகுறிகளின் கூட்டுத்தொகுப்பு (syndrome) ஆகும்.

எனவே, ஆட்டிசத்தை விளங்கிக்கொள்ள அதை முழுமையாகப் பார்ப்பது அவசியம்.

ஆட்டிசத்தைப் புரிந்துகொள்வதில் உள்ள சிக்கல்கள்

ஆட்டிசத்தைக் கண்டறியப் புறநிலையான மருத்துவச் சோதனைகள் இல்லை. மார்படைப்பு நோயை ஈ.சி.ஜி. போன்ற சோதனைகள் வழியாக உறுதிப்படுத்திக்கொள்ள முடியும். ஆனால் ஆட்டிசத்துக்கு என்று எந்தச் சோதனையும் கிடையாது. நவீன எஃப்.எம்.ஆர்.ஐ ஸ்கேன் *(FMRI)* போன்ற மூளைக் கதிர்ப் படங்களைக்கொண்டுகூட அடையாளம் காண இயலாது. ஆட்டிசம் அதன் அறிகுறிகளைக் கொண்டே அடையாளம் காணப்படுகிறது.

மேலும், ஆட்டிசத்தின் உக்கிரம் வெகுவாக வேறுபடும். ஆட்டிசத்தின் தீவிரத்தை முன்வைத்து அது கடுமையான ஆட்டிசம், மிதமான ஆட்டிசம், சுமாரான (சிறிதளவான) ஆட்டிசம் என்று வகுக்கப்படுகிறது. இயல் 6இல் இம்மாதியான மூவரின் 'கதைகள்' கூறப்பட்டுள்ளன. மிகக் கடுமையான ஆட்டிச பாதிப்புள்ள பல குழந்தைகள் பேச்சுத் திறன் முற்றிலும் அற்றவர்களாக இருப்பார்கள், அல்லது அவர்களது பேச்சு பிறருக்கு விளங்காது. அவர்களை அடையாளம் காண்பது கடினமல்ல. மிதமான ஆட்டிசம் உள்ளவர்களுக்கு ஆட்டிசத்தின் பெரும்பான்மையான பண்புகள் காணப்படும். இது வகைமாதிரியான ஆட்டிசம் *(typical autism)*, அதாவது சராசரி ஆட்டிசம் என்று அழைக்கப்படுகிறது. ஆனால், சிறிதளவு ஆட்டிசம் உள்ளவர்களிடையே அதன் பாதிப்பு நுணுக்கமானதாக, எளிதில் கண்ணுக்குப் புலப்படாததாக இருக்கும்; சுமாரான ஆட்டிசம் உள்ளவர்களில் பலர் மேற்படிப்பு பெற்றவர்களாகவும் பேராசிரியர்களாகவும் விளங்குகிறார்கள்.

ஆட்டிசத்தைச் சரிவர விளங்கிக்கொள்வதில் இன்னொரு பிரச்சினையும் உண்டு. ஆட்டிசம் உள்ள பல குழந்தைகளுக்கு வேறு மனவளர்ச்சி சார்ந்த குறைபாடுகளும் இருப்பதுண்டு. காட்டாக, ஆட்டிசம் உள்ள சில குழந்தைகளுக்கு உடலியக்க ஒருங்கிணைப்புக் குறைபாடு எனப்படும் குறைபாடு காணப் படலாம். இதில் நடப்பது, ஓடுவது, எழுதுவது போன்ற உடல் இயக்கக் குறைபாடுகள் இருக்கும் (பார்க்க பாகம் 2, இயல் 7, பக். 132). இது வேறொரு வளர்ச்சிக் குறைபாடு. ஆட்டிசம் வேறு, உடலியக்க ஒருங்கிணைப்புக் குறைபாடு வேறு. சிலர் இவை இரண்டையும் குழப்பிக்கொள்கிறார்கள்.

ஆட்டிசம் ஏன் உண்டாகிறது என்பதற்கான காரணம் இன்னும் சரிவர அறியப்படவில்லை. ஆனால் ஆட்டிசம் உள்ள

சுமார் 10% குழந்தைகளுக்கு இது வேறொரு நோயின் வெளிப்பாடாக இருக்கலாம். காட்டாக, சில மரபியல் நோய்களில் ஆட்டிசத்தின் அத்தனை அறிகுறிகளும் காணப்படலாம் (பார்க்க இயல் 9). ஆனால் இது ஆட்டிசம் என்று வரையறுக்கப்படுவதில்லை, அந்த நோயின் பெயராலேயே அழைக்கப்படும்.

வரலாறு

ஆட்டிசத்தை முதன்முதல் அறிவியல்பூர்வமாக விவரித்தவர் லியோ கென்னர் *(Leo Kanner)* என்ற வடஅமெரிக்க நாட்டைச் சேர்ந்த மனநல மருத்துவரே ஆவார். 1943ஆம் ஆண்டு அவர் எழுதிய ஆய்வுக் கட்டுரையில் தான் பார்த்த 11 குழந்தைகளுக்குச் சில பொதுவான குணாம்சங்கள் இருந்ததைக் கண்டு இதைக் குழவிப் பருவ ஆட்டிசம் *(Infantile autism)* என்று பெயரிட்டார். இந்தக் குழந்தைகளை அவர் பின்வருமாறு வருணித்தார்: "இந்தக் குழந்தைகளால் மற்றவர்களுடன் இயல்பாக உறவுகொள்ள இயலாமலிருப்பதும் எப்போதும் தனித்திருக்க விரும்புவதுமே இந்தக் குறைபாட்டின் முதன்மையான குணாம்சங்கள் ... இவர்கள் ஒரு [ஆமையின்] ஓட்டுக்குள் வாழ்கிறார்கள் என்றும் இவர்கள் தனித்திருக்கும்போதுதான் மகிழ்ச்சியாக இருக்கிறார்கள் என்றும் இவர்களின் பெற்றோர்கள் கூறுகிறார்கள்."[1]

மனதளவில் அவர்கள் ஒரு கூட்டுக்குள் சிறைப்பட்டு இருக்கிறார்கள் என்ற குணாம்சமே இவர்களை மற்ற குழந்தைகளிடம் இருந்து வேறுபடுத்திக் காட்டுகிறது என்பதை வலியுறுத்த இந்தக் குறைபாட்டுக்கு 'ஆட்டிசம்' என்று பெயரிட்டார். ஆட்டிசம் என்ற சொல் *auto*, என்ற கிரேக்க வேர்ச் சொல்லிலிருந்து பெறப்பட்டது. அதாவது இது தானாக இயங்கும் தன்மையைக் குறிக்கும். இவர்கள் மற்றவர்களுடன் தொடர்பு கொள்ளாமல் தனித்து இருப்பதை இது வலியுறுத்துகிறது.

லியோ கென்னர் ஆய்வுக் கட்டுரை எழுதி ஓர் ஆண்டுக்குப் பிறகு, அதாவது 1943இல், ஆஸ்திரியாவைச் சேர்ந்த ஹான்ஸ் அஸ்பர்ஜர் *(Hans Asperger)* என்ற குழந்தைநல மருத்துவர் இது போன்ற, ஆனால் ஓரளவு வேறுபட்ட குணாம்சங்களைக் கொண்ட சிறுவர்களை விவரித்து ஓர் ஆய்வுக் கட்டுரை எழுதினார். இவர்களைப் பின்வருமாறு விவரித்தார்: "இவர்களின் அறிவுத்திறன் சராசரி அளவாக உள்ளது . . . இவர்களுக்கு உள்ள முக்கியமான பண்புகளாக, நட்புறவுகளை உருவாக்கிக்கொள்ள இயலாமை, ஒத்துணர்வு அற்றமை, ஒருதலைப்பட்ட உரையாடல், குறிப்பிட்ட ஒரு விஷயத்தில் இவர்களுக்கு இருக்கும் அளவு மீறிய ஆர்வம் ஆகியவற்றைக் குறிப்பிடலாம்." இந்த நிலைக்கு

ஆட்டிசம் சார்புள்ள ஆளுமைப் பிறழ்வு *(Autistic psychopathy)* என்று பெயர் சூட்டினார்.[2]

ஆட்டிசம் பற்றிய ஆராய்ச்சியில் அடுத்த மைல்கல்லாக விளங்குவது இங்கிலாந்தைச் சேர்ந்த லோனா விங் *(Lorna Wing)* என்ற குழந்தை மனநல மருத்துவர் 1979இல் நாடாத்தியஓர் ஆய்வே. ஒரு பிரதேசத்தில் வாழ்ந்த எல்லாக் குழந்தைகளையும் ஆராய்ந்த இவர் ஆட்டிசத்தின் தன்மையும் அதன் பாதிப்பும் குழந்தைகளுக்கிடையே வெகுவாக வேறுபட்டுக் காணப்படுவதை உணர்ந்தார். சிலருக்குக் கென்னர் கூறிய ஆட்டிச நிலையும், வேறு சிலருக்கு அஸ்பர்ஜர் விவரித்த குணாம்சங்களும், இன்னும் சிலருக்கு இவ்விரண்டுக்கும் இடைப்பட்ட நிலையும் உள்ளன என்பதை ஐயமற நிறுவினார்[3]. இந்தக் கண்டுபிடிப்பிலிருந்து பெறப்பட்டதுதான் ஆட்டிச நிறமாலை *(Autism Spectrum Disorder; ASD)* என்று தற்போது அறியப்படும் கோட்பாடு. ஆட்டிசத்தில் காணப்படும் பல விதமான அறிகுறிகளையும் தொகுத்து அவற்றை முப்பெரும் குறைபாடுகளாக வகுத்தவரும் இவரே (பார்க்க இயல் 2).

அதுவரை மருத்துவர்களுக்குப் பெரும்புதிராக இருந்துவந்த ஆட்டிசத்தைப் பல நிலைகளாகப் புரிந்துகொள்ள இந்த ஆட்டிச நிறமாலை என்ற அணுகுமுறை பெரும் துணையாக இருந்து வருகிறது. அண்மைக்காலத்தில் லோனா விங் கூறிய முப்பெரும் குறைபாடுகளின் கூறுகள் இரண்டு தலைப்புகளின் கீழ் விவரிக்கப் பட்டாலும்[4] ஆட்டிசத்தின் அறிகுறிகளின் பன்முகத் தன்மையை விளங்கிக்கொள்ள விங் கூறும் முப்பெரும் குறைபாடுகள் என்ற கருத்து நடைமுறைக்குப் பயனுள்ளதாக விளங்கிவருகிறது.

ஆட்டிச நிறமாலை *(Autistic Spectrum Disorder; ASD)*

எனவே, தற்போது ஆட்டிசத்தின் தீவிரத்தன்மையை முன்னிறுத்தி ஆட்டிசக் கூட்டு அறிகுறி, அதாவது ஆட்டிசம் ஒரு ஒளிக்கற்றை யின் நிறமாலையைப் போன்றது என்ற கருத்து முன்வைக்கப் பட்டுள்ளது. இதன்படி, ஒரு முனையில் சுமாரான (சிறிதளவான) ஆட்டிசமும் அதன் எதிர் முனையில் கடும் ஆட்டிசமும் உள்ளதாக விளக்கப்படுகிறது (பார்க்க வரைபடம் 1.1). இவை வெவ்வேறானவை அல்ல. ஒரே வளர்ச்சிக் கோட்டில் அமைந்துள்ள நிலைகளே. உயர் குருதி அழுத்தம், நீரிழிவு நோய் போல ஆட்டிசத்தின் கடுமையும் அதன் அறிகுறிகளும் வேறுபடுகிறது. எனவே ஒருவர் ஆட்டிசம் பற்றிப் பேசும்போதும் எழுதும்போதும் அவர் ஆட்டிசத்தில் எந்த நிலையை விவரிக்கிறார் என்பதைக் குறிப்பிடுவது முக்கியம். பலர் இதை வெளிப்படையாகக் கூறாததால் பல குழப்பங்கள் ஏற்படுகின்றன.

வரைபடம் 1.1 ஆட்டிச நிறமாலை: ஆட்டிசத்தின் அறிகுறிகளின் உக்கிரத்தின் அடிப்படையாகக் கொண்டு தற்போது அது சுமாரான ஆட்டிசம் (அஸ்பர்ஜர் சின்றோம்), வகைமாதிரியான ஆட்டிசம், கடுமையான ஆட்டிசம் என மூன்று நிலைகளாகப் பிரித்துப் பார்க்கப்படுகிறது.

சமீபத்தில் நடத்தப்பட்ட உளவியல் ஆராய்ச்சிகளின் பயனாக ஆட்டிசம் பற்றித் தற்போது புதுப்புது உளவியல் கோட்பாடுகளும் கருதுகோள்களும் உருவாகியுள்ளன (இயல் 17).

இன்னொரு புறத்தில், ஆட்டிசத்தால் பாதிக்கப்பட்ட சிலர் தம் அனுபவங்களைத் திரட்டி விவரித்து எழுதியுள்ளார்கள். கூரிய புத்தியும் சிறந்த அறிவும் பெற்ற இவர்கள் ஆட்டிசத்தால் தாம் பட்ட இன்னல்களை நெஞ்சுருக எழுதி வருகிறார்கள்[5]. இவர்கள் கூறும் தகவல்களை ஆட்டிசத்தால் பாதிக்கப்படாதவர்கள் புரிந்துகொள்ள சிரமப்படுவார்கள்!

ஆட்டிசம் பற்றியச் சமகாலப் புரிதல் என்ன? ஆட்டிசத்தில் காணப்படும் அடிப்படை, அதாவது மையக் குணாம்சங்கள் யாவை? அவற்றை எவ்வாறு விளங்கிக்கொள்வது? இதுபோன்ற வினாக்களுக்கு அடுத்து வரும் இயல்களில் விடை காண முயல்வோம். அடுத்ததாக ஆட்டிசத்தின் மைய அறிகுறிகள் எவை என்பதைப் பரிசீலிப்போம்.

இயல் 2

ஆட்டிசத்தை அடையாளப்படுத்தும் அறிகுறிகள்

யானைக்கு நாலு கால்கள் பூனைக்கும் நாலு கால்கள். யானையை அடையாளப்படுத்துவது அதன் தும்பிக்கையும் பருமனுமே. இதேபோல, ஆட்டிசத்தின் தனித்துவமான பண்புகளை, அதாவது, ஆட்டிசத்தில் மட்டுமே காணப்படும் பண்புகள் யாவை என்பதை அறிந்துகொள்வது முக்கியம்.

அடிப்படையில் ஆட்டிசம் என்பது ஒரு நரம்பியல் சார்ந்த வளர்ச்சிக் குறைபாடு (Neuro-developmental disorder). மூளையின் ஆரம்ப வளர்ச்சியின் போது ஏற்படும் நுண்மையான மாறுபாடுகளால் உண்டாகும் ஒரு குறைபாடு. இயல்பான மூளை வளர்ச்சிக்கும் ஆட்டிசத்தில் காணப்படும் மூளை வளர்ச்சிக்கும் உள்ள வித்தியாசத்தை சாதாரண தொழில்நுட்ப முறைகளான ஸ்கேன் வகைகளாலும்கூட கண்டுபிடிக்க முடியாத அளவுக்கு நுட்பமானவை.

இது ஒரு வளர்ச்சிக் குறைபாடு என்பதையும் புரிந்துகொள்வது முக்கியம். குழந்தைகளிடையே பல வளர்ச்சிக் குறைபாடுகள் காணப்படுகின்றன. நாம் இங்கே குறிப்பிடுவது உடல் சார்ந்த குறைபாடுகளை அல்ல, மூளை மற்றும் மனம் சார்ந்த வளர்ச்சிக் குறைபாடுகளையே. ஆட்டிசம் போலவே வேறு

பல வளர்ச்சிக் குறைபாடுகளும் உள்ளன. இவற்றுள் பெரிதும் அறியப்பட்டவை அறிவுத்திறன் குறைபாடும் கற்றல் குறைபாடுமே. இவை இரண்டும் இந்த நூலின் அடுத்த இரண்டு பாகங்களில் கூறப்படும்.

ஆட்டிசம் என்பது ஒரு மனநோய் அல்ல; ஒரு மனக்கோளாறும் அல்ல; ஆட்டிசமும் அறிவுத்திறன் குறைபாடும் (மனவளர்ச்சி குன்றுதல்) ஒன்றல்ல. ஆட்டிசத்துக்குப் பொருத்தமான தமிழ்ச் சொல் என்ன? சிலர் இதை தற்புனைவு ஆழ்வு என்றும் மதி இறுக்கம் என்றும் அழைக்கிறார்கள். ஆனால் ஆட்டிசம் என்ற சொல் பொதுவழக்குக்கு வந்துவிட்டது, பலரும் அறிந்தது. எனவே இந்த நூலில் ஆட்டிசம் என்ற சொல்லே பயன்படுத்தப்படுகிறது.

ஆட்டிசத்தின் தனித்துவமான பண்புகள்

ஆட்டிசத்தைப் புரிந்துகொள்ள அதை முழுமையாகப் பார்க்க வேண்டும் என்று முன்னர் கூறினோம். யானைக்கு நாலு கால்கள் பூனைக்கும் நாலு கால்கள். யானையை அடையாளப்படுத்துவது அதன் தும்பிக்கையும் பருமனுமே. இவையே யானையின் தனித்துவமான பண்புகள். எனவே, ஆட்டிசத்தின் தனித்துவமான பண்புகளை முதலில் கோடிட்டுக் காட்டுவோம். கீழே தரப்பட்டிருக்கும் தகவல்கள் மேலோட்டமானவை. இனிவரும் இயல்களில் இவை விரிவாகப் பரிசீலிக்கப்படும்.

எந்த ஒரு வளர்ச்சிக் குறைபாடானாலும் சரி, நோய் ஆனாலும் சரி, அதன் குணாம்சங்களை வைத்தே அது வரையறை செய்யப்படுகிறது. அவற்றைப் புரிந்துகொள்வதில் எழும் ஒரு பிரச்சினை என்னவென்றால், ஒரு குறைபாட்டின் அல்லது நோயின் எந்தெந்த பண்புகள் முக்கியமானவை, எந்தெந்தக் குணாம்சங்கள் இரண்டாம் பட்சமானவை என்று தெரிந்துகொள்ள வேண்டும். ஆட்டிசத்தில் ஐம்பதுக்கும் மேற்பட்ட அறிகுறிகள் உள்ளன. எனவே அதன் மையப் பண்புகளையும் ஏனைய துணைப் பண்புகளையும் வேறுபடுத்திப் பார்ப்பது அவசியம்.

பல சகாப்தங்களாக நடத்தப்பட்ட ஆராய்ச்சிகளின் பயனாக தற்போது ஆட்டிசத்தில் மட்டும் காணப்படும் குணாம்சங்கள் என்னவென்று ஓரளவு தெளிவாகத் தெரியவந்துள்ளன. இவை ஆட்டிசத்தின் மையப் பண்புகள் (core features of autism) என்று அழைக்கப்படுகின்றன. அடுத்து வரும் இயல்களில் இவற்றை விரிவாக விளக்குவோம். இப்போதைக்கு அவை யாவை என்பதை மட்டும் குறித்துக்கொள்வோம்.

ஆட்டிசத்தில் மட்டுமே காணப்படும் அம்சங்களை மூன்று தலைப்புகளின் கீழ் அடக்கலாம். இவை 'ஆட்டிசத்தின் மூவகைக்

குணாம்சங்கள்' (autistic triad) என்று அழைக்கப்படுகின்றன (காண்க படம் 1.2).

- பேச்சு, மொழி மற்றும் மற்றவர்களுடன் செய்திப் பரிமாற்றம் கொள்ளும் திறன் ஆகியவற்றில் காணப்படும் குறைபாடுகள் *(deficits in speech, language and communication).*
- சமூக இடைவினை புரிவதிலும் சமூகத் தகவல் பரிமாற்றத் திறன்களில் சிரமங்கள் *(deficits in social interaction and social communication).* மற்றவர்களுடன் ஊடாடுவது, ஒட்டி உறவாடுவது, சமூகத் தொடர்பாடல் ஆகியவற்றை இது குறிக்கிறது.
- இறுக்கமான, நெகிழ்வற்ற செயல்களும் சிந்தனைப்பாங்கும், மீண்டும் மீண்டும் அதே செயலைச் செய்யும் பழக்க வழக்கங்கள்; தொடர் செய்கைகள்; மாற்றத்தை விரும்பாத போக்கு *(rigid, repetitive patterns of behaviour, interests, or activities, resistance to change).*

இந்த மூன்று அறிகுறித் தொகுப்புகளுமே ஆட்டிசத்தின் அடையாளங்கள். இவை ஆட்டிசத்தின் இன்றியமையாத பண்புகள். இவை மூன்றும் ஒருவரில் காணப்படாவிட்டால்

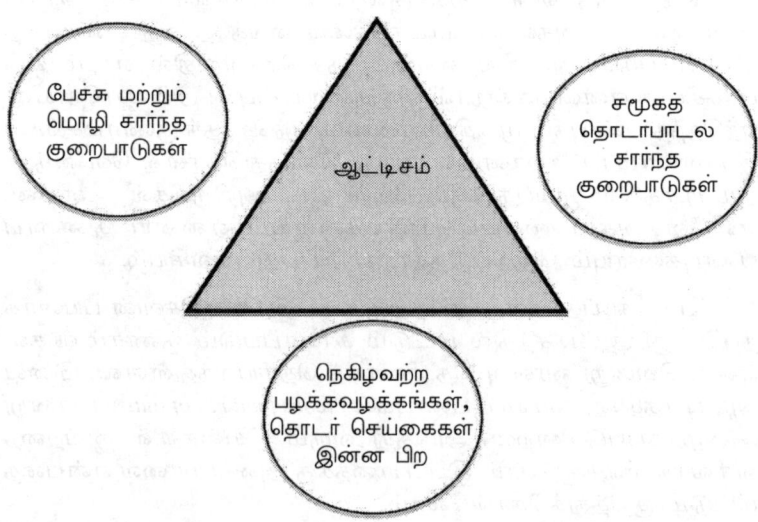

வரைபடம் 1.2 ஆட்டிசத்தில் காணப்படும் 'முப்பெரும்' குறைபாடுகள்

அவருக்கு ஆட்டிசம் இல்லை என்று கூறலாம். இந்த மூன்று குணாம்சங்களுமே ஒற்றைத் தன்மையானவை அல்ல, பல்வேறு அறிகுறிகளின் தொகுப்புகளே என்பதைக் கவனிக்கவும். ஆட்டிசம் உள்ள எல்லாக் குழந்தைகளிலும் இந்த மூன்று பண்புகளும் காணப்பட்டாலும் அவை எல்லாக் குழந்தைகளிலும் ஒரே மாதிரியாக இருப்பது இல்லை. இந்த அம்சங்கள் ஒவ்வொரு குழந்தையிலும் வெகுவாக வேறுபடும். எனவே, ஆட்டிசத்தின் அறிகுறிகள் கொண்ட ஒரு பட்டியலைப் பார்த்து அதில் கூறப்பட்டுள்ள அத்தனை அறிகுறிகளும் குறிப்பிட்ட ஒரு குழந்தையில் காணப்படும் என்று எதிர்பார்ப்பது தவறு. மேலும், முன்னர் கூறியதுபோல ஆட்டிசத்தின் கடுமைக்கு ஏற்ப இந்த அறிகுறிகள் வெவ்வேறு அளவில் காணப்படலாம். அடுத்து வரும் மூன்று இயல்களில் இந்த முப்பெரும் அறிகுறிகளை விரிவாக ஆராய்வோம்.

இயல் 3

முதலாவது பண்பு: பேச்சு மற்றும் மொழித் திறன் குறைபாடுகள்

ஆட்டிசத்தில் அதன் கடுமைக்கு ஏற்பப் பேச்சுத் திறன் குன்றியிருக்கும். போதுமான அளவு மொழித்திறன் உள்ளவர்கள்கூட ஒரு விஷயத்தை விளக்கிக் கூறச் சிரமப்படுவார்கள். அதேபோல, மற்றவர்களின் பேச்சைப் புரிந்துகொள்வதிலும் குறைபாடுகள் இருக்கும்.

மனிதன் தன் எண்ணங்களையும் கருத்துகளையும் மற்றவர்களுடன் பரிமாறிக்கொள்ளப் பயன்படுத்தும் கருவியே மொழி. பொது வழக்கில் பேச்சு என்ற சொல்லும் மொழி என்ற சொல்லும் ஒரே அர்த்தத்தில் பயன்படுத்தப்படுவதுண்டு. ஆனால் மொழி வேறு, பேச்சு வேறு. பேச்சு என்பது ஒருவர் உண்டாக்கும் ஒலி வடிவத்தைக் குறிக்கும்; பொருள் தரும் ஒலிகளைப் 'பேச்சு' என்கிறோம். மொழி என்பது ஒலிகள் வழியாகவும் வேறு வழிகளாலும் இன்னொருவரோடு தொடர்புகொள்ளும் முறைமையைக் குறிக்கும். மொழியில் பல கூறுகள் உள்ளன. இவற்றுள் பேச்சுத் திறன், மற்றவர்கள் கூறுவதைப் புரிந்துகொள்ளும் வல்லமை, உடல்மொழி மற்றும் மொழியின் நடைமுறைப் பயன்பாடு ஆகிய நான்கு கூறுகள் ஆட்டிசத்தில் பாதிக்கப்படுகின்றன. ஆனால் ஆட்டிசத்தின் கடுமையைப் பொறுத்து இந்த பாதிப்பு வேறுபடலாம். இவற்றை ஒவ்வொன்றாகப் பார்ப்போம்.

குறைவான பேச்சுத் திறன் *(impairment in expressive language)*

பொதுவாக, ஆட்டிசம் உள்ள குழந்தைகளின் பேச்சு வளர்ச்சியில் தாமதம் ஏற்படுகிறது (மொழி வளர்ச்சிப் பற்றிக் கூடுதல் விவரங்களுக்குப் பார்க்க அட்டவணை 2.1, பக். 109). கடுமையான ஆட்டிசம் உள்ள குழந்தைகள் முற்றிலும் பேச்சுத் திறன் அற்றவர்களாக அல்லது வெற்றொலி மட்டும் உண்டாக்கக் கூடியவர்களாக இருப்பார்கள். வேறு சிலரின் பேச்சு தெளிவாக இருக்காது. தம் தேவைகளை உணர்த்தச் சிரமப்படுவார்கள். சில குழந்தைகள் கிளிப்பிள்ளை போல ஒரு சொல்லைத் திரும்பத் திரும்பக் கூறுலாம்; பிறர் கூறும் சொற்களை எதிரொலி போலத் திருப்பிக் கூறலாம். சிலர் ஏற்ற இறக்கமற்ற தட்டையான குரலில் பேசுவார்கள், குரலும் வித்தியாசமாக இருக்கும்.

பேசும் திறன் வாய்க்கப்பெற்றவர்கள் கூட மொழியைத் திறமையுடன் கையாளும் வழி தெரியாதவர்களாக இருப்பார்கள். சிலர் தம் எண்ணங்களைச் சொல்லில் வடிக்கச் சிரமப்படுவதுண்டு. தாம் கூற வந்ததை விவரிக்கச் சிரமப்படுவார்கள். இவர்கள் பேச்சு சுருக்கமாகவே இருக்கும். உதாரணமாக, பள்ளியில் நடந்த ஒரு சம்பவத்தைப் பற்றிக் கேட்டால் அதை முறைப்படி எடுத்துக் கூற முடியாமல், ஓரிரு சொற்களில் கூறி முடித்துவிடுவார்கள். இவர்கள் எழுதும் கட்டுரைகள் குறுகியதாகவும், கேள்விகளுக்கு அளிக்கும் பதில்கள் சுருக்கமாகவும் இருக்கும். ஒரு விஷயத்தை விளக்கிக் கூறும் ஆற்றல் இவர்களுக்குப் பொதுவாகவே குறைவு. சொல்வளமும் குறைவு.

பேச்சுமொழியைப் புரிந்துகொள்வதில் தடங்கல்

(impairment in receptive language)

மற்றவர்களின் பேச்சைப் புரிந்துகொள்வதிலும் இவர்களுக்குச் சிரமங்கள் இருப்பதுண்டு. இதனால் ஆட்டிசம் உள்ள குழந்தைகள் மழலைப் பருவத்தில் பெற்றோரின் பேச்சை அசட்டை செய்கின்றனர் என்ற தோற்றம் ஏற்படலாம். பெயர் சொல்லி அழைத்தால் திரும்பிப் பார்ப்பது இல்லை. இதன் காரணமாக இவர்களுக்கு ஒருவேளை காது கேட்பதில்லையோ என்று பெற்றோர்கள் சந்தேகப்படலாம். ஆனால், பெற்றோரின் பேச்சு இக்குழந்தைக்குப் புரியவில்லை என்பதே உண்மை. இன்னொரு காட்டாக, ஒரே நேரத்தில் மூன்று கட்டளைகள் இட்டால் (உ–ம். “அடுத்த அறைக்குப் போய், மேசை மேலே உள்ள பெட்டியைத் திறந்து, அதில் இருக்கும் சிகப்பு நிறப் புத்தகத்தைக் கொண்டு வா”) அதில் உள்ள முதல் கட்டளையை மட்டும் புரிந்துகொண்டு அறைக்குப் போய், “என்ன சொன்னீர்கள்?” மீண்டும் கேட்கலாம்.

இன்னும் சிலர் சாதாரண மொழியைப் புரிந்துகொண்டாலும், சிக்கலான உரையாடல்களை விளங்கிக்கொள்வதில்லை. இதனால் வகுப்பில் ஆசிரியர் கற்பிக்கும்போது நீண்ட சொற்பொழிவுகள் நிகழ்த்தினால் அதைப் புரிந்துகொள்ள இந்த மாணவர்கள் சிரமப்படுவார்கள்.

பயன்பாட்டு மொழிப் பிரச்சினைகள்
(pragmatic language difficulties)

ஆட்டிசம் உள்ளவர்களுக்குச் சாதாரணப் பயன்பாட்டு மொழியில் உள்ள நுணுக்கங்கள் புரிவது இல்லை. காட்டாக, ஒரு பொருள் பற்றிப் பேசும்போது அதை முதலில் அறிமுகம் செய்வது, ஒருவருடன் உரையாடும்போது மற்றவர் பேசி முடித்த பின்தான் பேச வேண்டும் என்ற சாதாரண ஒழுங்குமுறைகளைப் பின்பற்றுவது இல்லை. இதனால் மற்றவர்களுக்கு அலுப்புத் தட்டும்வரை பேசிக்கொண்டிருப்பார்கள். கேட்டுக்கொண்டிருப்பவருக்குச் சலிப்பு ஏற்பட்டாலும் அதை இவர்கள் உணர்வது இல்லை. இதே போல, தான் கூறும் ஒரு விஷயம் மற்றவருக்குப் புரியவில்லை என்றால் அதை வேறு விதமாக எடுத்துக் கூற வேண்டும் என்ற விழிப்புணர்வும் இருப்பதில்லை. இதனால், வகுப்புப் பாடத்தின் போது திரும்பத் திரும்ப அதே கேள்வியைக் கேட்பது, ஆசிரியர் கற்பிக்கும்போது அடிக்கடி குறுக்கிட்டுப் பேசுவது போன்ற செயல்களில் ஈடுபடலாம்.

நல்ல மொழி வளர்ச்சியும் கூரிய அறிவும் கொண்டவர்கள் கூட, மரபுத் தொடர்கள் கொண்ட அன்றாடப் பேச்சுமொழியைப் புரிந்துகொள்வதில்லை. காட்டாக, "அதைக் கேட்டதும் அவருக்குத் தலை வெடித்துவிடும் போல இருந்தது" என்று ஒரு ஆசிரியரைப் பற்றி ஒரு மாணவன் கூறியதைக் கேட்டு ஆட்டிசம் உள்ள ஒரு மாணவன், "தலையில் அடிபட்டால்தான் தலை வெடிக்கும்" என்றான்! இதேபோல, ஏளனம், கிண்டல், சிலேடை, குத்தல் பேச்சு போன்ற நேராக அமையாத மொழியைப் புரிந்துகொள்ளவும் இவர்கள் சிரமப்படுகிறார்கள். இதனால் சகபாடிகளின் கேலிக்கும் கிண்டலுக்கும் ஆளாவதுண்டு.

சொற்சார்பற்ற செய்திப் பரிமாற்றத்தில் உள்ள குறைபாடுகள்
(impairment in non-verbal communication)

அன்றாட வாழ்க்கையில் நாம் மற்றவர்களுடன் உரையாடும் போது பல சங்கதிகள் முகபாவனை, சைகைகள், பேச்சுத் தொனி, அங்க அசைவுகள் போன்ற குறிப்புகள் வழியாக உணர்த்துகிறோம்.

அதேபோல, மற்றவர்களின் உடல் மொழியிலிருந்து அவர்களது உணர்வுகளை அறிந்துகொள்கிறோம். ஆனால், ஆட்டிச பாதிப்பு உள்ளவர்கள் மற்றவர்களின் உடல்மொழியைப் புரிந்துகொள்வது குறைவு. குறிப்பால் உணர்த்தும் முகபாவங்கள், முகக் குறிப்புகள் போன்றவையைப் பார்த்து உணரும் திறன் குன்றியிருக்கும். காட்டாக, ஆசிரியர் ஒரு வகுப்பின்போது கோபமாக இருக்கிறார் என்பதை அறிந்து மற்ற மாணவர்கள் அமைதியாக இருப்பார்கள். ஆனால் இதைப் புரிந்துகொள்ளாத ஆட்டிசம் உள்ள ஒரு மாணவன் உறக்கப் பேசி ஆசிரியரை மேலும் கோபமடையச் செய்யலாம்.

சொற்சார்பற்ற கருத்துப் பரிமாற்றம் என்பது இருவழிப் பாதை ஆகும். உடல்மொழியைப் புரிந்துகொள்வது மட்டுமல்லாது தானும் தன் உடல்மொழியால் தன் மனநிலையை உணர்த்துவது முக்கியம். ஆனால், ஆட்டிசம் உள்ள ஒருவர் பேசும்போது அவரின் முகபாவங்கள் அவர்களின் உணர்ச்சிகளைப் பிரதிபலிப்பதாக இருப்பதில்லை. உதாரணமாக, ஆசிரியர் கேட்ட கேள்விக்குப் பதில் கூறாமல் ஒரு மாணவன் அதைப்பற்றித் தீவிரமாக யோசித்துக்கொண்டிருக்கலாம், ஆனால் அவனது வெற்றுப் பார்வையைக் கண்டு ஆசிரியர் கோபம் கொள்ளலாம். இதனால் இவர்களின் நடத்தையைத் தவறாகப் புரிந்துகொள்ள இடமுண்டு.

இவ்வாறாக, ஆட்டிச பாதிப்பு உள்ளவர்களுக்குப் பலவித மான பேச்சு மற்றும் மொழி சார்ந்த குறைபாடுகள் இருப்பதுண்டு.

இயல் 4

இரண்டாவது பண்பு: சமூகத் தொடர்பாடலில் உள்ள குறைபாடுகள்

ஆட்டிசம் உள்ள குழந்தைகளுக்கு ஆரம்பத்திலிருந்தே கண்களைப் பார்த்துப் பேசுவது, கையசைத்து விடைபெறுவது போன்ற சாதாரண உறவாடும் திறன்கள் குறைவாக இருக்கும். ஆட்டிசம் உள்ளவர்கள் தனிமை விரும்பிகள். சக வயதினரோடு நட்புப் பேணுவது குறைவு.

ஆட்டிசம் உள்ள குழந்தைகளுக்கும் சிறார்களுக்கும் மற்றவர்களுடன் ஊடாடி உறவுகொள்வதில் குறிப்பிடும்படியான தடங்கல்கள் உள்ளன. உதாரணமாகக் குழவிப் பருவத்தில் இவர்கள் மற்றவர்களின் கண்களைப் பார்ப்பதைத் தவிர்த்துக்கொள்கிறார்கள். இது பதின்பருவம் வரை தொடர்கிறது. மற்றவர்களுடன் பேசும்போது 'கண்ணோடு கண் நோக்காமை' இவர்களுக்கு உள்ள ஒரு முக்கியக் குறைபாடு.

குழந்தைப் பருவத்தில் மற்றவர்களுக்குக் கையசத்து விடைபெறுவது, 'பை' 'பை' சொல்லுவது போன்ற பழக்கங்கள் இவர்களுக்கு இயல்பாகக் கைவருவதில்லை. வயதுவந்த பின்னர்கூட மற்றவர்களைச் சந்திக்கும்போது, அவர்களை ஏற்கனவே அறிந்திருந்தாலும், வணக்கம் கூறுவது இல்லை.

இயல்பாகவே மழலைப் பருவத்தில் குழந்தைகள் பொருட்களைப் பெற்றோர்களுக்குச்

சுட்டிக்காட்டுவது உண்டு. "அது எனக்கு வேண்டும்" என்பது இதன் பொருள். அதேபோல, ஒரு பொருளைத் தன் கையால் சுட்டிக்காட்டி "அதோ பார்" என்று ஆள்காட்டி விரலைப் பயன்படுத்தித் தம் மகிழ்ச்சியைப் பகிர்ந்துக்கொள்வதும் உண்டு. இந்த இரண்டாவது வகையான சுட்டிக்காட்டுதல் ஆட்டிசம் உள்ள குழந்தைகளுக்குக் கைகூடுவது இல்லை. இதேபோலத் தாம் செய்யும் ஒரு செயலைப் பெற்றோருக்குக் காட்டிக் களிப்படைவதும் இல்லை.

மழலைப் பருவத்தில் தன்னைத் தூக்கச் சொல்லி இரு கைகளையும் நீட்டுவது, பெற்றோர்களின் முகம் பார்த்துப் புன்னகை செய்வது, மனக் கலக்கம் ஏற்படும்போது தாயின் அரவணைப்பை நாடுவது, பெற்றோருடன் ஒட்டி உறவாடுவது போன்ற உணர்ச்சிகளை வெளிப்படுத்தும் செயல்களில் ஈடுபடுவது குறைவு. இந்தக் குழந்தைகள் தம் தேவைகளுக்காகத்தான் தம்மை நாடுகின்றனவே தவிர அன்பால் அல்ல என்று இவர்களின் தாய்மார்கள் கூறுவதுண்டு. ஆட்டிச பாதிப்பு கடுமையாக உள்ள குழந்தைகள் தம்மை வெறும் புறப்பொருளாகவே பார்க்கிறார்கள், உயிருள்ள மனிதப் பிறவியாக அல்ல என்று அவர்களைப் பராமரிப்பவர்கள் கூறுவதுண்டு. இதனால் இவர்களைப் பராமரிப்பது மனநிறைவைத் தருவதில்லை என்றும் கூறுகிறார்கள்.

குறைவான விளையாட்டுத் திறன்கள்

தம் குழந்தைகள் விளையாடுவதைப் பார்ப்பதில் பெற்றோர்களுக்கு எப்போதும் ஒரு தனி இன்பம் உண்டு. வயதுவந்தவர்கள் போல அல்லாமல் மனத்தடைகள் எதுவுமின்றித் தம் மனம்போன போக்கில் விளையாடுவது இளம் குழந்தைகளின் இயல்பு. குழந்தைகளின் விளையாட்டில் பல வளர்ச்சிப் படிகள் உள்ளன. ஆரம்பத்தில் ஒரு பொருளை வைத்துக்கொண்டு தனியாக விளையாடுவார்கள். பின் மற்ற பிள்ளைகளின் பக்கத்தில் உட்கார்ந்து தானாக விளையாடுவார்கள். அடுத்தக் கட்டத்தில் மற்ற குழந்தைகளுடன் சேர்ந்து விளையாடுவார்கள். இதில் 'கொடுக்கல் வாங்கல்' இருக்கும். அதாவது, பொம்மைகள் போன்ற விளையாட்டுப் பொருட்களைப் பகிர்ந்துகொள்வார்கள். முன்பள்ளிப் பருவத்தில் கூடி விளையாடுவார்கள். பின் கண்ணாமூச்சி, பந்து விளையாட்டு போன்ற விதிகள் கொண்ட விளையாட்டுகளில் ஈடுபடுவார்கள். கூடி விளையாடும்போது இந்த விதிகளைக் கடைப்பிடிக்க வேண்டிய கட்டாயம் உள்ளது. இதை அறிந்து அவற்றைப் பின்பற்றுவார்கள். சாதாரணமான

குழந்தைகள் 3 முதல் 6 வயது வரை பல கற்பனை விளையாட்டு களில் ஈடுபடுவார்கள்.

ஆனால், ஆட்டிசம் உள்ள குழந்தைகள் எந்த வயதிலும் தனித்து விளையாடவே விரும்புகிறார்கள். மற்றவர்களுடன் கூடி விளையாட விரும்புவது இல்லை, தனியாக விளையாடுவதையே விரும்புவார்கள். இது முன்பள்ளிப் பருவத்திலேயே தெரியவரும்.

இதேபோல, கற்பனை விளையாட்டுகளும் இவர்களுக்குக் கைவருவது இல்லை. குறிப்பாக, ஒரு பொருளை இன்னொரு பொருளாகப் பாவனை அல்லது பாசாங்கு செய்யும் விளையாட்டு களில் *(pretend play)* இவர்கள் ஈடுபடுவதில்லை. காட்டாக, சில பிள்ளைகள் சில விளையாட்டுப் பொருட்களைத் தொலைபேசி போல பாவித்து அவற்றைக் காதில் வைத்துப் பேசுவதுண்டு. ஆனால் ஆட்டிசம் உள்ள குழந்தைகளுக்கு இம்மாதிரியான பாவனை விளையாட்டுத் திறன் குறைவு. அதேபோல, தன்னை ஒரு மிருகமாகவோ, பறவையாகவோ கற்பனை செய்துகொண்டு அவற்றைப் போல பாவனை செய்து விளையாடுவதும் இல்லை. அதாவது இவர்களின் விளையாட்டுகள் கற்பனை அற்றவையாக இருக்கும்.

தனிமை விருப்பம்

மற்றவர்களில் இருந்து ஒதுங்கி இருப்பதும், தனித்து இருப்பதும் இவர்களுகே உரிய தனிப்பண்புகள். மற்ற குழந்தைகள் இவர்களை அணுகினாலும் ஒதுங்கிப் போவார்கள். சில வேளைகளில் அவர்கள் கூறுவது போல நடந்துகொண்டாலும் தாங்களாக முன்வந்து தம் வயதை ஒத்த பிள்ளைகளை அணுகுவது இல்லை.

பொதுவாகவே, இவர்கள் தம் வயதை ஒத்த பிள்ளைகளுடன் நட்புப் பேணுவதில்லை. சமவயது உடைய குழந்தைகளுடன் தோழமை ஏற்படுத்திக்கொள்வதில் ஆர்வம் காட்டுவதில்லை. எனவே, நண்பர்கள் இல்லாதவர்களாக, தனித்தவர்களாக, தனிமையை விரும்புகிறவர்களாக இருப்பார்கள். பள்ளியில் தனியே விளையாடிக்கொண்டிருப்பார்கள். விளையாட்டு நேரத்தில் திடலில் தனியாகச் சுற்றித் திரிவார்கள்.

குழந்தைப் பருவத்தில் இது இவர்களுக்கு ஒரு பிரச்சினையாகத் தோன்றுவது இல்லை. நண்பர்கள் இல்லாமையைப் பொருட் படுத்துவது இல்லை. வளர வளர இவர்களுக்குள் சமூக வளர்ச்சிக் குறைபாடுகள் மேலும் வெளிப்படுகின்றன. பதின்ம வயதை அடையும்போது தாம் மற்றவர்கள் போல இல்லை என்பதை உணர்ந்து நட்புகளை ஏற்படுத்திக்கொள்ள விழைவதுண்டு.

ஆனாலும் அதற்குத் தேவையான சமூகத் திறன்கள் இருப்பதில்லை; நட்பு உறவுகளை உருவாக்கிக்கொள்ளும் வழிமுறைகளை அறியாதவர்களாக இருப்பார்கள். பதின்ம வயதில் நண்பர் குழுவோடு சேர்ந்து அலைந்து திரிந்தாலும் அதில் இணைந்துகொள்ள முடியாமல் விளிம்பு நிலை சகாக்களாகவே செயல்படுவார்கள். இது குறிப்பாக அஸ்பர்ஜர் சின்றோம் என்ற சுமாரான ஆட்டிச நிலைக்குப் பொருந்தும்.

இவர்களுக்கு உள்ள சமூக உறவு சார்ந்த பிரச்சினைகள் எல்லாம் தம் வயதை ஒத்தவர்களுடன் பழகுவதில் மட்டுமே உள்ளது என்பதைக் கவனிக்கவும். தம்மைவிட வயதுகூடியவர்களுடன், உதாரணமாக ஆசிரியர், உறவினர் போன்றோருடன் பழகுவதில் பிரச்சினைகள் அவ்வளவாக இருப்பதில்லை. அதேபோல, தம்மைவிட வயது குறைந்த குழந்தைகளுடன் விளையாடுவதிலும் இவர்களுக்குப் பிரச்சினைகள் இருப்பதில்லை. சிலர் தம்மைவிடப் பல வயது குறைந்த சிறார்களைத் தம் நண்பர்களாகக் கொண்டிருப்பார்கள். ஒரு 14 வயதுச் சிறுவனிடம் அவனது உயிர்த்தோழன் யார் என்று கேட்டபோது ஒரு 6 வயதுச் சிறுவனின் பெயரைக் கூறினான்!

இயல் 5

மூன்றாவது பண்பு: இறுக்கமான, நெகிழ்வற்ற செயல்கள், சிந்தனைப்பாங்கு, தொடர் செயல்கள், பழக்கவழக்கங்கள்

ஆட்டிசம் உள்ளவர்கள் ஒரே செயலை மீண்டும் மீண்டும் செய்யும் வழக்கம் உள்ளவர்களாக இருப்பார்கள். இவர்கள் மாற்றத்தை விரும்புவது இல்லை, சிலர் குறிப்பிட்ட ஒரு விஷயத்தில் ஆழ்ந்த ஈடுபாடு கொண்டவர்களாக இருப்பார்கள். அதை ஆராய்ந்து எண்ணற்ற தகவல்களைச் சேகரித்து வைத்திருப்பார்கள்.

இந்தத் தலைப்பின் கீழ் ஆட்டிசத்தினால் பாதிக்கப் பட்டவர்களிடையே காணப்படும் பலவித அசாதாரணமான செயல்களையும் வழக்கத்துக்கு மாறான நடத்தைகளையும் ஆராய்வோம். இந்தப் பண்புக் கூறுகள் யாவும் வளர்ச்சிப் போக்கில் எல்லாக் குழந்தைகளிடமும் ஏதோ ஒரு சமயத்தில் ஓரளவுக்குக் காணக்கூடியவைதான். ஆனால் ஆட்டிசத்தில் இவை மிகையாகவும் வயதுக்குப் பொருத்தமில்லாதவையாகவும் இருக்கும், தொடர்ந்து நீடிக்கும். இதுவே ஆட்டிசம் உள்ளவர்களுக்கும் மற்றக் குழந்தைகளுக்கும் உள்ள வேறுபாடு.

தொடர் செயல்கள், பழக்கவழக்கங்கள்
(repetitive and stereotypic behaviours):

ஆட்டிசம் உள்ளவர்களிடையே ஒரே செயலைத் மீண்டும் மீண்டும் செய்யும் வழக்கம் காணப்படும்.

கடும் ஆட்டிசமும் உள்ள குழந்தைகள் கைகளைப் பறவை போல அசைத்தாடியவாறு சுற்றிச்சுற்றி ஓடுவது, உட்கார்ந்திருக்கும்போது உடலை அசைத்தாடுவது போன்ற செயல்களில் அடிக்கடி ஈடுபடுவார்கள். இவை ஒரே தன்மை கொண்ட செயல்கள் (stereotypic behaviours) என்று அழைக்கப்படுகின்றன. விளையாட்டுப் பொருள்களை மீண்டும் மீண்டும் வரிசைப்படுத்தி விளையாடு வதும், சுற்றக் கூடிய ஒரு பொருளைச் சுழற்றிச் சுழற்றி அதில் மனம் லயித்து போவதும் இத்தகைய செயல்களே.

குறிப்பிட்ட சில விஷயங்களில் அபாரமான ஈடுபாடு, வழக்கத்துக்கு மாறான நாட்டங்கள்
(preoccupations and unusual interests)

ஆட்டிசம் உள்ள சிலருக்கு சில விஷயங்களில் ஓர் அசாதாரண ஈடுபாடு இருக்கும். கடும் ஆட்டிசம் உள்ளவர்களுக்குத் தேவையற்ற பொருட்களைச் சேகரிப்பதில் ஒரு அலாதிப் பிரியம் காட்டுவார்கள். புட்டி மூடிகள், பழந்துணி போன்ற பயனற்ற பொருட்களைச் சேகரித்து வைப்பார்கள். ஆட்டிசம் உள்ள ஒரு பத்து வயதுப் பையன் நூற்றுக்கணக்கான பொம்மைக் கார் சக்கரங்களைச் சேகரித்து வைத்திருந்தான்.

மிதமான ஆட்டிசம் உள்ளவர்களின் நாட்டங்கள் வேறு விதமாக இருக்கும். விளையாட்டு வீரர்கள் பற்றிய விவரங்கள், உலக நாடுகளின் கொடிகள், கட்டிட வகைகள் போன்ற ஏதாவது ஒரு பொருள்பற்றி ஆராய்ந்தறிந்து அதில் ஆழ்ந்த அறிவு பெற்றவர்களாக இருப்பார்கள். இவை மற்றவர்களுக்கு உள்ள சாதாரண ஈடுபாடுகள் போலத் தோன்றினாலும் அவற்றை ஓர் அசாதாரண சிரத்தையுடன் பின்பற்றுவார்கள்.

உதாரணமாக, மிதமான ஆட்டிசம் உள்ள ஒரு 10 வயதுப் பையன் அவுஸ்திரேலிய கிரிக்கெட் வீரர்கள் பற்றி ஏராளமான விவரங்கள் சேகரித்து வைத்திருந்தான், ஒவ்வொரு விளையாட்டு வீரனின் வயது, எடை, உயரம் உட்பட! இன்னொரு பையன் உலக நாடுகளின் கொடி, மக்கட் தொகை, பரப்பளவு ஆகியவற்றைத் தேடிக் கண்டுபிடித்து அதை வீட்டுக்கு வரும் விருந்தினருக்குக் கூறி பாராட்டும் பெற்றான். ஆனால், புவியியல் பாடத்தில் அவனுக்கு எந்த அக்கறையும் இருக்கவில்லை. இம்மாதிரியாக இவர்கள் தமக்குப் பிடித்த விஷயங்களில் தகவல் களஞ்சியமாக விளங்குவார்கள். ஆனால் நடைமுறையில் இது பயனற்றவையாக இருக்கும். மேலும் அவர்கள் வாசிப்பது தகவல்களைச் சேகரிக்கவே அன்றி வாசிப்பு அனுபவத்துக்காக அல்ல.

இறுக்கமான பழக்கவழக்கங்களும் *(rigidity)*, நடைமுறை ஒழுங்குகளும் *(routines)*, மாற்றத்தை விரும்பாத போக்கும் *(resistance to change)*

அன்றாட வாழ்க்கையில் இவர்கள் சில ஒழுங்கு முறைகளை இறுக்கமாகப் பின்பற்றுவார்கள். உணவுகளைக் குறிப்பிட்ட ஒழுங்கில் சாப்பிடுவது, உறங்கப் போகும்போது குறிப்பிட்ட நடைமுறைகளைப் பின்பற்றுவது, பள்ளிக்குப் போவதில் சில வழக்கங்களைக் கடைப்பிடிப்பது போன்ற பழக்கங்களை இறுக்கமாகக் கடைப்பிடிப்பார்கள். அதில் மாற்றம் எதுவும் ஏற்பட்டால் நிலைகுலைந்து போவார்கள். உதாரணமாக, ஒரு பையன் வழக்கமாகப் பள்ளிக்கூடத்துக்குப் போகும் வழி வெள்ளத்தில் மூழ்கி இருந்தது. அவன் நண்பர்கள் வேறொரு வழியாகப் போனார்கள். ஆனால் அவனோ அவ்வழியாக வர முடியாது என்று அடம் பிடித்தான். இறுதியில் அன்று பள்ளிக்கூடத்துக்குப் போகாமல் வீடு திரும்பினான். இவர்கள் மாற்றத்தை விரும்புவதில்லை. இதனால் வேறொருவர் வீட்டிற்கு விருந்தினராகப் போய்த் தங்குவது இவர்களுக்கு பெரும் பிரச்சினையாக இருக்கும். ஆட்டிசம் உள்ளவர்கள் சூழ்நிலை மாற்றங்களை விரும்புவதில்லை. ஒரு புதிய வகுப்புக்குப் போவது, ஒரு புதிய ஆசிரியரின் வருகை போன்ற சாதாரண மாறுதல்கள் கூட இவர்களுக்குப் பெரும் சவாலாக அமைந்துவிடுகின்றன.

இவர்களைப் பொருத்தவரையில் அடுத்து என்ன நடக்கப் போகிறது என்பதைத் தெரிந்துகொள்வது முக்கியம். நடக்கப் போவதை முன்கூட்டியே தெரிந்துகொள்வதனால் இவர்களுக்கு ஓர் ஆறுதல் ஏற்படுகிறது. இதனால் இவர்கள் நிச்சயமற்ற தன்மையை விரும்புவது இல்லை. இதேபோல, இவர்கள் எண்ணங்களும் சிந்தனைகளும் இறுக்கமாக, நெகிழ்வற்றவையாக, மாற்றிக்கொள்ள முடியாதவையாக இருக்கும். ஐந்து மணிக்குக் கடைத் தெருவுக்குப் போகலாம் என்றால் சரியாக ஐந்து மணிக்கே புறப்பட்டாக வேண்டும். ஓரிரு நிமிடங்கள் தாமதமானாலும் அழுது ஆர்ப்பாட்டம் பண்ணுவார்கள். இது அறிதிறன் இறுக்கம் *(cognitive rigidity)* என்று அழைக்கப்படுகிறது.

இதுவரை ஆட்டிசத்தின் முப்பெரும் பண்புகள் பற்றிப் பேசினோம். அடுத்து ஆட்டிசம் உள்ள மூவரைச் சந்திப்போம்.

இயல் 6

ஆட்டிசம் உள்ள மூவர்

ஆட்டிசம் ஒரு நிறமாலையுடன் ஒப்பிடப்படுகிறது என்றும் ஆட்டிசத்தினால் ஏற்படும் பாதிப்பு அதன் கடுமைக்கு ஏற்ப வேறுபடும் என்றும் முன்னர் கூறினோம். இதைத் தெளிவுபடுத்தும் வகையில் ஆட்டித்தால் வெவ்வேறு அளவு பாதிக்கப்பட்ட மூன்று சிறுவர்களைச் சந்திப்போம். ஆட்டிசத்தின் மையப் பண்புகளை எடுத்துக்காட்டும் முகமாக முதலில் 'தூய ஆட்டிசம்', அதாவது சராசரி அளவு ஆட்டிசம் உள்ள ஒரு பையனைச் சந்திப்போம்.

தயாளன் (வயது 10): மிதமான (வகைமாதிரியான) ஆட்டிசம்

"தயாளன் எங்களுக்கு ஒரே பிள்ளை. அவன் ஆறு மாதக் குழந்தையாய் இருந்தபோதே அவன் மற்ற குழந்தைகள் போல இல்லை என்ற உள்ளுணர்வு எனக்கு ஏற்பட்டது. ஆனால் அது என்ன என்று சரியாகக் கூற முடியாமல் இருந்தது" என்கிறார் அவன் தாய். அவன் பேச நாளாயிற்று. ஓரிரு மழலைச் சொற்களைப் பேசக்கூட மூன்று வயதாகியது (பார்க்க, வளர்ச்சிப் படிகற்கள் அட்டவணை, 2.1). சில சொற்களைத் திரும்பத் திரும்பக் கூறுவது வழக்கமாய் இருந்தது. ஐந்து வயதில்தான் அவனால் மூன்று சொற்கள் கொண்ட ஒரு முழு வசனத்தைப் பேச முடிந்தது. அவன் விளையாட்டும் வித்தியாசமாக இருந்தது. ஒரே விளையாட்டுப் பொருளை வைத்துக்கொண்டு வெகுநேரம் தன்னை மறந்து தனியாக விளையாடிக்கொண்டிருப்பான். சில

வேளைகளில் உணர்ச்சி மேலிட்டு இரு கைகளையும் பறவை இறக்கை அடிப்பதுபோல அசைத்துக்கொண்டே சுற்றிச் சுற்றி ஓடுவான். விழுந்து காயப்படுத்திக்கொண்டாலும் தாயின் அரவணைப்புக்கு வருவதில்லை.

“அவனுக்கு மூன்று வயதாக இருக்கும்போது ஒரு நாள் குடும்பமாக நாங்கள் ஒரு பேருந்தில் பயணம் செய்து கொண்டிருந்தோம். அவன் வயதையொத்த ஒரு பையனும் அவன் தாயும் பக்கத்து இருக்கையில் அமர்ந்திருந்தார்கள். அந்தக் குழந்தை யன்னலுக்கு வெளியில் பார்த்து ஏதேதோ மழலை மொழியில் கூறுவதும் பின் அவன் தாயின் முகத்தைப் பார்த்துச் சிரிப்பதுமாக இருந்தது. வெளியே தெரிந்த காட்சிகளைத் தன் தாய்க்குச் சுட்டிக்காட்டித் தன் மகிழ்ச்சியைப் பகிர்ந்துகொள்வதாக எனக்குப் பட்டது. நான் தயாளனைப் பார்த்தேன். அவன் ஒரு கார் பொம்மையை வைத்துக்கொண்டு அதைக் கவிழ்த்துப் போட்டு அதன் சக்கரத்தைச் சுழற்றிச் சுழற்றி விளையாடிக்கொண்டிருந்தான். தன்னைச் சுற்றி என்ன நடக்கிறது என்ற பிரக்ஞையே இல்லாமல் வழி நெடுக அதோடு விளையாடிக்கொண்டு வந்தான். அவன் வளர்ச்சியில் ஏதோ கோளாறு உள்ளது என்பதை நான் உணர்ந்த தருணம் அதுதான்” என்கிறார் தயாளனின் தாயார்.

வயது செல்லச் செல்ல அவனது குறைபாடுகள் வெளிப்படையாகவே தெரியவந்தன. அவனுக்கு ஆறு வயதாக இருக்கும்போது அவனது ஆசிரியை தாயாரைக் கூப்பிட்டு பேச்சுக் கொடுத்தார். “இதை எப்படிச் சொல்வது என்று தெரியவில்லை” என்று பேச்சை ஆரம்பித்தார். “தயாளன் மற்ற குழந்தைகளுடன் கூடி விளையாடுவது இல்லை. அவர்கள் அவனை விளையாட அழைத்தாலும் ஒதுங்கி ஒதுங்கிப் போகிறான். எப்போதும் தனித்தே இருக்கிறான். பெயர் சொல்லி அழைத்தாலும் கேட்காதது போல இருக்கிறான். பதில் சொன்னாலும் முகத்தைப் பார்த்துப் பேசுவதில்லை. ஆனால் படிப்பில் குறைகூற முடியாது. எனது பத்து வருட அனுபவத்தில் நான் இப்படி ஒரு பிள்ளையைப் பார்த்ததில்லை, ஏதோ குறைபாடு இருக்கலாம் என்று எனக்குத் தோன்றுகிறது” என்று கூறினார்.

அவனுக்குக் குறிப்பிட்ட சில உணவுகளை மட்டுமே சாப்பிடும் வழக்கம் இருந்துவந்தது. சாதத்தையும் பருப்பையும் தவிர வேறு உணவு வகைகளைச் சாப்பிட மறுத்தான். மூன்று

வேளையும் அதையே சாப்பிட்டு வந்தான். மற்ற குழந்தைகள் போல சாக்லட், ஐஸ்கிரீம் போன்ற இனிப்புகளை விரும்புவது இல்லை. அதன்பின் அவர்கள் ஒரு குழந்தைநல மருத்துவரைப் பார்த்தார்கள். அவனுக்கு மிதமான ஆட்டிசம் உள்ளதாகத் தெரிய வந்தது.

மிதமான ஆட்டிசம் உள்ள குழந்தைகளுக்கு ஏறத்தாழ ஆட்டிசத்தின் எல்லா முக்கிய அறிகுறிகளும் காணப்படும். பேச்சு வளர்ச்சி தாமதமாகும். நாளடைவில் பேசக் கற்றுக்கொண்டாலும், மற்றவர்களுடன் உரையாடுவதிலும் ஒரு சம்பவத்தை விளக்கிக் கூறுவதிலும் சிரமங்கள் இருக்கும். சில சந்தர்ப்பங்களில் மற்றவர் களின் பேச்சைப் புரிந்துகொள்வதும் சிரமங்கள் இருக்கும். முன்னர் கூறப்பட்ட முப்பெரும் குறைபாடுகள் அத்தனையும் வெவ்வேறு அளவில் காணப்படும். ஆனால், அறிவுத்திறன் சராசரி அளவாக இருக்கும். அதாவது, நுண்ணறிவு ஈவு (IQ) 100 புள்ளிகள் அளவில் இருக்கும்.

மிதமான (வகைமாதிரியான) ஆட்டிசத்தில் காணப்படும் பண்புகள்:

- பின்தங்கிய மொழி வளர்ச்சி.
- குறைவான பேச்சுத் திறன்.
- விளக்கமாக மொழியைப் பேசுவதிலும், அதைப் புரிந்து கொள்வதிலும் சிரமங்கள்.
- ஓர் உரையாடலைத் தொடங்குவதிலும், அதைத் தொடர்வதிலும் சிரமங்கள்.
- ஒருமுறை கூறிய சொற்களைக் கிளிப்பிள்ளை போல திரும்பக் கூறுதல்.
- குழந்தையின் பெயரைச் சொல்லி அழைக்கும்போது அதைப் புரிந்துகொள்ளாது அசட்டை செய்வது (எனவே, காது கேட்கவில்லையோ என்ற சந்தேகம் தோன்றலாம்)
- பேசும்போது கண்களை அல்லது முகத்தைப் பார்ப்பதைத் தவிர்த்தல்.
- தன் மகிழ்ச்சியைப் பகிர்ந்துகொள்ள ஒரு பொருளை விரலால் சுட்டிக்காட்டாமை.
- கற்பனை விளையாட்டுகளில் ஈடுபடாமை.
- தனிமையை விரும்பும் மனப்பாங்கு; மற்ற குழந்தைகளுடன் கூடி விளையாடாத தன்மை.

- விளையாட்டுப் பொருள்களைத் திரும்பத் திரும்பச் சுற்றுவதில் ஆர்வம்; கைகளைப் பறவை போல அசைத்து சுற்றிச் சுற்றி ஓடுவது போன்ற பழக்கங்கள்.
- மாற்ற முடியாத பழக்கவழக்கங்கள்; அதே செயலை மீண்டும் மீண்டும் செய்யும் குணம்; மாறுதல்களை விரும்பாத போக்கு.
- மற்றவர்களின் உணர்வுகளை, மனநிலையைப் (உ.ம். அவசரத்தை, கவலையை) புரிந்துகொள்வதில் இடர்ப்பாடு.
- சராசரி அளவு அறிவுத்திறன் (நு.ஈ. 100 ± 15 புள்ளிகள்)

குமார் (வயது 10): கடும் ஆட்டிசம்

குமார் பிறந்த முதல் சில வாரங்களிலேயே அவனுக்கு ஏதோ குறை இருக்கிறது என்பது அவன் பெற்றோர்களுக்குத் தெரிய வந்தது. அவன் உடல் வளர்ச்சி சராசரி அளவாகவே இருந்தது. ஆனால் அவன் மற்ற குழந்தைகள் போல 'ஆ, ஊ' என்ற மழலைப் பிதற்றல்களை ஏற்படுத்தவில்லை. ஒரு வயதாகியும் அவனால் உட்காரவோ தவழவோ முடியாதிருந்தது, அவன் எழுந்து நின்றது, மூன்றாவது வயதில்தான். அவன் சரிவர நடக்க நான்கு வயதாகியது. அவனுக்குப் பேச்சு வர தமாதமாகியதே அவன் பெற்றோருக்குப் பெரும் கவலை அளிப்பதாய் இருந்தது. 'அப்பா', 'அம்மா' என்ற சொற்களைக்கூட மூன்று வயதில்தான் கூறத் தொடங்கினான். தன் தேவைகளைப் பெரும்பாலும் சைகைகளினாலேயே உணர்த்தினான். ஐந்து வயதில்தான் அவனால் இரண்டு மூன்று சொற்களைக் கோர்வையாகப் பேச முடிந்தது. அவன் பெயரைச் சொல்லி அழைத்தால் திரும்பிப் பார்ப்பதில்லை. ஒரு கட்டத்தில் அவனுக்குக் காது கேட்பதில்லையோ என்று அவன் பெற்றோர்கள் சந்தேகப்பட்டார்கள். மருத்துவர்கள் சோதித்துப் பார்த்ததில் காதில் ஏதும் குறை இல்லை என்று தெரிய வந்தது. மற்றவர்களின் பேச்சை விளங்கிகொள்ளவும் அவன் பெரும் சிரமப்பட்டான். இதனால் அவனைப் பள்ளிக்கு அனுப்ப முடியாமல் இருந்தது. சிறுநீர் மற்றும் மலம் கழிப்பதைக் கட்டுப்படுத்தவும் தாமதமாகியது.

அவன் தன் தாயின் கண்களை நேருக்கு நேர் பார்ப்பதில்லை, முகத்தைப் பார்த்துப் புன்னகை செய்வதும் இல்லை. சில சமயங்களில் காரணமில்லாமல் அலறி அழுதான். இரவில் உறங்க வைப்பது பெரும் தொல்லையாய் இருந்தது. தொட்டிலை ஆட்டி ஆட்டியே அவன் தாய் களைத்துப் போவார்.

குமாருக்கு ஐந்து வயதாகும்போது அவனுக்குச் சில தனிப்பட்ட பழக்கவழக்கங்கள் இருந்தன என்பது தெரிய வந்தது. திடீரென ஆத்திரங்கொண்டு கூக்குரலிடுவதும் கோபங்கொண்டு எட்டி உதைப்பதும் வாடிக்கையாக இருந்தது. காட்டாக, ஒரு நாள் வீட்டுக்கு உறவினர்கள் வந்திருந்தபோது அவன் தாய் அவனை வேறு ஒரு அறையில் படுக்க வைக்க நேர்ந்தது. அன்று இரவு குமார் பெரும் ரகளை பண்ணினான். அழுது புரண்டு வீட்டையே இரண்டு படுத்தினான். அன்றிரவு முழுவதும் உறக்கம் கொள்ளவில்லை. அவனுக்கு வேறு சில விசித்திரமான பழக்கங்களும் இருந்தன. தொலைக்காட்சி பார்க்கும் வேளைகளில் உட்கார்ந்தபடி அசைந்தாடுவது, கிறீச்சிடும் ஒலிகளைக் கேட்டால் பதறி அலறுவது போன்ற செயல்கள் வழக்கமாக இருந்துவந்தன.

அவனுக்குக் கடுமையான ஆட்டிசம் உள்ளதாக அண்மையில்தான் தெரிய வந்தது. இப்போது குமாருக்குப் பத்து வயது. பத்து வயதாகியும் சிறு பிள்ளை மாதிரி நடந்து கொள்வதாக அவன் தாயார் கூறுகிறார். மற்றவர்கள் புரிந்து கொள்ளும்படி அவனால் இப்போது ஓரளவு பேச முடிகிறது. ஆனால், மற்ற குழந்தைகளுடன் பழகுவதில்லை. தனித்தே இருக்க விரும்புகிறான். அவன் தனியொரு உலகில் சஞ்சரித்து வருகிறான் என்று அவன் தாயார் கூறுகிறார். தற்சமயம் ஒரு சிறப்புப் பள்ளிக்கூடத்துக்குப் போய்வருகிறான். பேச்சுப் பயிற்சியும் (speech therapy) தொழில்வழிச் சிகிச்சையும் (occupational therapy) பெற்றுவருகிறான்.

குமாருக்கு ஆட்டிசத்தின் அறிகுறிகளோடு வளர்ச்சிப் படிகள் யாவும் பின்தங்கி இருந்தன என்பதையும் கவனிக்கவும். கடுமையான ஆட்டிச பாதிப்பு உள்ள குழந்தைகளுக்கு அறிவுத்திறன் குறைபாடு இருப்பதுண்டு. அதாவது அவர்களின் நுண்ணறிவு ஈவு 70 புள்ளிகளுக்குக் குறைவாக இருக்கும். அதற்கேற்ற அளவு உண்ணல், உடுத்தல், சுயபராமரிப்பு போன்ற அன்றாட வாழ்வியல் திறன்களும் குன்றி இருக்கும். அதாவது, ஆட்டிசத்துடன் அறிவுத்திறன் குறைபாடும் சேர்ந்து காணப்படும். நூலின் இரண்டாவது பாகத்தில் அறிவுத்திறன் குறைபாடு பற்றி விரிவாக விவரிப்போம்.

கடும் ஆட்டிசத்தில் காணப்படும் பண்புகள்

- மிகக் குறைவான பேச்சுத் திறன்.
- பின்தங்கிய பேச்சு வளர்ச்சி.

- மழலைப் பருவத்தில் (இரண்டு வயதுக்கு முன்) 'ஆ, ஊ' என்ற மழலைப் பிதற்றல்கள் இல்லாமை.
- ஒரே சொல்லைத் திரும்பத் திரும்பச் சொல்லுதல்.
- தாய் தந்தையின் கண்களைப் பார்ப்பதைத் தவிர்த்தல்.
- காரணமில்லாமல் குதிப்பது, கைதட்டுவது, சுற்றிச் சுழல்வது.
- ஒரே மாதிரியான விளையாட்டு.
- விளையாட்டுப் பொருட்களைச் சுழற்றுவதிலும் அவற்றைப் பார்ப்பதிலும் அதீத விருப்பம்.
- நெருக்கமானவர்களை அடையாளம் கண்டதாகக் காட்டிக் கொள்ளாதத் தன்மை.
- கைகளை உயர்த்தித் தன்னைத் தூக்கச் சொல்லாமை.
- தனிமை விருப்பம்.
- மற்ற குழந்தைகளுடன் கூடி விளையாடாத தன்மை.
- குறிப்பிடும்படியான அறிவுத் திறன் குறைபாடு (70 புள்ளி களுக்குக் குறைவான நுண்ணறிவு ஈவும் குறைவான செயலாக்கத் திறன்களும்).

இதுவரை இரண்டு வகையான ஆட்டிசம் பற்றிக் கூறினோம். அடுத்து சுமாரான அதாவது, சிறிதளவு ஆட்டிசம் உள்ளவர்களைப் பற்றித் தெரிந்துகொள்வோம். அஸ்பர்ஜர் சின்றோம் என்று அறியப்படும் இந்த ஆட்டிச நிலை தமிழகத்தில் இன்னும் அவ்வளவாக அறிமுகமாகவில்லை என்றே சொல்ல வேண்டும். எனவே, அது குறித்து ஓரளவு விரிவாக எடுத்துக் கூறுவோம்.

மதன் (வயது 15): சுமாரான ஆட்டிசம் (அஸ்பர்ஜர் சின்றோம்)

நடுநிலைப் பள்ளியில் சேரும்வரை மதனுக்கு எந்தப் பிரச்சினையும் இருந்ததாகத் தெரியவில்லை என்கிறார் அவன் தாயார். மதனின் ஆரம்ப வளர்ச்சியிலும் எந்தக் குறையும் இருக்க வில்லை. மற்றக் குழந்தைகள் போலவே 12 மாதத்தில் பேசத் தொடங்கினான். படிப்படியாக பல சொற்கள் கொண்ட வசனங்களைத் தங்குதடையின்றிப் பேசினான். அவனது ஐந்தாவது வயதில் பள்ளியில் சேர்ந்தபோது அவனது பேச்சு தெளிவாகவும் சுத்தமாகவும் இருந்தது. அவன் நடுநிலைப் பள்ளிக்கு வந்து ஓரிரு மாதங்களில் பிரச்சினைகள் தோன்றத் தொடங்கின.

அவன் வகுப்பில் பல புதிய மாணவர்கள் இருந்தார்கள். அவர்களோடு சேர்ந்து பழகாமல் அவன் ஒதுங்கியே இருந்தான். அவர்கள் விளையாட அழைத்தாலும் போவதில்லை. பழைய பள்ளியிலும் அவனுக்கு நண்பர்கள் என்று சொல்லிக்கொள்ள யாரும் இருந்ததில்லை. ஆனால் அந்த வயதில் அது ஒரு பிரச்சினையாகத் தோன்றவில்லை. இந்த வகுப்பில் அது வெளிப்படையாகவே தெரியவந்தது. வகுப்பில் மற்றவர்களுடன் கூட்டாக ஒரு விஷயம் பற்றிக் கலந்துரையாட வேண்டிய சமயங்களில் அவன் அதில் பங்கெடுப்பது இல்லை. அதேபோல, மற்ற மாணவர்களுடன் சுற்றித் திரிவதும் இல்லை. இப்போது அவனுக்கு 15 வயதாகியும் நெருங்கிய நண்பர்கள் என்று சொல்லிக்கொள்ள எவரும் இல்லை. மற்றவர்களுடன் சேர்ந்து பழகுவது அவனுக்குப் பெரும் பிரச்சினையாகவே இருந்து வந்தது. தனக்கு நண்பர்கள் இல்லை என்பதை இப்போதுதான் உணரத் தொடங்கி இருக்கிறான்.

சில வேளைகளில் வகுப்பில் பாடம் நடக்கும்போது மதன் உலகை மறந்து தன் சிந்தனைகளில் ஆழ்ந்துபோவதை அவன் ஆசிரியர் பல தடவை சுட்டிக்காட்டி இருக்கிறார். “மதன், மதன், வகுப்பைக் கவனி” என்று உறக்கக் கூற வேண்டி இருந்தது. ஆனால், அவன் பேச்சிலும் படிப்பிலும் எந்தக் குறையும் இருக்கவில்லை. வாசிப்பு, எண்கணிதம், ஓவியம் என எல்லாப் பாடங்களிலும் அவன் மற்றவர்களை விட ஆற்றல் மிக்கவனாகவே இருந்தான். எனவே, அவன் போக்கைப் புரிந்து கொள்வது ஆசிரியர்களுக்குச் சிரமமாகவே இருந்து வந்தது.

மற்றவர்களோடு உரையாடும்போதும் சில சிக்கல்கள் இருந்தன. ஒரு சம்பவத்தைப் பற்றி மற்றவர்களுக்கு விளங்கும்படி எடுத்துக் கூறுவதில் அவனுக்குச் சிரமமாக இருந்தது. ஆனாலும் அவன் அதை உணர்ந்ததில்லை. நடந்த ஒரு விஷயத்தை எந்த அறிமுகமும் இல்லாமல் பேசுவது அவன் வழக்கமாய் இருந்தது. சில நாட்களுக்கு முன் நடந்த ஒரு சம்பவத்தைத் திடீரென விவரிப்பான், ஆனால் அது எப்போது நடந்தது, எங்கே நடந்தது, யார் யார் சம்பந்தப்பட்டிருந்தார்கள் என்ற விவரங்கள் இருக்காது. கேட்பவர்கள் விழிப்பார்கள். “மதன் சொல்லும் கதைகளில் தலையும் இருக்காது வாலும் இருக்காது” என்று கூறுவார்கள். அவன் சகபாடிகளைப் பொறுத்தவரையில் அவனை அவர்கள் சகித்துக்கொண்டார்கள். ‘மதன் ஒரு மாதிரி’, ‘அவன் ஒரு தனிப்போக்கு’ என்று தமக்கிடையே பேசிக்கொண்டார்கள்.

சில சமயங்களில் சாதாரண உரையாடல்களைக்கூடப் புரிந்துகொள்வது அவனுக்குச் சிரமமாக இருந்தது. ஒரு நாள் ஆசிரியர் ஒரு புதிரைக் கூறி, "இதற்கு விடை தெரியுமா?" என்று அவனைக் கேட்டார். அதற்கு மதன், "ஆம் சார்" என்று பதிலளித்தான். வேறு எதுவும் கூறவில்லை. வகுப்பே சிரித்தது. ஆசிரியருக்கோ பெரும் கோபம் வந்தது. அவன் மரியாதைக் குறைவாக நடந்துகொள்வதாகக் கூறி வகுப்பைவிட்டு அவனை வெளியேற்றினார். பின், இது ஒரு பெரும் சச்சரவாக உருவெடுத்தது. தலைமை ஆசிரியர் வரை போனது. "அவர் கேட்டதற்குப் பதில் சொன்னேன். இதில் என்ன பிழை?" என்று தர்க்கம் செய்தான். அவனைப் பொறுத்தவரை ஆசிரியர் கேட்ட கேள்விக்குப் பதில் கூறினான். இதில் தவறும் இருப்பதாக அவன் நினைக்கவில்லை. கேள்விக்குப் பதில் அளித்தது உண்மைதான். ஆனால் அந்தக் கேள்வியின் நோக்கத்தைப் புரிந்துகொள்ளவில்லை. அவ்வளவுதான்.

மற்றவர்களின் மனநிலையைப் புரிந்துகொள்வது மதனுக்கு ஒரு புதிராகவே இருந்தது. குடும்பத்தில் ஒருவருக்குச் சுகயீனம் ஏற்பட்டால் "உடம்புக்கு என்ன?" என்று விசாரிக்காமல் தான் உண்டு தன் வேலை உண்டு என்று இருந்துவிடுவான்.

சிறு வயதில் இருந்தே மதனுக்குச் சில விஷயங்களில் அளவுக்கு அதிகமான ஆர்வம் இருந்து வந்தது. ஆரம்பத்தில், வெவ்வேறு விதமான நாணயங்கள் சேகரிப்பதை ஒரு பொழுதுபோக்காகக் கொண்டிருந்தான். அது மட்டுமல்லாமல் நாணயங்கள் பற்றி நிறைய விஷயங்கள் தெரிந்து வைத்திருந்தான். யார் வீட்டுக்கு வந்தாலும் தன் நாணயங்களைக் காட்டி அவை பற்றி நீண்டதொரு விளக்கம் அளிப்பான். நாணயங்கள் பற்றி அவனுக்கு இருந்த அறிவைக் கண்டு அவர்கள் வியந்து போவார்கள். ஆனால், அவர்கள் வீட்டுக்கு வந்த ஒவ்வொரு தடவையும் இதே கதையைக் கேட்ட பிறகு அவர்களுக்கு அலுப்புத் தட்டத் தொடங்கியது. இதை அறியாமல் மதன் தன்பாட்டில் நாணயங்கள் பற்றித் தொடர்ந்து பேசிக்கொண்டிருப்பான். ஆனால் ஒரு முறை ஓர் இழவு வீட்டில் வைத்து அவன் நாணயங்கள் பற்றிப் பெரும் ஆர்வத்துடன் பேசத் தொடங்கியபோது அவன் பெற்றோர்களுக்குப் பெரும் இக்கட்டாக இருந்தது. இம்மாதிரி சந்தர்ப்பம் தெரியாமல் பேசுவது தவறு என்பதை 15 வயதாகியும் அவன் அறியவில்லை என்பதை அவர்கள் அப்போதுதான் உணர்ந்தார்கள். அண்மையில்தான் அவனுக்கு அஸ்பர்ஜர் சின்றோம் என்ற சுமாரான ஆட்டிச நிலை உள்ளது என்று அடையாளம் காணப்பட்டது.

"ஆனால் இப்போது யோசித்துப் பார்க்கும்போது குழந்தைப் பருவத்திலேயே அவன் நடத்தையில் சில வித்தியாசங்கள் இருந்து என்பதை உணரமுடிகிறது. சிறுவயது முதல் அவன் உடுப்புகளை மாற்ற விரும்புவது இல்லை. அதே காலணியை அடிதேய்ந்து போகும்வரை பாவித்தான். சாப்பாட்டிலும் அப்படித்தான். சாதத்தை ஒரு ஒழுங்கு முறையின்படி பரிமாற வேண்டும். கறிகள் சாதத்தைத் தொடக் கூடாது. சில உணவுகளை அறவே வெறுத்தான். சாதாரண ரொட்டியைச் சாப்பிட மாட்டான். அது முறுமுறுப்பாக இருக்க வேண்டும். பழங்களை எப்போதுமே விரும்பியது இல்லை" என்கிறார் அவன் தாயார்.

மதனைக் கேட்டால் தனக்கு எந்தப் பிரச்சினையும் இல்லை என்று கூறுகிறான். மற்றவர்களின் போக்கு தனக்குப் புரியவில்லை என்கிறான். "மற்றவர்கள் ஏன் எப்போதும் வழவழவென்று பேசிக்கொண்டு இருக்கிறார்கள்? நேரடியாகப் பேசாமல் ஏன் சுற்றி வளைத்துப் பேசுகிறார்கள்?" என்று கேட்கிறான், மற்றவர்கள் தனக்கு வேற்றுலகவாசிகள் போலத் தென்படுகிறார்கள் என்று கூறுகிறான்!

சுமாரான ஆட்டிசத்தில் (அஸ்பர்ஜர் சின்றோம்) காணப்படும் பண்புகள்:

- *சராசரி அளவிலான அல்லது அதைவிட மிகையான நுண்ணறிவுத் திறன் (100 புள்ளிகளுக்கு அதிகமான நுண்ணறிவு ஈவு).*
- *இயல்பான பேச்சு மற்றும் மொழி வளர்ச்சி.*
- *மேலோட்டமாகப் பார்க்கும்போது சராசரி அளவு பேச்சு வன்மை, ஆனால், நடைமுறைப் பேச்சில் உள்ள மறைபொருள்களைப் புரிந்துகொள்வதில் சிரமங்கள்.*
- *ஏற்ற இறக்கங்கள் அற்ற அல்லது வினோதமான பேச்சுத் தொனி.*
- *உரையாடும்போது குறைவான உடல் மொழியும் முக பாவங்களும்.*
- *தன் வயதொத்தவர்களுடன் பழக விருப்பம் இருந்தாலும் குறைவாக கலந்து பழகும் திறன்.*
- *ஓர் உரையாடலை எப்படித் தொடங்குவது, எப்படி அதைத் தொடர்வது என்பதில் உள்ள இயலாமை.*

- தனக்குப் பிடித்த ஒரு விஷயத்தைப் பற்றி, மற்றவர்களுக்கு அதில் ஆர்வம் இல்லை என்பதைப் புரிந்துகொள்ளாமல், விடாமல் பேசுவது.

- மற்றவர்களின் பேச்சில் உள் அர்த்தங்கள், முகக் குறிப்புகள், பாவனை செய்தல் போன்றவற்றைப் புரிந்துகொள்வதில் சிரமங்கள்.

- மற்றவர்களின் மனதில் உள்ளதை – அவர்களது நோக்கங்கள், விருப்பங்கள், மனநிலை போன்றவற்றை – உணர்ந்து கொள்வதில் சிரமங்கள் (பிறர் மனம் பற்றிய கோட்பாடு இல்லாமை; பார்க்க இயல் 17).

- மற்றவர்களின் பேச்சின் குறிக்கோள் என்ன, அவர்கள் என்ன எண்ணத்தோடு பேசுகிறார்கள் என்பதைப் புரிந்து கொள்வதில் சிரமங்கள்.

- மற்றவர்களின் நுண்ணுணர்வுகளைப் புரிந்துகொள்வதில் சிரமங்கள்.

- மாற்ற முடியாத, நெகிழ்ச்சியற்ற பழக்கவழக்கங்கள்; மாற்றத்தை விரும்பாத போக்கு.

- சில விஷயங்களில் அளவுக்கு மீறிய ஈடுபாடு.

கடுமையான ஆட்டிசம் உள்ளவர்களைக் குழவிப் பருவத்திலும் முன்பள்ளிப் பருவத்திலும் அடையாளம் காண முடியும். அதேபோல, மிதமான ஆட்டிசம் உள்ள குழந்தைகள் ஆரம்பப் பள்ளிப் பருவத்தில் அடையாளம் கண்டறியப்படுகிறார்கள். ஆனால், வளர்ச்சியடைந்த நாடுகளில் கூட அஸ்பர்ஜர் சின்றோம் என்று அழைக்கப்படும் மிதமான ஆட்டிச நிலை பெரும்பாலும் பதின்ம வயதிலேயே அடையாளம் காணப்படுகிறது. ஏனென்றால், வளர வளர கடமைகளும் தேவைகளும் அதிகரிக்கின்றன, சமூகத்தின் எதிர்பார்ப்புகளும் அதிகரிக்கிறது.

அஸ்பர்ஜர் சின்றோம் உள்ளவர்களின் பிரச்சினைகள் பெரும்பாலும் பள்ளிக்கூடத்திலேயே வெளிப்படுகின்றன. இவர்களுக்குப் பாடங்களைக் கற்பதில் எந்தக் கல்வி சார்ந்த சிரமங்களும் இருப்பது இல்லை. ஆனால் மொழி சார்ந்த நுட்பமான குறைபாடுகள் இருப்பதால் ஆசிரியர்கள் கூறுவதைத் தவறாகப் புரிந்துகொள்கிறார்கள். இதனால், எதிர்த்துப் பேசுவது, தாறுமாறாக நடந்துகொள்வது, சக மாணவர்களுடன் சண்டை சச்சரவுகளில் ஈடுபடுவது போன்ற காரணங்களால் இவர்கள் ஆசிரியர்களால் அடிக்கடி தண்டிக்கப்படுகிறார்கள். புலனுணர்வுச் சுமை (பார்க்க இயல் 8) காரணமாக இவர்களில் ஏற்படும்

தாக்கங்களை ஆசிரியர்கள் புரிந்துகொள்ளத் தவறுகிறார்கள். இவர்கள் புத்திக் கூர்மை உள்ளவர்களாக இருப்பதினால் தங்களுக்கு இழைக்கப்படும் அநீதியைப் பொறுக்காது எதிர்த்துப் பேசுவதுண்டு. இதனால் கடுப்படையும் ஆசிரியர்கள் இவர்களைப் "பொருத்தப்பாடில்லாத மாணவர்கள்" (disaffected pupils) என்று பெயரிட்டுப் பள்ளியிலிருந்து இடைநிறுத்தம் செய்கிறார்கள் அல்லது விலக்கிவிடுகிறார்கள். இதனால் அஸ்பர்ஜர் சின்றோம் உள்ள பல மாணவர்கள் படிப்பை நிறுத்திக்கொள்வதும் உண்டு. அதோடு, இவர்களின் போக்கு பிறருக்கு விசித்திரமாகத் தோன்றுவதால் சக மாணவர்களின் கேலிக்கும் கிண்டலுக்கும் ஆளாகிறார்கள்.

அஸ்பர்ஜர் சின்றோம் பற்றிய விழிப்புணர்வு குறைவாக இருப்பதனால் இவர்களில் பெரும்பான்மையானோர் கடைசி வரை அடையாளம் காணப்படுவதே இல்லை. இதற்காக இவர்கள் கொடுக்கும் விலையோ பெரிது.

இந்த இயலை முடிக்குமுன் சுமாரான ஆட்டிசத்தின் இரு முக்கியக் குணாம்சங்களை மீண்டும் வலியுறுத்திக் கூற வேண்டும். ஒன்று, இவர்களின் பேச்சு வளர்ச்சியில் எந்தத் தாமதமும் இருப்பதில்லை. மற்றது, இவர்கள் சராசரி அல்லது அதற்கும் கூடுதலான அளவு அறிவுத்திறன் பெற்றவர்களாக இருப்பார்கள். அதாவது, இவர்களின் நுண்ணறிவு ஈவு 100 புள்ளிகள் அல்லது அதற்கும் கூடுதலாக இருக்கும். மற்ற ஆட்டிச நிலைகளிலிருந்து இவர்களை வேறுபடுத்திக் காட்டுவது இந்த இரு அம்சங்களுமே. இவர்களுக்கும் சாதாரணமான குழந்தைகளுக்கும் இடையே ஒரு மெல்லிய வேறுபாடே உள்ளது. ஆனாலும் இவர்களும் இவர்கள் பெற்றோர்களும் படும் துயரமும் துன்பமும் எந்த வகையிலும் குறைவானவை அல்ல.

இயல் 8

மழையும் புயலும்:
ஆட்டிசத்துடன் இணைந்து வரும் குறைபாடுகள்

வளமான நிலத்தில் பயிரோடு சேர்ந்து களைகளும் வளருவது போல ஆட்டிசத்தில் வேறு சில வளர்ச்சிக் குறைபாடுகளும் அறிகுறிகளும் இணைந்து வருவதுண்டு. இவற்றை ஆட்டிசத்தில் இருந்து பிரித்துப் பார்க்க வேண்டும். மழை வேறு, புயல் வேறு. ஆனால் இரண்டும் இணைந்தும் வரலாம், தனித்தும் வரலாம்.

கெடுவாய்ப்பாக, ஆட்டிசம் தனித்து வருவது இல்லை. அதாவது ஆட்டிசம் உள்ள குழந்தைகளிடையே வேறு வளர்ச்சிக் குறைபாடுகளும் கோளாறுகளும் காணப்படுவதுண்டு. வளமான நிலத்தில் பயிரோடு சேர்ந்து களைகளும் வளருவது போல ஆட்டிசத்தில் பிற கோளாறுகளும் மிகையாகக் காணப்படுகின்றன. இவை இணைந்து வரும் குறைபாடுகள் (comorbidity) என்று அழைக்கப்படுகின்றன. கூடா நண்பர்கள் போல ஒட்டிக்கொள்ளும் இந்தக் கோளாறுகளால் ஆட்டிசம் உள்ளவருக்கு ஏற்படும் பாதிப்பு இரட்டிப் பாக இருக்கிறது. ஆட்டிசம் பற்றிப் பலருக்குக் குழப்பங்கள் ஏற்படுவதற்கு ஒரு முக்கியக் காரணம் இவர்கள் இணைந்து வரும் குறைபாடுகளை ஆட்டிசத்தில் இருந்து பிரித்துப் பார்க்கத் தவறுவதே. மழை வேறு, புயல் வேறு. ஆனால் இரண்டும் இணைந்தும் வரலாம். ஒவ்வொன்றும் தனித்தும் வரலாம்.

மனவளர்ச்சிக் குறைபாடுகள் ◎ 53 ◎

இவ்வாறு இணைந்தும் வரும் குறைபாடுகளில் அறிவுத்திறன் குறைபாடு, உடல் இயக்க ஒருங்கிணைப்புக் கோளாறு (பாகம் 2, இயல் 7, பக். 132), கவனக்குறைவும் மிகைஇயக்கக் கோளாறும் (எ.டி.எச்.டி) (பாகம் 2, இயல் 7, பக். 133) ஆகியவை முக்கிய மானவை. ஆட்டிசம் உள்ள குழந்தைகளுக்கு நடத்தை சார்ந்த பிரச்சினைகளும் இருக்கலாம் (பாகம் 2, இயல் 9, பக். 139). அதேபோல, பலருக்கு வலிப்பு நோயும் உண்டாகிறது (பாகம் 2, இயல் 11, பக். 150).

எனவே, ஆட்டிசத்துடன் வேறு பல மனவளர்ச்சிக் குறைபாடுகளும் கோளாறுகளும் இணைந்து வரலாம். அத்துடன் ஆட்டிசத்தினால் குழந்தைகளுக்கு ஏற்படும் உளவியல் தாக்கங் களையும் குறைத்து மதிப்பிடக் கூடாது (பார்க்க பாகம் 2, இயல் 8, பக். 135). இவற்றை எல்லாம் கணக்கில் கொண்டு ஆட்டிசம் உள்ள குழந்தைகளுக்கு ஏற்படும் மொத்த தாக்கங்களையும் வரைபடம் 1.3 விளக்கிக் காட்டுகிறது.

அறிவுத்திறன் குறைபாடு

ஆட்டிசமும் அறிவுத்திறன் குறைபாடும் ஒன்றல்ல என்று முன்னர் கூறினோம். அறிவுத்திறன் குறைபாட்டில் ஏறக்குறைய எல்லாத் திறன்களும் குன்றி இருக்கும் (பார்க்க பாகம் 2). ஆட்டிசத்தில் முன்னே கூறப்பட்ட 'முப்பெரும் குறைபாடுகள்' மட்டுமே

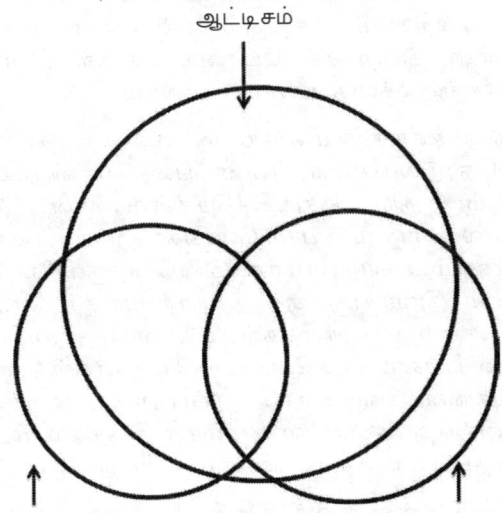

பிற வளர்ச்சிக் கோளாறு

வரைபடம் 1.3. பிற வளர்ச்சிக் குறைபாடுகள் இணைந்துவரும் கோளாறுகள்

காணப்படும். ஆனால் இதில் ஒரு சிக்கல் உண்டு. ஆட்டிசம் உள்ளவர்களில் ஏறத்தாழ 30% பேருக்கு நுண்ணறிவு சராசரி அளவை விடக் குறைவாக இருக்கும், அதாவது நுண்ணறிவு ஈவு 70 புள்ளிகளுக்குக் குறைவாக இருக்கும்[6].

இதேபோல, அறிவுத்திறன் குறைபாடு உள்ளவர்களில் 10% பேருக்கு ஆட்டிசம் உள்ளது என்று ஆராய்ச்சிகள் தெரிவிக்கின்றன[7]. ஆட்டிசத்தின் தனித்துவமான பண்பு சமூக உறவாடலில் உள்ள குறைபாடுகளே என்பதைக் குழந்தைநல மருத்துவர்களும் மற்றவர்களும் நினைவில் நிறுத்திக்கொண்டால் ஏற்படும் வாய்ப்புகள் குறைவாக இருக்கும். எந்தெந்த அறிகுறிகள் மேலோங்கி நிற்கின்றன என்பதைக் கொண்டே ஒரு குழந்தைக்கு உள்ள முதன்மையான் குறைபாடு ஆட்டிசமா அல்லது அறிவுத்திறன் குறைபாடா என்று முடிவு செய்யப்படுகிறது.

புலனுணர்ச்சி மிகை *(Hypersensitivity to stimuli)*

ஆட்டிசம் உள்ள பலருக்குச் சில புலனுணர்ச்சிகள் அளவுக்கு அதிகமாகக் கூர்மையாக இருக்கும். நமக்குள்ள ஐம்புலன்களான பார்வை, செவிப் புலன், மணம், தொடு உணர்ச்சி, சுவை ஆகியவற்றில் ஏதாவது ஒன்றில் இவர்களுக்கு உள்ள உணர்வுகள் மற்றவர்களைவிட மிகையாகவும் கூர்மையாகவும் இருக்கலாம். எனவே, மற்றவர்களுக்குத் தொல்லை தராத ஒலி, ஒளி, சுவை போன்ற தூண்டல்கள் இவர்களுக்குக் கடும் வேதனை தரலாம். இதனால், அன்றாடம் கேட்கும் ஒலிகளான மணியோசை, வாகனங்களின் இறைச்சல் போன்ற ஒலிகள் இவர்களுக்குப் பெரும் மனசஞ்சலத்தை உண்டாக்கலாம்.

தொடு உணர்ச்சி மிகையான உள்ளவர்கள் தங்களை மற்றவர்கள் தொடுவதையோ அணைப்பதையோ விரும்புவதில்லை. அவர்களிடம் இருந்து ஒதுங்கிக்கொள்வார்கள். இதேபோல, மற்றவர்களால் உணர முடியாத மணங்கள் இவர்களுக்குப் பெரும் துன்பம் தரலாம். உதாரணமாக, இன்னொருவரின் சாதாரண உடல் மணம் இவர்களுக்குத் துர்நாற்றமாகத் தோன்றலாம். ஆட்டிசம் உள்ள சில குழந்தைகள், "உன் வாய் நாற்றமெடுக்கிறது" என்று வெளிப்படையாகவே கூறிவிடுவார்கள்! குறிப்பிட்ட சில உணவுகளை இவர்கள் வெறுப்பதற்கு அவற்றின் தொடு உணர்ச்சி அல்லது சுவை காரணமாக இருக்கலாம். இதனால் சொத சொதப்பான உணவுகளைச் சிலர் தவிர்க்கலாம்.

ஆட்டிசம் உள்ள சிலர் திடீரென வழக்கத்துக்கு மாறாக நடந்துகொள்வதற்கும், நிலைகுலைந்து போவதற்கும், விநோதமாக நடந்துகொள்வதற்கும் அவர்களுக்குள்ள மிகை உணர்வு சில

சந்தர்ப்பங்களில் காரணமாக இருக்கலாம். இது புலனுணர்ச்சி மிகுசுமை (sensory overload) என்று அழைக்கப்படுகிறது. இதனால் திடீரென ஏற்படும் மனப் பதற்றத்தையும் பீதியையும் உருகிப்போதல் (meltdown) என்று அழைக்கப்படுகின்றது.

குழந்தைவேல் ஓர் ஐந்தாம் வகுப்பு மாணவன். சில வேளைகளில் வகுப்பின்போது திடீரென இரு காதுகளையும் கையால் பொத்திக்கொண்டு அலறுவான். சில சமயங்களில் வகுப்பறையை விட்டு வெளியே ஓடுவான். இது ஆசிரியருக்குப் பெரும் தொல்லையாய் இருந்தது. இதனால் அவன் பள்ளியில் இருந்து இடைநீக்கம் செய்யப்பட்டான். நண்பர் ஒருவரின் ஆலோசனையின் பெயரில் அவன் பெற்றோர் ஒரு குழந்தை நல மருத்துவரைக் கலந்தாலோசித்தார்கள். சோதித்துப் பார்த்ததில் குழந்தைவேலுக்கு ஆட்டிசத்தின் அறிகுறிகள் இருந்தமை தெரியவந்தது. அதன்பின், அவனது நடத்தையை ஆழமாக ஆராய்ந்து பார்த்தபோது அடுத்த வகுப்பில் நாற்காலிகள் ஒழுங்கு செய்யப்படும்போது எழுந்த 'கிறீச் கிறீச்' என்று ஏற்பட்ட ஒலிகள் அவனுக்குப் பெரும் வேதனை அளித்தன என்பதை அடையாளம் காண முடிந்தது.

ஆட்டிசம் உள்ள சில குழந்தைகள் திடீரென அழுது ஆர்ப்பாட்டம் செய்வதுண்டு. இதை ஆராய்ந்து பார்த்தால் சில வேளைகளில் புலனுணர்வு மிகுசுமை இதற்குக் காரணமாக இருக்கலாம் என்பது தெரியவரும்.

புலனுணர்வு குறைபாடு *(Hyposensitivity to stimuli)*

இதற்கு நேர்மாறாக, ஆட்டிசம் உள்ள சிலருக்கு ஓரிரு புலன் உணர்வுகள் குறைவாக இருக்கும். சிலர் வலியை அவ்வளவாக உணர்வது இல்லை. விழுந்து காயப்படுத்திக்கொண்டாலும் அழுவது இல்லை. தொடு உணர்ச்சி குறைவாக உள்ளவர்கள் கம்பளம் அல்லது மென்மையான ஒரு விளையாட்டுப் பொருளை எப்போதும் கையால் தொட்டுப் பார்த்துக்கொண்டே இருப்பார்கள். இவர்கள் சில வேளைகளில் சந்தர்ப்பம் சூழ்நிலை பார்க்காமல் மற்றவர்களைத் தொடுவதும் உண்டு. இதேபோல, சுவை உணர்வு குறைவாக உள்ளவர்கள் காரமான உணவை விரும்புவார்கள். மணங்களை உணரும் திறன் குறைவாக உள்ளவர்கள் கண்ட பொருட்களை எல்லாம் எடுத்து மணந்து பார்ப்பார்கள்.

ஆட்டிசம் உள்ள சில குழந்தைகள் சதா உடம்பை அசைத்துக் கொண்டிருப்பது குறைவான உடல் உணர்ச்சியை ஈடு செய்யத் தான். சிலர் உடலைக் காயப்படுத்திக்கொள்வதற்குக் காரணம்

அதனால் தாங்கள் பெறும் கிளர்ச்சியை அனுபவிக்கவே. இவ்வாறு, விசித்திரமாகத் தோன்றும் இந்தக் குழந்தைகளின் சில பழக்கவழக்கங்களுக்கு மிகை உணர்வோ குறை உணர்வோ காரணமாக இருக்கலாம். இதை ஆராய்ந்து கண்டுபிடித்துச் சுற்றுப்புறச் சூழலில் தேவையான மாற்றங்களைச் செய்வது முக்கியம். அதேபோல, குறை உணர்வு அல்லது மிகை உணர்வு உள்ளவர்களுக்கு இயன்முறைச் சிகிச்சை வழியாக உணர்வுகளைச் சீராக்கலாம்.

இங்கே கூறப்பட்ட மிகை உணர்வும் குறை உணர்வும் ஆட்டிசம் உள்ள எல்லாக் குழந்தைகளிலும் காணப்படுவது இல்லை. மேலும், இந்தப் பண்பு வேறு பல வளர்ச்சிக் குறைபாடு களிலும் காணப்படுகிறது என்பதையும் இந்த இடத்தில் வலியுறுத்த வேண்டும். குறிப்பாக, கடும் அறிவுத்திறன் குறைபாடு உள்ள பல குழந்தைகளுக்கு மிகை உணர்வும் குறை உணர்வும் காணப்படுவதுண்டு.

இயல் 7

ஆட்டிசம் ஏன் ஏற்படுகிறது?

பெருவாரியான ஆட்டிசம் உள்ள குழந்தைகளுக்கு (90%) ஆட்டிசம் ஏற்படுவதற்கான காணம் என்ன என்று கண்டுபிடிக்க முடிவதில்லை. சிலருக்கு (10%) மரபியல் சார்ந்த காரணமோ மூளைச் சேதமோ காரணமாக அமையலாம்.

ஆட்டிசம் ஒரு நரம்பு மண்டலக் கோளாறு; இன்னும் குறிப்பாகக் கூறுவதானால் அது மூளை சார்ந்த ஒரு குறைபாடு. முன்னர் நம்பப்பட்டது போல பெற்றோர்களின் புறக்கணிப்பால் ஆட்டிசம் ஏற்படுவது இல்லை. சில உணவுகளினால் உண்டாகும் ஒவ்வாமையினால் ஆட்டிசம் ஏற்படுகிறது என்பதிலும் எந்த உண்மையும் இல்லை[8]. குழந்தை களுக்கு வழங்கப்படும் தடுப்பூசிகளால் ஆட்டிசம் ஏற்படலாம் என்று அண்மையில் ஒரு வதந்தி நிலவியது. அது தவறானது என்பது இப்போது தெரியவந்துள்ளது[9].

ஆட்டிசம் ஏற்படுவதற்கான காரணங்கள் என்ன என்பது இதுவரை சரிவரக் கண்டுபிடிக்கப் படவில்லை. கர்ப்பத்தின்போது மூளை வளர்ச்சியில் ஏற்படும் நுட்பமான மாறுதல்களால் மூளையின் சில செயல்பாடுகள் பாதிக்கப்படுகின்றன என்று ஆராய்ச்சியாளர்கள் கருதுகிறார்கள். இதற்குச் சில மரபணுக்களில் ஏற்படும் மாற்றங்கள் காரணமாக இருக்கிறது என்பதற்கு வலுவான ஆதாரங்கள் உள்ளன[10]. சுற்றுச்சூழல் காரணிகளும் ஏதோ ஒரு வகையில் காரணமாக அமையலாம். ஆனால் தற்சமயம் எதையும் உறுதிபடக் கூற முடியாமல் உள்ளது.

ஆட்டிசம் பல அறிகுறிகளைக் கொண்ட ஒரு கூட்டுஅறிகுறி என்று முன்னர் கூறினோம். ஆட்டிசம் என்ற பெரும் குடையின் கீழ் பல நோய்களும் கோளாறுகளும் இடம்பிடித்துக் கொண்டிருக் கின்றன. இவற்றில் சில மரபணுக்களின் சீர்குலைவால் ஏற்படு கின்றன, சில பிறப்பின்போது அல்லது மழலைப் பருவத்தில் மூளையில் ஏற்படும் காயங்களால் உண்டாகின்றன. ஆனால் அறியப்பட்ட காரணங்களால் ஏற்படும் ஆட்டிசம் ஒப்பீட்டளவில் மிகச் சொற்பமே.

ஆட்டிசம் உள்ள குழந்தைகளில் அதிகபட்சம் 10% பேருக்கே இம்மாதிரி அடையாளம் காணக்கூடிய நோய்கள் இருக்கும்[11]. இது இரண்டாம் நிலை ஆட்டிசம் (secondary autism) என்றும் சிக்கலான ஆட்டிசம் (complex autism) என்றும் அழைக்கப்படுகிறது. இதை நாம் காரண ஆட்டிசம் என்று அழைக்கலாம். இம்மாதிரியான ஆட்டிசம் பொதுவாகவே கடுமையானதாக இருக்கும். மற்ற 80% பேருக்கு எந்த ஒரு காரணமும் இருப்பதாகத் தெரியவருவது இல்லை. இது முதல் நிலை ஆட்டிசம் (primary autism) என்றும் காரணம் அறிய முடியாத ஆட்டிசம் என்றும் (idiopathic autism)

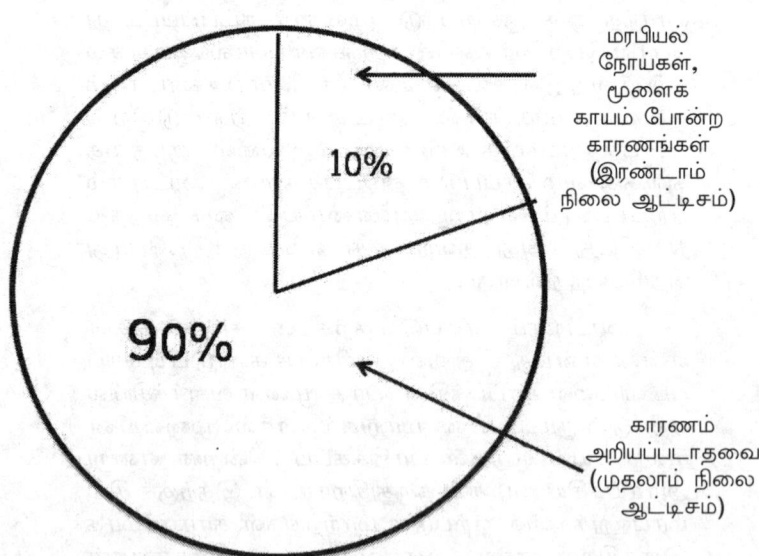

வரைபடம் 1.4: ஆட்டிசம் உண்டாவதற்கான காரணங்கள்:
ஆட்டிசம் உள்ள மிகப் பெரும்பான்மையானவர்களில் அதற்கான காரணம் என்னவென்று அறியப்படுவது இல்லை.

அழைக்கப்படுகிறது. இந்த வித்தியாசம் முக்கியமானது. இதை ஓர் உதாரணத்தின் மூலம் விளக்கலாம்.

எட்டு வயதான கிஷோரைச் சிறப்புப் பள்ளியில் சேர்த்தபோது அவனுக்கு ஆட்டிசம் உள்ளதாக அவன் பெற்றோர்கள் கூறினார்கள். ஆட்டிசத்தின் பல அறிகுறிகள் ஆவனுக்கு இருந்தன. ஆனால், நாளடைவில் அவன் நிலையில் ஏற்பட்ட முன்னேற்றம் மிகக் குறைவாகவே இருந்தது. அவன் மற்ற ஆட்டிசம் உள்ள குழந்தைகளைவிடப் பின்தங்கி இருந்தான். ஆசிரியர்களுக்கு இது வியப்பாக இருந்தது. மேலும் விசாரித்துப் பார்த்ததில் அவன் பிறந்தபோது மூளைக்குள் குருதிக் கசிவு *(cerebral haemorrhage)* ஏற்பட்டதாகவும் ஒரு சிறப்பு நரம்பியல் மருத்துவர் அவனை நெடுங்காலமாகப் பார்த்து வருகிறார் என்றும் தெரிய வந்தது. ஆனால் அவனுக்கு இருந்தது ஆட்டிசம் மட்டுமே என்பதில் அவன் பெற்றோர்கள் விடாப்பிடியாக இருந்தார்கள். அவன் மற்ற குழந்தைகள் போல முன்னேற்றம் அடையவில்லை என்பதற்குப் பள்ளிக்கூடத்தைக் குறை கூறினார்கள். அவனுக்கு இருந்தது இரண்டாம்நிலை ஆட்டிசம் என்று அறியாததால் ஏற்பட்ட விளைவே இது.

இரண்டாம் நிலை ஆட்டிசத்துக்குப் பத்துக்கும் அதிகமான மரபியல் சார்ந்த நோய்களும் காரணமாக இருக்கலாம். மெல்லிய X கூட்டுஅறிகுறி *(Fragile X syndrome)*, ரெட் சின்றோம் *(Rett syndrome)* ஆகிய மரபியல் நோய்களில் ஆட்டிசத்தின் அத்தனைப் பண்புகளும் காணப்படும். எனவே, இந்த இரண்டு பாதிப்புகளின் அறிகுறிகளும் காணப்படும். மட்டுமல்லாமல், முதல் நிலை ஆட்டிசத்தைவிட பாதிப்பு அதிகமாக இருக்கும், கிஷோர் போன்ற இரண்டாம்நிலை ஆட்டிசம் உள்ள குழந்தைகளின் எதிர்காலம் முதலாம் நிலை ஆட்டிசம் உள்ள குழந்தைகளைவிட மோசமாக இருக்கும். இதை பெற்றோர்களும் சிறப்புப் பள்ளிகளும் உணர்ந்து அதற்கேற்பத் தமது எதிர்பார்ப்பை மாற்றிக்கொள்ள வேண்டும்.

எனவே, முதல்நிலை ஆட்டிசத்துக்கும் இரண்டாம் நிலை ஆட்டிசத்துக்கும் உள்ள வித்தியாசத்தை அறிந்துகொள்வது முக்கியம். இதை உயர் குருதி அழுத்தத்தோடு ஒப்பிடலாம். உயர் குருதி அழுத்தம் உள்ள பெரும்பாலானவர்களுக்கு எந்த நேரடிக் காரணமும் இருப்பது இல்லை. இது முதல்நிலை உயர் குருதி அழுத்தம். ஆனால் சிலருக்குச் சிறுநீரக நோயால் அல்லது வேறு ஒரு உடல்நோயினால் உயர் குருதி அழுத்தம் உண்டாகிறது. இது இரண்டாம் நிலை உயர் குருதி அழுத்தம். ஆட்டிசமும் வேறு சில வளர்ச்சிக் குறைபாடுகளும் இம்மாதிரியானவையே.

முதல்நிலை ஆட்டிசம்

முதல்நிலை ஆட்டிசம் ஏற்படுவதற்கு மரபணுக்கள் ஒரு முக்கியக் காரணமாக உள்ளன. காட்டாக, ஒற்றைக்கரு இரட்டையர்களில் ஒரு இரட்டையருக்கு ஆட்டிசம் இருக்குமானால், மற்ற இரட்டையருக்கு ஆட்டிசம் ஏற்படும் வாய்ப்பு சுமார் 95% என்று ஆராய்ச்சிகள் தெரிவிக்கின்றன (ஒற்றைக்கரு இரட்டையர்கள் தாயின் ஒரு சூல் முட்டையுள் இருந்து உருவாகியவர்கள்). இரட்டைக் கரு இரட்டையரில் இது சுமார் 45% ஆக உள்ளது (இரட்டைக் கரு இரட்டையர் தாயின் இரண்டு சூல் முட்டைகளில் இருந்து உருவாகியவர்கள்). அதேபோல, குடும்பத்தில் ஒரு குழந்தைக்கு ஆட்டிச பாதிப்பு இருந்தால் அக்குழந்தையின் உடன் பிறந்தவர்களுக்கும் ஆட்டிசம் இருக்கும் வாய்ப்பு 5 மடங்கு அதிகமாக இருக்கிறது என்று ஆராய்ச்சிகள் எடுத்துக்காட்டி உள்ளன[12]. அதாவது, மக்கட்தொகையில் நூற்றில் ஒருவருக்கு ஆட்டிசம் உண்டு என்றால் இந்தக் குடும்பங்களில் நூற்றில் ஐந்து பேருக்கு ஆட்டிசம் இருக்கும்.

எனவே, ஆட்டிசத்துக்குச் சில மரபணுக்கள் காரணமாக இருக்கின்றன என்பதில் ஐயமில்லை. ஆனால் ஆட்டிசம் உண்டாகுவதற்கு மரபணுக்களில் தாக்கங்கள் மட்டும் போது மானவை அல்ல, இன்னும் அறியப்படாத பல சூழ்நிலைக் காரணி களும் முக்கியமானவை என்பது ஆய்வாளர்களில் தற்போதைய கருத்தாக இருந்துவருகிறது. குறிப்பாக, நகரமயமாக்கல் ஏதோ ஒரு வகையில் ஒரு காரணமாக இருக்கலாம் என்று சில வல்லுநர்கள் கருதுகிறார்கள்.

இயல் 9

பெருகிவரும் ஆட்டிசம்

ஏறத்தாழ 100இல் ஒரு குழந்தைக்கு (1:100) ஆட்டிசம் ஏற்படுகிறது என்று ஆராய்ச்சிகள் தெரிவிக்கின்றன. ஆட்டிசம் பெரும்பாலும் ஆண்களிலேயே காணப்படுகிறது. ஆட்டிசம் உள்ள 100 பேரில் 80 பேர் ஆண்களாக இருப்பர். ஆட்டிசத்தின் அறிகுறிகள் 3 வயதுக்கு முன்னரே தெரியவருகின்றன.

முன்னொரு காலத்தில் ஆட்டிசம் குழந்தைகளில் மிக அரிதாகாவே காணப்படுகிறது என்ற கருத்து நிலவிவந்தது. ஆட்டிசம் உள்ள குழந்தைகளைக் குழந்தைநல மருத்துவர்கள்கூட அபூர்வமாகத்தான் கண்டார்கள். இந்தக் குழந்தைகள் மருத்துவக் கூடங்களில் ஒரு ஆய்வுப்பொருள்போல மருத்துவ மாணவர்களுக்குக் காட்டப்பட்டார்கள். 1970களில் 2,500 குழந்தைகளில் ஒரு குழந்தைக்கு ஒன்று என்ற விகிதத்தில் (1: 2,500) இந்தக் குறைபாடு ஏற்படுகிறது என்று கூறப்பட்டது. அடுத்து வந்த ஆண்டுகளில் 1:1000, 1:250, 1:150 என இது படிப்படியாக அதிகரித்துவந்துள்ளது. மேலை நாடுகளில் மேற்கொள்ளப்பட்ட தற்கால ஆராய்ச்சிகள் ஆட்டிசக் கூட்டுஅறிகுறி என்ற கோளாறு 68 குழந்தைகளுக்கு ஒன்றுக்கு என்ற விகிதத்தில் (1:68) காணப்படுகிறது என்று எடுத்துக்காட்டுகின்றன[13] (வரைபடம் 1.5). இந்தியாவிலும் ஆட்டிசம் இதே அளவில் ஆட்டிசம் காணப்படுகிறது என்பதை அண்மையில் நடத்தப்பட்ட ஓர் ஆய்வு எடுத்துக் காட்டியுள்ளது[14]. எனவே, ஏறத்தாழ 100இல் ஒரு குழந்தைக்கு ஆட்டிசம் கூட்டுஅறிகுறி உள்ளது (1:100) என்று கூறுவதில் தவறில்லை. எல்லா நாடுகளிலும்

மக்கட் தொகையில் ஆட்டிசம் ஒரே அளவில் காணப்படுகிறது என்று அனைத்துலக ஆராய்ச்சிகள் கூறுகின்றன[15].

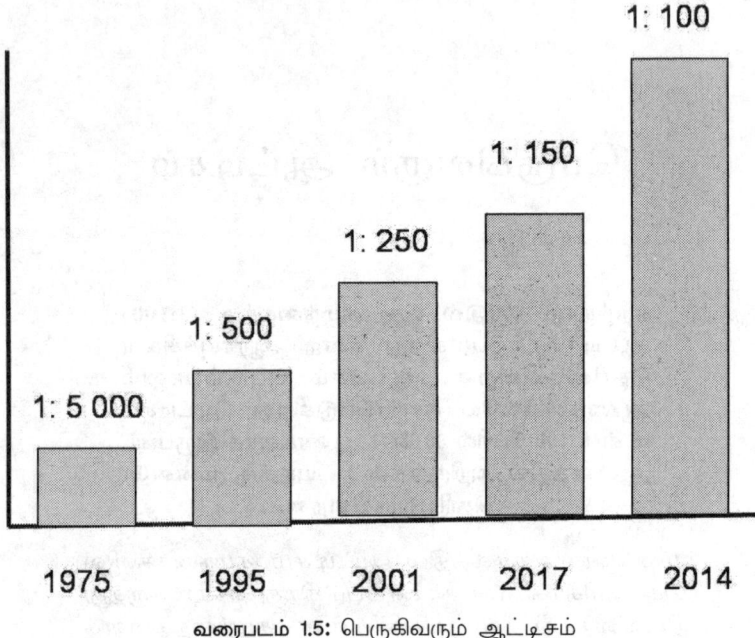

வரைபடம் 1.5: பெருகிவரும் ஆட்டிசம்

ஆட்டிசம் ஏன் பெருகிவருகிறது என்பதற்குப் பல காரணங்கள் கூறப்படுகின்றன. அண்மைக் காலமாக ஆட்டிசம் வரையறுக்கப்படும் விதத்தில் பெரும் மாற்றம் ஏற்படிருப்பது இதற்கு ஒரு முக்கியக் காரணம். முன்பெல்லாம் கடுமையான ஆட்டிசம் மட்டுமே அடையாளம் காணப்பட்டது. இப்போது மிதமான ஆட்டிசமும் அஸ்பர்ஜர் சின்றோமும் அதிக அளவில் இனம் காணப்பட்டுவருகின்றன. அதோடு, மருத்துவர்களிடையே ஆட்டிசம் பற்றிய விழிப்புணர்ச்சி ஏற்பட்டிருப்பதும் ஒரு காரண மாக இருக்கலாம். ஆட்டிசம் கூடிகொண்டு வருவதற்குச் சுற்றுப்புற சூழல் மாசுபடுவதும் ஒரு காரணமாக இருக்கலாம். இன்னும் அறியப்படாத வேறு பல காரணங்களும் இருக்கலாம்.

ஆண் – பெண் வித்தியாசம்

ஆட்டிசம் பெரும்பாலும் ஆண்களிலேயே காணப்படுகிறது. ஆட்டிசம் உள்ள 100 பேரில் 80 பேர் ஆண்களாக இருப்பர். அதாவது ஆண் பெண் விகிதம் 4:1 ஆகும். லியோ கெனர் விவரித்த 11 ஆட்டிசம் உள்ள குழந்தைகளில் 8 பேர் ஆண்களாக இருந்தனர் என்பதும் கவனிக்கத்தக்கது.

ஆட்டிசத்தின் எந்த வயதில் ஆரம்பிக்கிறது?

பொதுப்படையாகக் கூறுவதானால் ஆட்டிசத்தின் அறிகுறிகள் 3 வயதுக்கு முன்னரே தெரியவருகின்றன. ஆனால் ஆட்டிசம் பற்றிய விழிப்புணர்வு குறைவாக இருப்பதினால் பெரும்பான்மை யானவர்கள் பல ஆண்டுகள் ஆகியும் இனம் காணப்படுவது இல்லை. குறிப்பாக, சுமாரான ஆட்டிசம் உள்ளவர்கள் (அஸ்பர்ஜர் சின்றோம்) வளர்ச்சி அடைந்த நாடுகளில் கூட பதின்ம வயதுவரை அடையாளம் காணப்படுவது இல்லை.

"என் மகனுக்கு ஆட்டிசம் உள்ளது அவன் எதிர்காலம் எப்படி இருக்கும்?"

இது அடிக்கடி கேட்கப்படும் ஒரு கேள்வி. அதாவது, ஆட்டிசம் உள்ள ஒருவருக்கு வயது போகப்போக அதன் தாக்கம் குறைகிறதா, அல்லது கூடுகிறதா? பொதுவாகக் கூறுவதானால், ஆட்டிசம் வழ்நாள் முழுவதும் நீடிக்கும் தன்மை கொண்டது. ஆனால், ஆராய்ச்சிகளின் அடிப்படையில் வழங்கப்படும் பயிற்சி முறைகளினால் அதன் தாக்கத்தை ஓரளவு மட்டுப்படுத்தவும் குறைக்கவும் முடியும்.

கடுமையான ஆட்டிசம் உள்ளவர்களில் பெரும்பாலானோர் சுயமாக வாழ இயலாமல் மற்றவர்களின் ஆதரவை நம்பி வாழ வேண்டிய நிலையிலேயே இருப்பார்கள். வகைமாதிரியான ஆட்டிசம் உள்ளவர்களில் பெரும்பாலானோரில் பிற்காலத்தில் பெருமளவு முன்னேற்றம் காணப்படும், நாள் போகப்போக பெருமளவு தேறி இருப்பார்கள். இவர்கள் பிறர் உதவியின்றி வாழவும் பணி செய்யவும் குடும்பம் நடத்தவும் முடியும். சுமாரான ஆட்டிசம் உள்ளவர்களில் கணிசமான முன்னேற்றம் காணப்படும், ஆனால் ஆட்டிசத்தின் சுவடுகள் பல வாழ்நாள் முழுவதும் தொடர்ந்து காணப்படும்.

ஆட்டிசம் உள்ள ஒரு குழந்தையின் வருங்காலத்தை இரண்டு காரணிகளைக் கொண்டு தீர்மானிக்கலாம். ஒன்று, ஆட்டிசத் தால் பாதிக்கப்பட்ட குழந்தையின் அறிவுத்திறன். அறிவுத் திறன் குறைவாக உள்ளவர்களில், அதாவது *IQ* எனப்படும் நுண்ணறிவு ஈவு 70க்குக் குறைவாக உள்ளவர்களில், முன்னேற்றம் குறைவாகவே இருக்கும். மற்றது, குழந்தையின் மொழி வளர்ச்சி. பின்தங்கிய மொழி வளர்ச்சி உள்ள குழந்தைகளில் முன்னேற்றம் குறைந்தே காணப்படுகிறது. இவை இரண்டும் வருங்காலத்தை முன்னுரைக்கும் காரணிகளாகக் (*prognostic factors*) கருதப்படுகின்றன. இதுவே ஆராய்ச்சிகள் தரும் செய்தி[16].

இயல் 10

ஆட்டிசத்தை அடையாளம் காண்பது எப்படி?

ஆட்டிசத்தின் ஆரம்ப அறிகுறிகளை அறிந்து வைத்திருப்பது முக்கியம். இம்மாதிரியான அறிகுறிகள் தமது குழந்தைகளுக்கு இருந்தால் ஒரு குழந்தைநல மருத்துவரைக் கலந்தாலோசிக்க வேண்டும்.

ஆட்டிசத்தைக் கண்டறியச் சோதனைகள் இல்லை என்று முன்னர் கூறினோம். குருதிப் பரிசோதனை, எக்ஸ்ரே, மூளையைப் பிம்பப்படுத்திக் காட்டும் நவீன ஸ்கேன் வகைகள் போன்ற பரிசோதனைகள் ஆட்டிசத்தைக் கண்டறியப் பயன்படுவது இல்லை. குழந்தைகளின் வளர்ச்சி பற்றிய விவரங்கள், ஆட்டிசத்தின் அறிகுறிகள், அன்றாட வீட்டு வாழ்க்கையிலும் பள்ளிக்கூடத்திலும் அவர்கள் நடத்தையில் காணப்படும் மாறுபாடுகள் என்பன வற்றைக் கொண்டே ஒரு குழந்தைக்கு அல்லது வளரிளம் பருவத்தினருக்கு ஆட்டிசம் உள்ளது என்று முடிவு செய்யலாம்.

கடுமையான ஆட்டிசத்தை அடையாளம் காண்பது ஓரளவு எளிதானது. இந்தக் குழந்தைகளின் வளர்ச்சி மற்ற குழந்தைகளில் இருந்து பெருமளவு மாறுபட்டதாக இருக்கும். முன்னர் கூறியதுபோல, பேச்சு குறிப்பிடத்தக்க அளவு பின்தங்கி இருக்கும். மற்ற வளர்ச்சிப் படிகளும் தாமதமாகி இருக்கும். ஆட்டிச பாதிப்பும் கடுமையாக இருக்கும்.

பொதுவாக இவர்கள் ஐந்து வயதுக்கு முன் அடையாளம் காணப்படுகிறார்கள். ஆனால், இவர்கள் அறிவுத்திறன் குறைபாடு உள்ளவர்களாக மருத்துவர்களால் தவறாக அடையாளம் காணப் படலாம். ஆட்டிசத்தின் அறிகுறிகளைப் புறக்கணித்து அறிவுத் திறன் குறைபாட்டின் மீது மட்டும் கவனம் செலுத்துவதால் ஏற்படும் தவறு இது.

வகைமாதிரியான ஆட்டிசத்தையும், அஸ்பர்ஜர் சின்றோம் எனப்படும் சுமாரான ஆட்டிசத்தையும் கண்டுபிடிப்பது அவ்வளவு எளிதானதல்ல. குறிப்பாக, அஸ்பர்ஜர் சின்றோம் பற்றிய விழிப்புணர்வு நம் நாடுகளில் குறைவு. அதன் அறிகுறிகள் கண்களுக்கு அவ்வளவாகத் தென்படுவது இல்லை. இவர்கள் தோற்றத்திலும் நடத்தையிலும் மற்ற குழந்தைகள் போலவே இருக்கிறார்கள். எனவே, இயல் 7இல் கூறியது போல இவர்களைக் கண்டறிவது கடினம். அத்தோடு, ஆட்டிசத்தின் அறிகுறிகள் வயதுக்கு ஏற்ப வேறுபடும். பாலர் வயதில் காணப்படும் அறிகுறிகள் வேறு, பத்து வயதில் காணப்படும் அறிகுறிகள் வேறு, வளர் இளம்பருவத்தினரில் உள்ள அறிகுறிகள் வேறு. மேலும், பெண் குழந்தைகளில், குறிப்பாகப் பதின்ம வயதில், ஆட்டிசத்தின் அம்சங்கள் சற்று வித்தியாசமாக இருக்கலாம்.

நம் நாடுகளில் ஆட்டிசத்தைக் குழந்தைநல மருத்துவர்களே கண்டறிகிறார்கள். ஆனால் இதற்கு அந்த மருத்துவர் ஆட்டிசம் பற்றிச் சிறப்புப் பயிற்சி பெற்றவராகவும் ஆட்டிசத்தை அடையாளம் காணுவதில் அனுபவம் பெற்றவராகவும் இருக்க வேண்டும். ஆட்டிசத்தைக் கண்டறியக் குழந்தைநல மருத்துவர் களுக்குப் பின்பற்றத்தக்க தொழில்சார் நடைமுறைகள் இந்திய குழந்தைநல மருத்துவ அமைப்பு வெளியிட்டுள்ளது[17].

ஆட்டிசத்தின் ஆரம்ப அறிகுறிகள் என்ன?

ஆட்டிசத்தின் ஆரம்ப அறிகுறிகளைப் பெற்றோர்களே முதலில் கவனிக்கிறார்கள். ஆனால் சில வேளைகளில் இவற்றைக் காணத் தவறலாம் அல்லது பொருட்படுத்தாமல் இருந்துவிடலாம். ஆனால், இரண்டு வயதுக்கும் மூன்று வயதுக்கும் இடைப்பட்ட கட்டத்தில் கீழ்க்காணும் ஆறு கேள்விகளுக்கு விடையளிப்பதால் ஆட்டிசத்தைக் கண்டறிய முடியும்[18].

1. உங்கள் குழந்தை மற்ற குழந்தைகளோடு பழக ஆர்வமாக இருக்கிறதா?

2. உங்கள் குழந்தை விளையாடும்போது ஒரு பொருளை இன்னொரு பொருளாகப் பாவனை செய்து விளையாடுவது

உண்டா? உதாரணமாக, பொம்மைக் கார் ஒன்றை விமான மாகப் பாவனை செய்து விளையாடுவது உண்டா?

3. உங்கள் முக பாவங்களைப் பார்த்து அதைத் தானும் செய்து காட்டுவதுண்டா? உதாரணமாக, நீங்கள் முகத்தைச் சுழித்தால் உங்கள் குழந்தையும் முகத்தைச் சுழித்துக் காட்டுவதுண்டா?

4. உங்கள் குழந்தையை அதன் பெயர் சொல்லி அழைக்கும் போது அதைப் புரிந்துகொள்கிறதா?

5. உங்கள் குழந்தை எப்போதாவது ஒரு பொருளைக் கொண்டுவந்து உங்களுக்குக் காட்டுவதுண்டா?

6. உங்கள் குழந்தை ஒரு பொருளைத் தா எனக் கேட்க அதைத் தன் சுட்டுவிரலால் சுட்டிக்காட்டுவது உண்டா? "அதைப் பார்" என்று தனக்கு விருப்பமான ஒரு பொருளைத் தன் சுட்டு விரலால் சுட்டிக்காட்டி தன் மகிழ்ச்சியைப் பகிர்ந்துகொள்வதுண்டா?

இவை ஆட்டிசத்தின் சிவப்புக் கொடிகள் (red flags), அதாவது அபாய அறிவிப்புக் குறிகள் என்று அழைக்கப்படுகின்றன. மேலே கொடுக்கப்பட்ட கேள்விகளில் ஏதாவது ஒன்றுக்கு நீங்கள் "இல்லை" என்று பதிலளித்தால் இது ஆட்டிசமாக இருக்கலாம் என்பதை மனதில் கொண்டு உங்கள் குழந்தையை ஒரு குழந்தைநல மருத்துவரிடம் காட்டுவது நல்லது.

மருத்துவரைப் பார்க்கப் போகுமுன் பெற்றோர்கள் இந்த நூலில் கூறப்பட்டுள்ள ஆட்டிச அறிகுறிகள் பற்றி அறிந்து வைத்திருப்பது பயனுள்ளதாக இருக்கும். அதோடு, இந்த அறிகுறிகள் காணப்பட்டால் அவற்றைக் கவனித்து குறித்துக் கொண்டால் மருத்துவரைச் சந்திக்கும்போது விளக்கிக் கூற உதவும்.

மருத்துவர் முதலில் உங்கள் குழந்தையின் ஆரம்பகால வளர்ச்சி பற்றிப் பல கேள்விகள் கேட்பார். குறிப்பாக, பேச்சு, உடல் இயக்கம், மற்றவர்களோடு உறவாடும் திறன் பற்றி அறிந்து கொள்ள விரும்புவார். அன்றாட வாழ்க்கையில் குழந்தையின் நடத்தை எவ்வாறு உள்ளது என்பது பற்றியும் குழந்தையைப் பராமரிப்பதில் சங்கடங்கள் இருந்தால் அவற்றையும் நீங்கள் தெளிவாக எடுத்துக் கூற வேண்டும். ஆட்டிசம் உள்ள சில குழந்தைகளுக்கு நடத்தை சார்ந்த பிரச்சினைகள் (பார்க்க இயல் 26) இருக்கலாம். இம்மாதிரியான நடைமுறை இக்கட்டுகளையும் சிக்கல்களையும் அவருக்கு எடுத்துக் கூற வேண்டும்.

பின்னர் அவர் குழந்தையைப் பரிசோதனை செய்வார். குழந்தைகளைப் பரிசோதிக்கும்போது அவர்களின் விளயாட்டு, விளையாட்டுப் பொருட்களைப் பாவிக்கும் விதம், பேச்சு, கேள்விகளுக்குப் பதில் கூறும் தன்மை ஆகியவற்றை உற்றுநோக்கிக் கவனமாகப் பார்ப்பார். இதை ஒரு வருகையில் செய்துவிட முடியாது, பல தடவை அவரைக் காண வேண்டிவரும். இளம் குழந்தைகள் நர்சரியில் மற்றக் குழந்தைகளுடன் அவர்களெப்படி பழகுகிறார்கள், விளையாடுகிறார்கள் என்பதையும் அவமானிப்பது உண்டு.

குழந்தைநல மருத்துவர்களுக்கு உதவும் வகையில் இப்போது பல கேள்விப் பட்டியல்களும் அளவுகோள்களும் கூர்நோக்குத் திட்டநிரல்களும் *(observation schedule)* உள்ளன. ஆட்டிசத்தைக் கண்டறிவதில் இவை பெருமளவு உதவி புரிகின்றன. அண்மையில் இந்தியாவில் குழந்தைநல மருத்துவர்களின் பாவனைக்காக *INCLEN ASD* என்ற ஒரு கேள்வித் தொகுப்பும் கூர்நோக்குத் திட்டநிரலும் வெளியிடப்பட்டுள்ளது[19]. இதைப் பயன்படுத்த சிறப்பு பயிற்சியும் அளிக்கப்படுகிறது.

உங்கள் குழந்தை பள்ளிக்கூடத்தில் எவ்வாறு நடந்து கொள்கிறது என்பதை அறிந்துகொள்ளவும் மருத்துவர் விருப்பப் படுவார். எனவே, ஆசிரியர்களிடம் இது பற்றித் தொலைபேசியில் தொடர்புகொள்ளலாம், அல்லது வகுப்பு ஆசிரியரிடமிருந்து உங்கள் குழந்தை பற்றி ஓர் அறிக்கையைப் பெற்றுக்கொள்வார். முன்னர் கூறியது போல, ஆட்டிசத்துக்கு மருத்துவச் சோதனைகள் இல்லை. ஆனாலும் தேவையைப் பொறுத்து மருத்துவர் சில பரிசோதனைகளுக்கு ஏற்பாடு செய்யலாம். எனவே, ஆட்டிசத்தை உடனடியாகக் கண்டறிய முடியாது. அதை உறுதியாகக் கண்டறிய சில வாரங்கள் அல்லது சில மாதங்கள் போகலாம்.

இப்போது தமிழ்நாட்டில் தரமான சில சிறப்பு ஆட்டிசச் சிறப்புச் சேவைகள் உள்ளன. வேலூர் சி.எம்.சி.இல் ஆட்டிசச் சிறப்புப் பிரிவு உள்ளது. ஆனால் தமிழ்நாட்டில் பல போலி ஆட்டிச 'சேவைகளும்' உள்ளன; இலாப நோக்கத்துடன் நடத்தப்படும் இச்சேவைகளின் தரம் குறைவாக இருக்கலாம். பெற்றோர்கள் தாம் பார்க்கப் போகும் மருத்துவர் அல்லது ஆட்டிச நிறுவனம் பற்றி நன்கு ஆராய்ந்து அறிந்து கவனத்தோடு தேர்ந்தெடுப்பது முக்கியம்.

தன் குழந்தைக்கு ஆட்டிச பாதிப்பு இருக்கலாம் என்று எண்ணினால் இங்கு பிற்சேர்க்கையாகக் கீழே தரப்பட்டுள்ள ஆட்டிசம் பற்றிச் சில கேள்விகளுக்குப் பதிலளித்துப் பார்க்கவும்.

பிற்சேர்க்கை

ஆட்டிசத்தை அடையாளம் காணப் பயன்படும் கேள்விப் பட்டியல் (பெற்றோர்களுக்கு)

முந்திய இயல்களில் ஆட்டிசத்தின் முக்கிய அறிகுறிகளை விரிவாக விளக்கிக் கூறினோம். பெற்றோர்கள் தம் குழந்தைக்கு ஆட்டிசத்தின் அறிகுறிகள் உள்ளன என்ற ஐயவுணர்வு ஏற்பட்டால் கீழ்க்காணும் சரிபார்ப்புப் பட்டியலைப் பூர்த்தி செய்து பார்க்கலாம். இதில் உள்ள வினாக்கள் யாவும் ஆட்டிச அறிகுறிகள் பற்றியவை. ஒவ்வொரு கேள்வியையும் வாசித்து அதன் மையப் பொருளைப் புரிந்துகொண்டு பதில் அளிக்கவும். இது ஒரு தேடிக் கண்டுபிடிக்க உதவும் வினாப் பட்டியல் மட்டுமே. இதைக்கொண்டு குழந்தைக்கு ஆட்டிசம் உள்ளது என்று உறுதியாகக் கூற முடியாது. இதைப் பூர்த்திசெய்து மருத்துவரிடம் காட்டுவது பயனுள்ளதாக இருக்கும்.

வினாக்களுக்கு ‘இல்லை’, ‘உண்டு’ என்று பதிலளிப்பதை விட ‘இல்லை’, ‘சரியாக சொல்ல முடிவில்லை’, ‘ஆம்’ என்று மூன்று நிலைகளாகப் பதிலளிப்பது நல்லது. குழந்தையின் வயதைப் பொருத்து இந்த அறிகுறி 4 அல்லது 5 வயதில் காணப் பட்டது, ஆனால் இப்போது அப்படி இல்லை என்றும் சுட்டிக் காட்டுவது நல்லது. எல்லா வினாக்களும் ஆட்டிசம் பற்றியவை, அறிவுத்திறன் குறைபாடு பற்றிய வினாக்கள் இதில் இல்லை.

1. உங்கள் குழந்தை உங்களுடன் பேசும்போது (உ–ம். உங்களுடன் விளையாடும்போது அல்லது ஒரு பொருளைக் கேட்கும்போது) உங்கள் கண்களைப் பார்த்துப் பேசுகிறதா?
2. உங்கள் குழந்தை விடைபெறும்போது கை அசைத்து விடைபெறுகிறதா? நீங்கள் கை அசைத்து ‘டா டா’ சொன்னால் அதுவும் கை அசைக்கிறதா?
3. உங்கள் குழந்தை தன் வயதை ஒத்த குழந்தைகளுடன் கூடி விளையாடுவதில் ஆர்வம் காட்டுகிறதா?
4. உங்கள் குழந்தை பெரும்பாலும் தன்னை விட வயது குறைந்தவர்களுடன் அல்லது தன்னை விட வயது கூடியவர்களுடன் மட்டுமே விளையாட விரும்புகிறதா?
5. உங்கள் குழந்தை (நான்கு வயதுக்கு முன்) தனக்கு விருப்ப மான ஒரு பொருளை (உ–ம். விமானம், பட்டம், நாய்) விரலால் சுட்டிக் காட்டி உங்கள் கவனத்தை ஈர்த்தது உண்டா?

6. உங்கள் குழந்தை (நான்கு வயதுக்குப் பின்) தான் செய்த ஒரு காரியம் பற்றி (நீங்கள் கேட்காத போதும்) தானாக வந்து உங்களுடன் பேசுவது உண்டா?

7. உங்கள் குழந்தை தன் மகிழ்ச்சியை உங்களுடன் பகிர்ந்து கொள்வது உண்டா?

8. நீங்கள் மகிழ்ச்சியாக இருக்கும்போது அந்த மகிழ்ச்சியை உங்கள் குழந்தை உங்களுடன் பகிர்ந்துகொள்வது உண்டா? அதேபோல, நீங்கள் வருத்தமாக இருக்கும்போது அதை அறிந்துகொள்கிறது என்று நீங்கள் நினைக்கிறீர்களா? உங்களுக்கு ஆறுதல் தரும் வகையில் நடந்துகொள்கிறதா?

9. ஏதாவது ஒரு காரணத்துக்காக உங்கள் குழந்தை துன்பமடைந்தால் (உ–ம். விழுந்து காயப்படுத்திக் கொண்டால், புதியவர் ஒருவரைக் கண்டு பதற்றமடைந்தால்) ஆறுதல் பெற உங்களை அணுகுவது உண்டா?

10. உங்கள் குழந்தைளின் பேச்சு வயதுக்கு ஏற்றதாக உள்ளதா?

11. சில வேளைகளில் உங்கள் பேச்சைப் புரிந்துகொள்ள சிரமப் படுகிறதா? இதனால் குழந்தைக்குக் காது கேட்பதில்லை என்று நீங்கள் நினைத்ததுண்டா?

12. உங்கள் குழந்தை (நான்கு வயதுக்குப் பின்) ஓர் உரையாடலைத் தானாகத் ஆரம்பிப்பதுண்டா? உரையாடல்களின்போது உங்கள் கேள்விகளுக்கு விடை அளிப்பதைத் தாண்டித் தானாகச் சில விஷயங்களைக் கூறுவது உண்டா?

13. உங்கள் குழந்தை தான் கேட்ட சில சொற்களை (கேட்ட உடனோ அல்லது சிறிது நேரம் கழித்தோ) பொருளற்ற விதத்தில் திரும்பத் திரும்பக் கூறுவது உண்டா?

14. (ஆறு வயதுக்குப் பின்) உங்கள் குழந்தையால் வேடிக்கைப் பேச்சை (உ–ம். நகைச்சுவைப் பேச்சு, பகடி) புரிந்துகொள்ள முடிகிறதா? திரைப்படங்களில் வரும் நகைச்சுவைப் பகடி களைப் புரிந்துகொள்ள முடிகிறதா அல்லது அவற்றை விளங்கிக்கொள்ள முடியாமல். "அது என்ன?" உங்களிடம் விளக்கம் கேட்கிறதா?

15. உங்கள் குழந்தை தனியாக விளையாடுவதை மட்டுமே விரும்புகிறதா? மற்ற குழந்தைகள் கூடி விளையாட வந்தால் ஒதுங்கிக்கொள்கிறதா, அல்லது சினந்துகொள்கிறதா?

16. விளையாடும்போது உங்கள் குழந்தை ஒரு விளையாட்டுப் பொருளை இன்னொரு பொருளாகப் பாவனை செய்வதுண்டா? (உ–ம். தடியைத் துப்பாக்கி போல பாவிப்பது)

17. உங்கள் குழந்தை மற்ற குழந்தைகளுடன் கூடி விளையாடும்போது (உ–ம். கண்ணாம்பூச்சி ஆட்டம், ஒழிந்து விளையாடுவது, திருடன் – போலிஸ், ஆசிரியர் – மாணவன்) விளையாட்டு விதிகளைப் பின்பற்றுகிறதா?

18. உங்கள் குழந்தைக்குச் சில பொருள்கள் அல்லது விஷயங்கள் மீது அளவு கடந்த ஆர்வம் உண்டா (உ–ம். வரைபடங்கள், தொலைபேசி எண்கள், புட்டி மூடிகள்)?

19. உங்கள் குழந்தை பயனற்ற பொருள்களை (உ–ம். பாலிதின் பைகள், நூல்கள், இனிப்புகளின் உறைத் தாள்கள், கொடிகள், இழை நூல்கள், திறவுகோல்கள்) சேகரிப்பது உண்டா?

20. உங்கள் குழந்தை சில விஷயங்களை ஒரே ஒழுங்கு முறைப்படி செய்யவேண்டும் என்று அடம்பிடிக்கிறதா (உ–ம். உணவை ஒரே மதிரியாகப் பரிமாற வேண்டும், ஒரே பாதை வழியால் பள்ளிக்குப் போக வேண்டும், இரவு படுக்கைக்குப் போகு முன் சில வழக்கங்களைக் கடைப்பிடிக்க வேண்டும்)?

21. உங்கள் குழந்தை பின்வரும் செயல்களில் அடிக்கடி ஈடுபடுவது உண்டா: கைகளைச் சிறகடிப்பது போல அசைப்பது, உடலை முன்னும் பின்னும் அசைத்தாடுவது, ஒரே இடத்தில் சுற்றிச் சுற்றி ஓடுவது?

22. உங்கள் குழந்தைக்குச் சில வகையான இயக்கங்களில் / அசைவுகளில் மிதமிஞ்சிய ஆர்வம் உண்டா (உ–ம். பம்பரம் போன்ற விளையாட்டுப் பொருள்களைச் சுற்றிச் சுழல்வது, கதவைத் திறந்து மூடுவது, மின்விசிறி சுற்றுவதைத் தன்னை மறந்து பார்ப்பது, குடிநீர்க் குழாயில் இருந்து நீர் வருவதைப் பார்த்துக்கொண்டிருப்பது, மின் விசையை மேலும் கீழும் அசைப்பது?)

23. உங்கள் குழந்தை ஒரு முழு விளையாட்டுப் பொருளோடு விளையாடாமல் அதன் ஒரு பாகத்தை மட்டும் வைத்து விளையாடுவது உண்டா?

இயல் 13

சிகிச்சை முறைகள்:
பல்துறை அணுகுமுறை

ஆட்டிசத்தால் பாதிக்கப்பட்ட குழந்தைகளுக்குப் பல வகையான சிகிச்சைகளும் பயிற்சிகளும் தேவை. இவற்றுள் பேச்சுப் பயிற்சி, கல்வி, புலனுணர்வு ஒருமைப்பாட்டுப் பயிற்சி, வாழ்வியல் திறன்களைக் கற்றுக் கொடுத்தல் ஆகியவை முக்கியமானவை. எனவே, பற்பல தொழில்சார் வல்லுநர்களில் பங்களிப்பு தேவைப்படும்.

ஆட்டிசத்தில் சிகிச்சை பற்றிப் பேசுவது முறை இல்லை. குணப்படுத்துவது பற்றிப் பேச அது ஒரு நோயுமல்ல. ஆட்டிசத்தில் காணப்படும் பற்பல குறைபாடுகளையும் கண்டறிந்து அவற்றைச் சீரமைக்க (குணமாக்க அல்ல என்பதைக் கவனிக்கவும்) உரிய நடவடிக்கைகள் மேற்கொள்வதால் மட்டுமே ஆட்டிசத்தின் பாதிப்பைக் குறைக்க முடியும். எனவே, சிகிச்சைகள் என்பதைவிடப் பயிற்சிகள் என்று கூறுவதே பொருத்தமாக இருக்கும். ஒரு குழந்தைக்கு உள்ளது ஆட்டிசம் என்று பெயரிடுவது மட்டும் போதாது. ஆட்டிசம் என்பது ஒரு முத்திரை மட்டுமே. அதன் தன்மையும் அதனால் ஏற்படும் பாதிப்பு குழந்தைக்குக் குழந்தை வேறுபடும் என்று முன்னர் கூறினோம். எனவே, குழந்தையை மையப் படுத்திச் செய்யப்படும் ஒரு மதிப்பீடு பின்வரும் கேள்விகளுக்குப் பதிலளிப்பதாக அமைய வேண்டும்:

* இந்தக் குழந்தைக்கு ஆட்டிசத்தின் எந்தெந்தக் கூறுகள் உள்ளன? ஆட்டிசத்தின் மூவகைக் குறைபாடுகளில் எவை பாதிக்கப்பட்டுள்ளன? எந்தளவுக்கு?

- இந்தக் குழந்தைக்கு உள்ள ஆட்டிசம் கடுமையானதா, சராசரி அளவானதா அல்லது சுமாரானதா?
- இந்தக் குழந்தைக்கு ஆட்டிசத்தோடு இணைந்து வரும் வேறு கோளாறுகள் எதுவும் உள்ளனவா?
- இந்தக் குழந்தைக்கு என்னென்ன அன்றாட வாழ்வியல் திறமைகள் குறைவாக உள்ளன? அவற்றைக் கற்றுக் கொடுப்பது எவ்வாறு?
- இந்தக் குழந்தையின் தனித் திறமைகள் என்ன? அவற்றை எவ்வாறு வளர்த்தெடுப்பது?

இதிலிருந்து ஆட்டிசத்தால் பாதிக்கப்பட்ட குழந்தைகளுக்குப் பல தேவைகள் உள்ளன என்பது புலனாகும். இதை இந்த நூலில் விரிவாக ஆராய்வது சாத்தியமில்லை. இவர்களைப் பராமரிப்பதில் உள்ள அடிப்படைக் கருத்துகள் மட்டுமே இங்கே கொடுக்கப்பட்டுள்ளன. இவற்றுள் கல்வி, நடத்தை சீராக்கம் ஆகிய இரண்டையும் நூலின் இரண்டாம் பாகத்தில் பார்ப்போம். இந்த இயலில் ஆட்டிசம் உள்ள குழந்தைகளின் பிற தேவைகளை எவ்வாறு பூர்த்திசெய்வது என்பது பற்றிச் சுருக்கமாக ஆராய்வோம்.

புதிய திறன்களைக் கற்பிப்பது

கடும் ஆட்டிசம் உள்ள குழந்தைகளுக்கு அறிதிறன் குறைபாடு உள்ளதால் அன்றாட வாழ்வியல் திறன்களான பல் தேய்த்தல், குளித்தல், உண்ணல், உடுத்தல், தன் தேவைகளை உணர்த்துவது போன்ற அடிப்படைத் திறன்களைக் கற்றுக்கொடுப்பது அவசியம். உண்ணல், உறக்கம், மலசலம் கழித்தல், ஆரோக்கியம் பேணல் ஆகிய அன்றாடப் பழக்கவழக்கங்களை ஒழுங்குபடுத்தப் பயிற்சி தேவைப்படும். கண் பார்த்துப் பேசுவது, மற்றவர்கள் முன்னிலையில் எவ்வாறு நடந்துகொள்வது என்பதையும் சுமாரான ஆட்டிசம் உள்ளவர்களுக்குக்கூட சொல்லிக்கொடுக்க வேண்டி வரும்.

பேச்சு மற்றும் மொழிப் பயிற்சி

ஆட்டிசம் உள்ள குழந்தைகளுக்குப் பேச்சு மற்றும் மொழிச் சிகிச்சை மிகவும் அவசியமான ஒன்று. குறிப்பிட்ட ஒரு குழந்தையின் மொழி வளர்ச்சிக்கு ஏற்றவாறு பேச்சுச் சிகிச்சை அளிக்கப்படும். பேச்சே இல்லாத குழந்தைக்கு சைகை மொழி கற்பிப்பது முதல் ஓரளவு பேச்சு உள்ளவர்களுக்குப் படிப்படியாகப் பேசக் கற்றுக்கொடுப்பது வரை பேச்சுப் பயிற்சியாளர் முறையாகக் கற்பிப்பார். இவரின் வழிகாட்டலின்படி சமூகக் கலந்துரையாடல்

திறன்களைக் கற்றுக்கொடுக்க வேண்டும். சுமாரான ஆட்டிசம் உள்ளவர்களுக்கு மற்றவர்கள் மனதைப் புரிந்துகொள்ளக் கதைகள் வழியாகவும் வரைபடங்கள் வழியாகவும் சொல்லிக் கொடுப்பவரும் இவரே. இவர்களின் பங்கைக் குறைத்து மதிப்பிடக் கூடாது.

தொடர் செயல்களையும் மிதமிஞ்சிய ஈடுபாட்டையும் குறைப்பது

ஆட்டிசத்தில் காணப்படும் தொடர் செய்கைளையும் ஒரு குறிப்பிட்ட பொருள் மீது உள்ள ஈடுபாட்டையும் முற்றாக ஒழிப்பது சாத்தியம் இல்லை. இம்மாதிரியான பழக்கங்கள் சாதாரண வாழ்க்கையைப் பாதிக்காதவரை அவற்றைப் பொருட் படுத்தாமல் விட்டுவிடுவதே நல்லது. உதாரணமாக, குறிப்பிட்ட ஓரிரு உணவுகளை மட்டுமே சாப்பிடும் பழக்கம் உள்ள ஒரு குழந்தையை (அது உடல் நலத்தைப் பாதிக்காதவரை) வற்புறுத்திச் சாப்பிட வைப்பது பயனளிக்காது. நாளடைவில் அவர்கள் தம் பழக்கத்தை மாற்றிக்கொள்வார்கள். மெல்ல மெல்ல சில உணவுகளைக் கொடுத்துப் பார்க்கலாம். வற்புறுத்தக் கூடாது. ஆட்டிசம் உள்ள இளைஞர்கள் சக வயதினர் முன்னிலையில் சாப்பிட நேரும்போது, குறிப்பாக இளம் பெண்கள் இருக்கும் சூழ்நிலையில், அதை வெளியில் காட்ட நாணி தம் பழக்கத்தை மாற்றிக்கொள்வது உண்டு. இதில் பெற்றோரின் வற்புறுத்துதலை விட இணையாள் அழுத்தம் அத்தனை ஆற்றல் வாய்ந்தது! பெற்றோர்களுக்குத் தொல்லையாக இருக்கும் பிற தொடர் செய்கைகளை நேரடியாக எதிர்கொள்வதைவிடப் படிப்படியாக மாற்ற நடவடிக்கைகள் எடுப்பதே பலன் தரும்.

வாழ்வியல் சமூகத் திறன்களை மேம்படுத்துவது

வயது போகப்போக அன்றாட வாழ்கைக்குத் தேவையான சாதாரண சமூகத் திறன்களைக் கற்றுக்கொள்ள வேண்டிய நிலை ஏற்படும். அன்றாட நடவடிக்கைகளில் மற்றவர்களுடன் உரையாட நேரிடும்போது மிதமான ஆட்டிசம் உள்ளவர்கள் கூட அதற்குத் தேவையான சமூகத்திறன் அற்றமையினால் சங்கடப்படுவார்கள். இம்மாதிரியான வாழ்வியல் திறன்களை இவர்களால் தானாகக் கற்றுக்கொள்ள முடிவது இல்லை. எனவே இவற்றைக் கற்றுக்கொடுக்க வேண்டிவரும். மற்றவர்களோடு ஊடாடும்போது அவர்கள் மனதில் உள்ள எண்ணங்களை விளங்கிக்கொள்ளும் ஆற்றலை வளர்த்துக்கொள்ளவும் கற்றுக் கொடுக்க வேண்டும். இதை ஒரு பேச்சுப் பயிற்சியாளர் அல்லது ஒரு தொழில் சிகிச்சையாளர் மேற்கொள்ள வேண்டும்.

புலனுணர்வு ஒருமைப்படுத்தும் பயிற்சி:
(sensory integration)

ஆட்டிசம் உள்ள சில குழந்தைகளுக்குப் புலனுணர்வு மாறுபாடுகள் உள்ளமை பற்றி இயல் 8இல் கூறினோம். இதை மதிப்பீடு செய்யவும் சீராக்கவும் ஒரு தொழில்வழி சிகிச்சையாளரின் *(occupational therapist)* பங்களிப்பு தேவை. புலனுணர்வுகளை ஒருமைப்படுத்தப் பல பயிற்சிகள் உள்ளன. தொடு உணர்வு, உடல் அசைவுகளின் சமநிலை போன்ற உணர்வுநிலைகளை ஒன்றிணைத்துச் சீர்செய்யும் வகையில் சிகிச்சை அளிக்கப்படும். ஆசிரியர்களுக்கும் பெற்றோர் களுக்கும் இது பற்றி ஆலோசனைகளை அவர் வழங்குவார். குறிப்பாக, ஆட்டிசம் உள்ள குழந்தைகளில் காணப்படும் புலனுணர்வு சுமையைச் சமாளிக்க இவர்களின் அறிவுரை தேவைப்படும். ஆட்டிசத்தோடு ஒன்றிவரும் உடல் இயக்கக் கோளாறுகளையும் சீர்படுத்துபவர்களும் தொழில்வழி சிகிச்சையாளர்களே.

மேலே கூறப்பட்ட தேவைகளை அனைத்தையும் நிறைவேற்றப் பற்பல தொழில்சார் வல்லுநர்களில் பங்களிப்பு தேவைப்படும் என்பது சொல்லாமலே விளங்கும் (பாகம் 2, வரைபடம் 2.5, பக். 152). இம்மாதிரியான வல்லுநர்கள் நம் நாட்டில் குறைவாகவே உள்ளனர். வளர்ச்சியடைந்த நாடுகளில் இவர்கள் பல்புலமைக் குழுக்களாக *(multidisciplinary teams)* இயங்குகிறார்கள். இவர்களில் ஒருவர் ஒருங்கிணைப்பாளராகச் செயல்படுவார். இந்தியாவில் இம்மாதிரியான சுகாதார நிலையங்கள் அரிதாகவே உள்ளன. வேலூர் கிறிஸ்துவ மருத்துவ கல்லூரியிலும், பங்களூரில் உள்ள நரம்பு தேசிய மனநல மற்றும் நரம்பியல் நிறுவனத்திலும் *(NIMHANS)* சிறப்பு ஆட்டிச மையங்கள் உள்ளன.

நடைமுறையில் நமது நட்டில் ஒரு சில வல்லுநர்கள் மட்டுமே குழந்தையின் பராமரிப்பில் பங்கெடுப்பார்கள். கூடியவரை குழந்தைநல மருத்துவர்கள், குழந்தை மனநல மருத்துவர்கள், சிறப்பு ஆசிரியர்கள், பிற வல்லுநர்கள் ஆகியோரின் சிறப்புத் திறன்களைப் பெற்றோர்கள் தமக்கு இசைவான வழியில் பயன்படுத்திக்கொள்ள வேண்டும். இந்த இயல் முற்றுப்பெறு முன் ஆராய்ச்சி செய்யப்பட்ட சில 'சிகிச்சைப் பொதிகள்' பற்றிக் குறிப்பிட வேண்டும். இவை நம் நாடுகளில் அரிதாகவே பயன்படுத்தப்படுகின்றன. இவற்றில் பயிற்சி பெற்றவர்கள் மட்டுமே இம்முறைகளைப் பயன்படுத்தலாம்.

பயன்முறை நடத்தைப் பகுப்பாய்வு
(Applied Behaviour Analysis; ABA):

இதில் பாதிக்கப்பட்ட குழந்தையின் பேச்சு, விளையாட்டு, சமூகத் திறன்கள், தன்னுதவித் திறன்கள் போன்றவற்றை மேம்படுத்த

சில உளவியல் உத்திகள் கையாளப்படுகின்றன. கற்றுக்கொடுக்க வேண்டிய நடத்தையைக் கூறுகளாகப் பிரித்து ஒவ்வொரு கூறும் படிப்படியாகக் கற்றுக்கொடுக்கப்படும். பொருத்தமான நடத்தையைப் போற்றுவதன் மூலம் அதை வலுப்படுத்தி, பின் குறிப்புகளால் உணர்த்தி ஏற்புடைய சமூகப் பழக்கவழக்கங்களை உருவாக்குவதே இந்தப் பயிற்சி முறையின் குறிக்கோள். இந்த முறையைப் பயன்படுத்திக் கடுமையான மற்றும் மிதமான ஆட்டிசம் உள்ள குழந்தைகளில் கணிசமான முன்னேற்றத்தை உண்டாக்கலாம் என்பதற்கு வலுவான ஆராய்ச்சிச் சான்றுகள் உள்ளன[20]. ஆனாலும் இது ஒரு தீவிர சிகிச்சை முறையாகும். ஒவ்வொரு நாளும் பல மணித்தியாலங்கள் சிகிச்சை தேவைப்படும். வீட்டிலும் அதே முறையைக் கடைப்பிடிக்கப் பெற்றோர்கள் வேண்டப்படுவார்கள். இதேபோல, மொழிசார்ந்த நடத்தைப் பகுப்பாய்வு (Verbal Behaviour Analysis; VBA) என்ற முறை கடுமையான ஆட்டிசம் உள்ளவர்களுக்குப் பேசக் கற்றுக்கொடுக்கப் பயனுள்ளது என்று எடுத்துக் காட்டப்பட்டுள்ளது[21].

படக்காட்சி தகவல் பரிமாற்ற முறை
(Picture Exchange Communication System)

இதில் பேச்சுத்திறன் குன்றிய குழந்தைகளுக்கு உரையாடலையும் பொருத்தமான பேச்சையும் கற்றுக்கொடுக்க வண்ணப் படங்கள் பயன்படுத்தப்படுகின்றன. படத்தில் உள்ள காட்சியைச் சொற்களால் பெயரிட்டுக் கூறவும், பின் கருத்துப் படங்கள் வழியாகக் காட்சியை விவரிக்கவும் கற்றுக்கொடுக்கப்படுகிறது. சரியான பதில்வினைகள் வலுவூட்டப்படுகின்றன.

முடிவாக, கடுமையான ஆட்டிசத்துக்கான பயிற்சி முறைகள் சுலபமானவை அல்ல, அவற்றை நீண்ட காலம் தொடர வேண்டும். ஆட்டிசத்துக்கு மருந்துகள் இல்லை. அவ்வப்போது ஏதோ ஒரு அதிசய மருந்து அல்லது சிகிச்சை முறை கண்டு பிடிக்கப்பட்டுவிட்டதாக நாளேடுகளில் அதிரடிச் செய்திகள் வெளியாவதுண்டு. அதேபோல, "ஆட்டிசத்தைக் குணமாக்க ஒட்டகப் பால் உகந்தது" என்று தம் 'கண்டுபிடிப்புகளை'ச் சிலர் பிரகடனப்படுத்துவதும் உண்டு! ஆட்டிசப் பயிற்சி நிலையங்கள் என்ற பெயரில் செயல்படும் வழிப்பறிக் கொள்ளைக்காரர்களும் உண்டு. சிகிச்சை முறைகளைத் தேர்ந்தெடுப்பதில் பெற்றோர்கள் விழிப்புடன் செயல்பட வேண்டும். ஆட்டிசம் உள்ள குழந்தைகளுக்குத் தேவையான சகல சேவைகளையும் பல்துறை அணுகுமுறையின் அடிப்படைப்படி அரசு ஆரம்ப சுகாதார நிலையங்களில் வழங்க முன்வந்தால் ஆட்டிசம் உள்ள குழந்தைகளின் பெற்றோர்கள் சேவைகளைத் தேடி அலைய வேண்டி இருக்காது, இந்தக் குழந்தைகளும் பெரும் பயனடைவார்கள்.

இயல் 14

ஆட்டிசத்தை அடையாளம் காண்பதில் ஆசிரியர்களின் பங்கு

ஆட்டிசத்தின் குணாம்சங்களான தனிமை நாடுதல் போன்ற குறைபாடுகள் பள்ளிக்கூடத்தில்தான் வெளிப்படும். தன் வகுப்பிலுள்ள ஒரு குழந்தைக்கு ஆட்டிசத்தின் அறிகுறிகள் உள்ளன என்ற சந்தேகம் எழுமானால் ஆசிரியர் அந்தக் குழந்தையின் நடத்தையைக் கூர்ந்து நோக்குவது அவசியம்.

ஆட்டிசம் உள்ள குழந்தைகளை அடையாளம் காண்பதிலும் பராமரிப்பதில் ஆசிரியர்களுக்கு ஒரு முக்கியப் பங்குண்டு. நடைமுறையில் எல்லாத் தொழில்சார் வல்லுநர்களையும் விட ஆசிரியர்களே ஆட்டிசம் உள்ள குழந்தைகளை அடையாளம் காணவும் கற்பிக்கவும் பயிற்றுவிக்கவும் அவர்கள் நடத்தையைத் திருத்துவதிலும் முதல்நிலை வகிக்கிறார்கள். எல்லா வல்லுநர்களையும் ஒருங்கிணைத்துச் செயலாற்றுவதும் ஆசிரியர்களே. ஆட்டிசம் உள்ள குழந்தைகளைப் பராமரிப்பதிலும் வழி நடத்துவதிலும் இவர்களின் வகிபாகம் அதி முக்கியமானது.

பள்ளிக்கூடத்தில் ஆட்டிசத்தைக் கண்டறிதல்

சுமாரான ஆட்டிசம் உள்ளவர்கள் அடையாளம் காண்பது குறைவு என்று முன்னர் கூறினோம். அதேபோல மிதமான ஆட்டிசமும் கடுமையான ஆட்டிசமும் அறிவுத்திறன் குறைபாடாகச் சில வேளைகளில் இனம்காணப்படுகிறது என்றும்

கூறினோம். ஆசிரியர்கள் ஆட்டிசத்தை அடையாளம் காண எவ்வாறு உதவலாம் என்பதை அடுத்து நோக்குவோம்.

பள்ளிப் பருவத்தில் ஆட்டிசத்தைக் கண்டுபிடிப்பதில் ஆசிரியர்கள் பெரும் பங்காற்ற முடியும். குழந்தைகள் தங்கள் நேரத்தில் கணிசமான ஒரு பகுதியை பள்ளிக்கூடத்தில் செலவிடு கிறார்கள். எனவே சாதாரணமாகவே ஆசிரியர்களுக்குக் குழந்தை களின் வளர்ச்சிக்கேற்ற நடத்தை, கற்றல் ஆகியவை பற்றி அறிந்து கொள்ள முடிகிறது. அவர்கள் தம் பணிகாலத்தில் நூற்றுக் கணக்கான குழந்தைகள் பற்றி அறிந்துகொள்கிறார்கள். இந்த அனுபவத்தின் அடிப்படையில் ஒரு குழந்தையின் நடத்தையிலும் போக்கிலும் வித்தியாசங்கள் காணப்படும்போது அதைக் கண்டுபிடிப்பதிலும் அதைப் பெற்றோர்களுக்குத் தெரிவிப்பதிலும் அவர்கள் ஒரு முக்கியப் பங்குவகிக்கிறார்கள். குறிப்பாக, சுமாரான ஆட்டிசத்தின் அறிகுறிகள் தென்படும்போது அதைப் பெற்றோர்களுக்குக் கோடிட்டுக் காட்டுவது ஆசிரியர்களே. ஆட்டிசத்தின் குணாம்சங்களான தனிமை நாடுதல், தம் வயதை ஒத்த குழந்தைகளுடன் பழகுவதில் உள்ள சிரமங்கள் போன்ற குறைபாடுகள் பள்ளிக்கூடத்தில்தான் வெளிப்படுகின்றன. எனவே, ஆட்டிசம் பற்றிய விழிப்புணர்வு எல்லா ஆசிரியர்களுக்குத் தேவை. இப்போது இது பற்றி ஆசிரியர்களுக்குப் பயிற்சி அளிக்கப் பட்டு வருகிறது[22].

தனது வகுப்பிலுள்ள ஒரு குழந்தைக்கு ஆட்டிசத்தின் அறிகுறிகள் உள்ளன என்ற சந்தேகம் எழுமானால் ஆசிரியர் அந்தக் குழந்தையின் நடத்தையைக் கூர்ந்து நோக்குவது அவசியம். அந்தக் குழந்தையின் நடத்தையை வெவ்வேறு சந்தர்ப்பச் சூழ்நிலைகளில் உற்றுநோக்க வேண்டும். வகுப்பிலும், வகுப்புக்கு வெளியேயும், தனியாக இருக்கும்போதும் மற்ற குழந்தைகளுடன் பழகும்போதும், விளையாடும்போதும் அந்தக் குழந்தை எவ்வாறு நடந்துகொள்கிறது என்று நோக்கிக் குறித்துக்கொள்வது பயனுள்ளதாக இருக்கும். தேவை ஏற்படும்போது இதைப் பெற்றோர்களுடனும் மருத்துவருடனும் பகிர்ந்துகொள்ளலாம். ஆட்டிசத்தில் பல வகையான அறிகுறிகள் கணப்படுவதால் குழந்தைகளை முறைப்படி அவதானிக்கக் கீழ் காணப்படும் கூர்நோக்குப் பட்டியல் பயனுள்ளதாக இருக்கும்.

ஆசிரியர்களுக்கான கூர் நோக்குப் பட்டியல்

கீழ்க்காணும் கேள்விப் பட்டியல் ஒரு குழந்தையின் ஊடாடல் திறன்களையும் தொடர்புகொள்ளல் திறன்களையும் குறித்துக் கொள்ளப் பயனுள்ளதாக இருக்கும். ஒவ்வொரு திறனையும்

'உண்டு' / 'இல்லை' என்று குறிப்பிடவும். முடிந்த வரை உதாரணங்களும் மேலதிகக் குறிப்புகளும் தரவும்.

ஊடாடல், தொடர்புகொள்ளல் மற்றும் சமூகத் திறன்கள் உற்றுநோக்கல் படிவம் (ஆசிரியர்களுக்கு)

ஊடாடல் திறன்கள் *(interactional skills)*

1. பொருத்தமான அளவு கண்ணோடு கண் நோக்கல்.
2. பேச்சுக்கு ஏற்ற ஒலி அழுத்தம்.
3. சந்தர்ப்பத்துக்கு ஏற்ற முகபாவங்கள்.
4. உரையாடல் திறன்கள் (உரையாடலை ஆரம்பித்தல், மற்றவரைப் பேசவிட்டுத் தான் பேசுதல், மற்றவர் கூறுவதைக் காது கொடுத்துக் கேட்டல், எடுத்துக்கொண்ட பொருள் பற்றி மட்டும் பேசுதல்).

சமூக நடத்தை *(social behaviour)*

5. மற்ற குழந்தைகளுடன் கூடி விளையாடுவதில் ஆர்வ மின்மை.
6. குறைவான நட்புப் பேணும் திறன்கள், நண்பர்கள் இல்லாமை.
7. தனிமை விரும்புதல்.
8. தன் வயதை ஒத்தவர்களை (இணைநிலையினரை) விட வயது குறைந்தவர்களோடு பழக விருப்பம்.
9. வழக்கமான பள்ளிக்கூட நடைமுறைகளில் மாற்றங்கள் ஏற்படும்போது தடுமாற்றம் அல்லது பதற்றம்.
10. சில பொருட்கள் மீது / விஷயங்களில் அளவற்ற ஆர்வம்.

பேச்சு / மொழித் திறன்கள்

11. தான் கேட்ட சொற்களைப் பொருளற்ற விதத்தில் திரும்பத் திரும்பக் கூறுவது.
12. கேள்விகளுக்கு விடை தெரிந்தும் பதில் சொல்வதில் சிரமங்கள்.
13. ஒரு பொருளை அல்லது சம்பவத்தை விவரிப்பதில் சிரமங்கள்.

14. ஒரு விஷயத்தை வரிசைக் கிரமமாகக் கூறுவதில் சிரமங்கள்.

15. ஆசிரியர் / ஆசிரியை கூறுவதைத் தவறாகப் புரிந்து கொள்வது.

16. ஆசிரியரின் எண்ணங்கள், நோக்கங்கள் ஆகியவற்றை அறிந்துகொள்வதில் சங்கடங்கள்.

17. மறைமுகமான பேச்சைப் புரிந்துகொள்ள இயலாமை.

18. உருவகங்கள், பழமொழிகள், சிலேடை, நகைச்சுவைப் பேச்சு ஆகியவற்றைப் புரிந்துகொள்வதில் சிரமங்கள்.

19. ஆசிரியரினதும் மற்ற மாணவர்களினதும் உணர்ச்சிகளைப் புரிந்துகொள்ள இயலாமை.

20. தன் மனஉணர்ச்சிகளைப் பிரதிபலிக்காத முகபாவம்.

இயல் 15

ஆசிரியர்களின் பங்கு: ஆட்டிசம் உள்ளவர்களுக்குக் கற்பித்தல்

ஆட்டிசம் உள்ளவகளின் கற்கும் பாணி வித்தியாசமானது. பார்வைப் புலன் வாயிலாகக் கற்பது இவர்களில் சிறப்புத் திறன்களில் ஒன்று. ஆனால், அருபக் கருத்துகளைப் புரிந்துகொள்ள சிரமப்படுவார்கள், ஒரு சந்தர்ப்பத்தில் கற்றதை இன்னொரு சூழலில் பயன்படுத்தத் தவறி விடுவார்கள்

பள்ளிக்கூடங்கள் பாடங்களைச் சொல்லிக் கொடுப்பதில் மட்டுமல்லாது குழந்தைகளின் மனப்பான்மை, விழுமியங்கள், ஒழுக்கம் ஆகியவற்றை வளர்த்தெடுப்பதில் பெரும் பங்காற்றுகின்றன. மற்ற மாணவர்களுடனும் ஆசிரியர்களுடனும் உரிய முறையில் பழகப் பயிற்றுவிப்பதிலும், சமூகத் திறன்களை வளர்த்தெடுப்பதிலும் பள்ளிக்கூடங் களின் பங்கு முக்கியமானது. இவை முறைப்படியாக கற்றுக்கொடுக்கப்படுவது இல்லை. ஆயினும் இம்மாதிரியான வளர்ச்சிக்குக் கல்விச் சூழல் முக்கியமானது. இங்கே கல்வி என்ற சொல் அதன் விரிந்த பொருளில் பயன்படுத்தப்படுகிறது என்பதைக் கவனிக்கவும். ஆட்டிசம் உள்ள குழந்தைகளின் தேவைகளைப் பூர்த்திசெய்வதில் அச்சாணியாக விளங்குவது கல்வித்தளங்களே.

மற்ற குழந்தைகளைவிட ஆட்டிசம் உள்ள குழந்தைகளுக்கு அவர்களின் பள்ளிக்கூட அனுபவம்

முக்கியமாக அமைகிறது. கடும் ஆட்டிசம் உள்ள குழந்தைகள் கூடப் பாலர் வகுப்புகளில் கூடி விளையாடக் கற்றுக்கொள்ள ஆரம்பிக்கிறார்கள். சுமாரான ஆட்டிசம் உள்ளவர்கள் சமூக நடைமுறைகளையும் கட்டுப்பாட்டையும் உள்வாங்கிக்கொள் வதும் பள்ளிக்கூடங்களில் தான்.

ஆட்டிசம் உள்ள குழந்தைகளுக்கு, ஆட்டிசத்தின் கடுமையை யும் பிற காரணிகளையும் பொருத்துக் கல்வித் தேவைகள் வேறுபடும். கடும் பேச்சுக் குறைபாடு உள்ள ஒரு 5 வயதுக் குழந்தைக்குத் தேவைப்படும் கல்வி முறைக்கும் சுமாரான ஆட்டிசம் உள்ள ஒரு வளரிளம் பையனுக்குத் தேவைப்படும் கல்வி முறைக்கும் மாபெரும் வித்தியாசம் உண்டு. அதேபோல, அடிக்கடி மூர்க்கத்தனமாக நடந்துகொள்ளும் ஒரு 10 வயது பையனுக்கும் அதே அளவு ஆட்டிசம் உள்ள, ஆனால் நல்லொழுக்கம் கொண்ட, இன்னொரு 10 வயதுப் பையனுக்கும் வெவ்வேறு விதமான கல்விச் சூழல் தேவைப்படும்.

ஆசிரியர்களுக்குச் சில உதவிக் குறிப்புகள்

இனி, சாதாரணப் பள்ளி ஆசிரியர்கள் சுமாரான அல்லது வகைமாதிரியான அளவு ஆட்டிசம் உள்ள குழந்தைகளுக்கும் வளரிளம் பருவத்தினருக்கும் கற்றுக்கொடுப்பது பற்றிச் சில ஆலோசனைகள்:

ஆட்டிசம் உள்ளவர்களின் கற்கும் பாணி வித்தியாசமானது. இதை ஆசிரியர்கள் புரிந்துகொள்வது முக்கியம். ஆட்டிசம் உள்ள தனியொரு மாணவனின் குறைநிறைகளை அறிந்து கற்பிப்பது பயன் தருவதாக அமையும். ஆட்டிசம் உள்ளவர்களுக்குப் பல கற்றல் திறன்கள் உள்ளன. ஆனால் சில பலவீனங்களும் உள்ளன. ஆட்டிசத்தின் கடுமைக்கு ஏற்ப கீழ்க்காணும் உதவிக்குறிப்புகளைப் பயன்படுத்தவும்:

- பார்வைப் புலன் வாயிலாகக் கற்பது இவர்களின் சிறப்புத் திறன்களில் ஒன்று. வெறும் வார்த்தைகளால் கூறுவதை விடச் சித்திரங்கள், வரைபடங்கள், காட்சிப் படங்கள் வழியாகக் கற்பிப்பது பயன் தரும். எனவே, படங்கள், கேலிச் சித்திரங்கள், அட்டவணைகள், காணொளிகள் போன்ற காட்சி ஊடகங்கள் வழியாகக் கற்பிப்பது பயனுள்ளதாகும். வாய்ச்சொல் வழியாக, அதுவும் விரிவுரை வடிவத்தில் கூறுவதைப் புரிந்துகொள்ள இவர்கள் சிரமப்படுவார்கள்.
- பொதுவாக, வகைமாதிரியான அல்லது சுமாரான ஆட்டிசம் உள்ளவர்கள் நினைவாற்றல் மிகுந்தவர்களாக இருப்பார்கள். எனவே, ஒரு முறை கற்றுக்கொண்டால் அதை

ஞாபகத்தில் வைத்துக்கொள்வதில் மற்ற மாணவர்களை விட வல்லவர்களாக இருப்பார்கள். மனனம் செய்வதில் சிலருக்கு அபாரமான திறமை இருக்கலாம்.

- ஒரு பொருளைப் பற்றி பாடம் எடுக்கும்போது அதில் உள்ள நுணுக்கங்களைத் தூண்டித் துருவிக் கண்டுபிடிப்பதில் திறமைசாலிகளாக இருப்பார்கள். ஆனால், இதுவே அவர்களின் பலவீனமாகவும் அமையலாம். பாடத்தின் மையப் பொருளைக் கவனியாது அதன் நுணுக்கங்களால் ஈர்க்கப்படலாம் (பார்க்க இயல் 17). ஒரு விஷயத்தைக் கற்கும்போது அதன் பொதுப்படையான கருத்தை விளங்கிக் கொள்ளச் சிரமப்படுவார்கள். எனவே ஆசிரியர்கள் இதில் கூடுதல் கவனம் செலுத்த வேண்டும்.

- செயல்வழிக் கற்றல் (activity based learning) இவர்களுக்கு ஏற்றதாக இருக்கும். மொழி வாயிலாகக் கூறுவதைவிட செய்து காட்டுவதும், செயல் மூலம் கற்றுக்கொள்வதும் இவர்களுக்கு இலகுவாக இருக்கும்.

- மற்றவர்களுடன் கூட்டாக செயல்படும்போதும் கூடிக் கற்கும்போதும் பிரச்சினைகள் ஏற்பட இடமுண்டு. உதாரணமாக, வேதியல் மற்றும் இயற்பியல் செய்முறை வகுப்புகளில் மற்றவர்களுடன் கூட்டாகச் செயல்படுவதில் பிரச்சினைகள் எழக்கூடும். இம்மாதிரியான சந்தர்ப்பங்களில் ஆசிரியர் இவர்களை மேற்பார்வை செய்ய வேண்டும். கூடியவரை ஆசிரியர் அருகே இருத்திக்கொள்வது நல்லது.

- ஆட்டிசம் உள்ளவர்கள் அரூபக் கருத்துகளைப் புரிந்து கொள்ள (abstract thinking) சிரமப்படுவார்கள். எண்ணக் கருக்கள், கோட்பாடுகள், கருப்பொருள்கள் ஆகிய வற்றை விளங்கிக்கொள்வதில் மற்றவர்களைவிட பின்தங்கி இருப்பார்கள். இவர்கள் தூலச் சிந்தனைப் பாணி கொண்டவர்கள் (concrete thinkers). எதையும் தூல வடிவில் முன்வைக்கும்போது அதை இலகுவாகப் புரிந்து கொள்வார்கள். எனவே, கற்றுக்கொடுக்கும் பொருளைச் சித்திரங்களையும் உதாரணங்களையும் கொண்டு விளக்குவது அவசியம். காட்டாக, மனிதன் குரங்கிலிருந்து பரிணமித்தான் என்ற படிமலர்ச்சிக் கோட்பாட்டை விளக்க பாடம் நடத்தும்போது அதை விரிவுரையாகக் கூறுவதைவிட மனிதனின் பரிணாம வளர்ச்சியைப் படங்கள் மூலம் விளக்கிக் காட்டினால் அதை எளிதில் புரிந்துகொள்வார்கள்.

- ஆட்டிச பாதிப்பு உள்ளவர்களிடையே கற்றதைப் பொதுமைப்படுத்துவதில் (generalisation of learning) குறைபாடுகள் காணப்படுவதுண்டு. அதாவது, ஒரு சந்தர்ப்பத்தில் கற்றதை இன்னொரு சூழலில் பயன்படுத்தத் தவறிவிடுவார்கள். உதாரணமாக, எட்டையும் ஒன்பதையும் பெருக்கினால் 72 வரும் என்பதை எண்களைக் கொண்டு கற்ற ஒரு மாணவன் அதே கணக்கு, "ஒரு மாணவனுக்கு 8 புத்தகங்கள் என்ற விகிதம் 9 பேருக்கு எத்தனைப் புத்தகங்கள் தேவை?" என்று வசன வடிவில் வரும்போது அதைக் கணிக்கச் சிரமப்படலாம். இதேபோல, கடும் ஆட்டிசம் உள்ள ஒரு குழந்தை தன் வீட்டில் உடுத்தக் கற்றுக்கொண்ட பின் பள்ளிக்கூடத்தில் உடுத்த வேண்டி வரும்போது செய்வதறியாது தடுமாறலாம்.

- ஒரு விஷயத்தை வேறொரு கோணத்தில் இருந்து பார்க்க இவர்கள் சிரமப்படுவார்கள். இதனால் "தான் பிடித்த முயலுக்கு மூன்று கால்கள்" என்று பிடிவாதம் பிடிப்பார்கள். இதை ஆசிரியர்கள் தன்னை எதிர்த்துப் பேசுவதாகத் தவறாகப் புரிந்துகொள்வதுண்டு.

- ஆட்டிசம் உள்ள மாணவர்கள் எப்போதும் நாணயமாக நடந்துகொள்வது உண்டு. இவர்கள் பொய் கூறுவது குறைவு. பொய் சொல்லத் தெரியாததனால் மற்ற மாணவர்கள் தாம் செய்யும் தவறுகளை இவர்கள் தலையில் சுமத்தி விடுவது உண்டு.

ஆட்டிசம் உள்ள குழந்தைகளின் குறைபாடுகளைக் கருத்தில் கொண்டு ஆசிரியர்களும் பள்ளிக்கூடங்களும் அவர்களுக்குப் பொருத்தமான பள்ளிச் சூழலை உருவாக்க முன்வர வேண்டும். எனவே,

- கற்பிப்பதை எளிமையாகவும் நேரடியாகவும் எடுத்துக் கூற வேண்டும். நீண்ட வசனங்கள், சிக்கலான விளக்கங்கள் ஆகியவற்றைத் தவிர்க்கவும்.

- ஆட்டிசம் உள்ளவர்கள் ஒரு வழக்கத்தைக் கடைப்பிடிக்க விரும்புவார்கள். எனவே பள்ளிக்கூட நடைமுறைகளை கூடியவரை மாற்றமில்லாமல் கடைப்பிடிப்பது நல்லது. சூழ்நிலை மாற்றங்களைக் கூடியவரை தவிர்க்கவும். மாற்றங்கள் ஏற்படும் சந்தர்ப்பங்களில் ஆட்டிசம் உள்ள மாணவனை அது பற்றிக் கூறி முன்கூட்டியே தயார்செய்வது நல்லது. உதாரணமாக, வகுப்புக்கு ஒரு புதியவர் ஒருவர்

வருகை தருகிறார் என்றால் முன்கூட்டியே அறிவித்து முன்னெச்சரிக்கை செய்வது நல்லது.

- சுமாரான ஆட்டிசம் உள்ள குழந்தைகளின் கற்றல் திறன்களில் குறைபாடுகள் காணப்படுவது இல்லை. மாறாக, விளையாட்டுத் திடலில் அல்லது வகுப்புக்கு வெளியேதான் சிக்கல்கள் தோன்றும். எனவே, இவர்களை வகுப்புக்கு வெளியே இருக்கும் சமயங்களிலும் கண்காணிப்பது முக்கியம்.

- புலனுணர்ச்சி மிகுசுமையினால் ஏற்படும் திணறல்களையும் நடத்தை சார்ந்த பிரச்சினைகளையும் வேறுபடுத்திப் பார்க்க ஆசிரியர்கள் கற்றுக்கொள்ள வேண்டும். (பார்க்க பாகம் 3, இயல் 9)

- வகுப்பில் தாறுமாறாக நடந்துகொள்ளும் ஒரு மாணவனை வகுப்பை விட்டு வெளியேற்றி இன்னொரு வகுப்பில் உட்காரவைத்து ஆசுவாசப்படுத்த வேண்டி வரலாம். ஒவ்வொரு பள்ளிக்கூடத்திலும் இம்மாதிரியான வசதிகள் செய்துகொடுக்கப்பட வேண்டும்.

- முதிர்ச்சி உள்ள இன்னொரு மாணவனைத் தேர்ந்தெடுத்து அவனை ஆட்டிசம் உள்ள ஒரு மாணவனுக்கு ஆதரவாக நடந்துகொள்ளவும் நட்புப் பாராட்டவும் ஏற்பாடு செய்வது பெரும் பயன் தரும். இது நட்புப் பேணும் முறை (buddy system) என்று அழைக்கப்படுகிறது.

இயல் 16

பெற்றோர்களுக்குச் சில ஆலோசனைகள்

முதன்முதலாக, ஆட்டிசம் பற்றி விரிவாகவும் ஆழமாகவும் அறிந்துகொள்ளவும். அடுத்து, உங்கள் குழந்தைக்கு உள்ள ஆட்டிசத்தின் கூறுகள் என்ன, அவை அவ்வாறு வெளிப்படு கின்றன என்பதைக் கூர்ந்து நோக்கித் தெரிந்து கொள்ளவும்.

ஆட்டிசம் உள்ள ஒரு குழந்தையைப் பராமரிப்பதும் வளர்த்தெடுப்பதும் பெற்றோர்களுக்குப் பெரும் சவாலாக இருப்பதுண்டு. வளர்ச்சிக் குறைபாடுகள் உள்ள குழந்தைகளில் எல்லா பெற்றோர்களுக்கும் இது பொருந்தும் என்றாலும்கூட ஆட்டிசத்தில் மட்டுமே காணப்படும் பிரச்சினைகளை எவ்வாறு கையாளுவது என்பது பற்றி இந்த இயலில் சில ஆலாசனைகளை வழங்கப்படுகின்றன. இது குறித்துப் பொதுவான சில விவரங்கள் நூலின் நான்காம் பாகத்தில் தரப்பட்டுள்ளன.

முதன்முதலாக ஆட்டிசம் பற்றி விரிவாகவும் ஆழமாகவும் அறிந்துகொள்ளவும். இந்த நூலின் முக்கியக் குறிக்கோளும் அதுவே. ஆட்டிசத்தின் தன்மை, அதனால் ஏற்படும் தாக்கங்கள் ஆகிய வற்றைப் பொதுவாகப் புரிந்துகொண்ட பிறகு, உங்கள் குழந்தைக்கு உள்ளது எந்த வகையான ஆட்டிசம் – கடுமையானதா, மிதமானதா, சுமாரானதா – என்று மருத்துவரிடம் கேட்டு உறுதிப்படுத்திக் கொள்ளுங்கள். சில சமயங்களில் அது இந்த மூன்று

நிலைகளுக்கு இடைப்பட்டதாகவும் இருக்கலாம் என்பதை நினைவில் கொள்ளவும் (பார்க்க வரைபடம் 1.1). ஆட்டிசத்துடன் இணைந்துவரும் குறைபாடுகள் ஏதேனும் உண்டா என்றும் அறிந்துகொள்ளுங்கள் (பார்க்க இயல் 8).

உங்கள் குழந்தைக்கு உள்ள ஆட்டிசத்தின் தன்மை பற்றி அறிந்துகொள்ளுங்கள்

ஒரே வகையான ஆட்டிசத்தில்கூட அதன் தன்மையும் ஆதனால் ஏற்படும் பாதிப்பும் குழந்தைக்குக் குழந்தை வேறுபடும். ஒவ்வொரு குழந்தையின் நிறமும் வித்தியாசமாக இருப்பதுபோல ஆட்டிசத்தின் தன்மையும் குழந்தைக்குக் குழந்தை வேறுபடும். எனவே, **உங்கள் குழந்தைக்கு** உள்ள ஆட்டிசத்தின் கூறுகள் என்ன, அவை எவ்வாறு வெளிப்படுகின்றன என்பதைக் கூர்ந்து நோக்கித் தெரிந்துகொள்ளவும். காட்டாக, ஒரு குழந்தைக்கு உள்ள பேச்சுக் குறைபாடு, தான் கூறுவதை விவரித்துக் கூற இயலாமையாக இருக்கலாம். இன்னொரு குழந்தையின் பேச்சுக் குறைபாடு போதுமான சொல்வளம் இருந்தும் மற்றவர்கள் கூறுவதைப் புரிந்துகொள்வதில் உள்ள சிக்கல்கள் காரணமாக இருக்கலாம். எனவே, உங்கள் குழந்தைக்கு உள்ள ஆட்டிசத்தின் தன்மைப் பற்றி அறிந்துகொள்வது முக்கியம். அதே வேளையில் உங்கள் குழந்தைக்கு உள்ள தனித்திறன்களையும் உன்னிப்பாகக் கவனித்து அறிந்துகொள்ளுங்கள்.

அத்துடன், உங்கள் குழந்தையின் குணநலன்களையும் ஆளுமையையும் கவனித்து அறிந்துகொள்ளுங்கள். உங்கள் குழந்தை அமைதியை விரும்புகிறதா அல்லது சின்ன விஷயங்களுக்கு ஆர்ப்பாட்டம் செய்யும் குணமுடையதா? அதன் விருப்பு வெறுப்புகள் என்ன? எந்த மாதிரியான சூழ்நிலையை விரும்புகிறது? எந்த மாதிரியான சந்தர்ப்பங்களில் மகிழ்ச்சியாக இருக்கிறது? என்னென்ன செயல்பாடுகளை மகிழ்ச்சியுடன் ஈடுபடுகிறது? சுருங்கச் சொல்வதானால் உங்கள் குழந்தையின் தனித்துவமான ஆளுமைப் பண்புகளைத் தெரிந்துகொள்ளுங்கள். இதிலிருந்து உங்கள் குழந்தையோடு எப்படி நடந்துகொள்ள வேண்டும் என்பது தெரியவரும்.

இதன் நீட்சியாக, உங்கள் குழந்தையின் புலனுணர்வு மிகைகளையும் குறைகளையும் அறிந்துகொள்ளுங்கள் (பார்க்க இயல் 8). எந்த மாதிரியான சந்தர்ப்பங்களில் உங்கள் குழந்தை சலன மடைகிறது? பதட்டப்படுகிறது? மகிழ்ச்சியாக இருக்கிறது? அமைதியாக இருக்கிறது? இதை அறிந்துகொண்டால் அதற்கேற்ற வாறு நடந்துகொள்வதால் பல பிரச்சினைகளைத் தவிர்க்க முடியும்.

ஓர் ஒழுங்குமுறையைக் கடைப்பிடியுங்கள்

ஆட்டிசம் உள்ள குழந்தைகள் ஓர் ஒழுங்குமுறையைக் கடைப் பிடிக்க விரும்புவார்கள். அவர்களுக்கு உள்ள இந்த குணத்தைப் பயன்படுத்தி இன்ன நேரத்தில் இதைச் செய்வது (உ–ம். சாப்பாட்டு நேரம், உறங்கும் நேரம்) என்று ஓர் அட்டவணையின்படி செயல்படப் பழக்குங்கள். நன்னடத்தையைப் பாராட்டுங்கள், பொருத்தமான வெகுமதிகள் வழங்குங்கள். முடியுமானால் வீட்டில் ஒரு 'பாதுகாப்பு வலையம்' ஒன்றை உருவாக்குங்கள். உங்கள் குழந்தை சலனமடையும்போது ஆசுவாசப்படுத்த இந்தப் பிராந்தியத்தைப் பயன்படுத்தலாம்.

உடல் மொழியைக் கற்றுக் கொடுங்கள்

ஆட்டிசம் உள்ள குழந்தைகளுக்கு உடல்மொழியைப் புரிந்து கொள்வதில் குறைபாடுகள் உள்ளன என்று முன்னர் கூறினோம். அதனால், சொற்சார்பற்ற முறைகளால் உங்கள் குழந்தையுடன் அன்பையும் நேசத்தையும் எவ்வாறு பெருக்க முடியும் என்பதைக் கற்றுக்கொள்ளுங்கள். அன்பையும் பாசத்தையும் காட்டச் சொற்கள் தேவையில்லை. நீங்கள் குழந்தையைப் பார்க்கும் விதம். குரலில் தொனி, உடல் மொழி ஆகியவற்றால் அன்பை வெளிப்படுத்த முடியும். இதிலிருந்து உங்கள் குழந்தையும் தன் அன்பை வார்த்தைகளினால் சொல்லாவிட்டாலும் உடல் மொழியால் உணர்த்தப் பழகிக்கொள்ளும். நீங்கள் இருவரும் இந்த மொழியைக் கற்றுக்கொள்ள வேண்டும். அவ்வளவுதான்.

இதேபோல, உங்கள் குழந்தையின் உடல் மொழிக் குறிப்பு களையும் கவனித்துக் கற்றுக்கொள்ள வேண்டும். ஆட்டிசம் உள்ள குழந்தைகளின் உடல் மொழி நாம் அறிந்த உடல் மொழியாக இருக்காது. அவர்கள் களைத்திருக்கும் போது அல்லது பசியெடுக்கும் போது சில ஒலிகளை உண்டாக்கலாம். அதேபோல, குறிப்பிட சில அசாதாரண முகபாவங்களால் தம் தேவைகளை உணர்த்தலாம். இம்மாதிரியான தனித்துவமான முகக் குறிப்புகளைப் புரிந்துகொள்வது முக்கியம்.

உங்கள் குழந்தை சில வேளைகளில் அழுது ஆர்ப்பாட்டங் கள் *(temper tantrums)* செய்யலாம். இது தன் தேவைகளை வார்த்தை களால் உணர்த்த இயலாமையினால் ஏற்படும் விரக்தியின் வெளிப்பாடாக இருக்கலாம் என்பதை நினைவில் கொள்ளவும். உங்கள் குழந்தையின் உடல் மொழியை ஆரம்பத்திலேயே நீங்கள் புரிந்துகொள்ளத் தவறிவிட்டீர்கள் என்பதே இதன் பொருள். ஆட்டிசம் உள்ள குழந்தைகளால் தன் உணச்சிகளை அல்லது தன்

மனதில் உள்ளதை உரிய முறையில் வெளிக்காட்ட முடிவதில்லை. இதனால் ஏற்படும் விரக்தி ஆத்திரமாக வெளிப்படலாம்.

உங்கள் குழந்தையுடன் விளையாடக் கற்றுக்கொள்ளுங்கள்

உங்கள் குழந்தைக்கு ஆட்டிசம் உள்ளது என்பது உண்மையானாலும் அதுவும் ஒரு குழந்தைதான் என்பதை மறந்துவிடக் கூடாது. நீங்கள் குழந்தையுடன் விளையாடுவதும் ஆனந்தமாய் பொழுது போக்குவதும் முக்கியம். பல சிகிச்சைகள் பெறும் ஒரு குழந்தை யானாலும் வீட்டில் பெற்றோர்கள் குழந்தையுடன் விளையாடுவது முக்கியம். இதில் தாய் மட்டுமின்றி தந்தையும் பங்கெடுக்க வேண்டும். இந்த விளையாட்டுச் சிகிச்சையின் ஒரு பகுதியாக அல்லாமல் சாதாரண விளையாட்டாக இருக்க வேண்டும். இது இரு சாராருக்கும் மகிழ்ச்சி தரும் ஒரு பொழுதுபோக்காக அமைய வேண்டும்.

குழந்தையின் தனிப்பட்ட தேவைகளுக்கு ஏற்ற பயிற்சிகளை யும் சிகிச்சைகளையும் உள்ளடக்கிய ஒரு திட்டத்தை உருவாக்கிக் கொள்ளுங்கள்.

இயல் 12இல் ஆட்டிசத்துக்கு என்னென்ன சிகிச்சைகள் உள்ளன என்பதைக் குறிப்பிட்டோம். இதை மேலும் சிக்கலாக்கும் வகையில் மருத்துவர்கள், ஆசிரியர்கள், சிகிச்சையாளர்கள், ஆலோசகர்கள் என பலரும் வெவ்வேறு சிகிச்சைகளைப் பற்றிக் கூறிவருகிறார்கள். ஒரு குறிப்பிட்ட சிகிச்சை முறை ஆட்டிசம் உள்ள அனைவருக்கும் பலன் தரும் என்று கூற முடியாது. நடைமுறையில் சிகிச்சை/பயிற்சிகளைத் தேர்ந்திடுப்பதே பெற்றோர்களுக்குள்ள மிகப் பெரும் பிரச்சினையாக உள்ளது. இவை எங்கே கிடைக்கப் பெறுகின்றன என்பதுதான் பெற்றோர்கள் எதிர்நோக்கும் முக்கியப் பிரச்சினையாகும்.

பயிற்சித் திட்டம்

ஆட்டிசம் உள்ள ஒரு குழந்தையின் தேவைகள் தனித்துவமானவை, இதைப் பொதுப்படுத்திக் கூற இயலாது. அதனால் குழந்தையின் குறைநிறைகளுக்கு ஏற்றபடி ஒரு சிகிச்சை/பயிற்சித் திட்டத்தை உருவாக்குவது முக்கியம். அந்தத் திட்டமானது:

(1) குழந்தையின் தேவைகளுக்கு ஏற்ற கூறுகளை உள்ளடக்கிய தாக இருக்க வேண்டும்

(2) குழந்தையின் ஆற்றல்களையும் திறன்களையும் மேம்படுத்துவ தாக இருத்தல் வேண்டும்.

(3) ஒரு அட்டவணையின்படி செயல்படுத்தப்பட வேண்டும்,

(4) திறன்களைப் படிப்படியாகக் கற்றுக்கொடுக்கப்பட வேண்டும், ஒவ்வொரு படியும் கண்டிப்பான கட்டமைப்புக் கொண்டதாக இருக்க வேண்டும்.

(5) பொருத்தமான திறன்களையும் நன்நடத்தைகளையும் வலுவூட்டும் வகையில் அமைய வேண்டும்.

(6) பெற்றோரைத் திட்டத்தில் ஈடுபடுத்துவதாக இருக்க வேண்டும்.

மேலே கூறப்பட்ட அனைத்துக் கூறுகளையும் உள்ளடக்கிய திட்டங்கள் அரிதாகவே உள்ளன என்றாலும், சிறப்பான ஒரு சிகிச்சை/பயிற்சித் திட்டம் எவ்வாறு அமைய வேண்டும் என்பதை இதிலிருந்து தெரிந்துகொள்ளலாம்.

பெற்றோருக்கான உதவியும் ஆதரவும்

ஆட்டிசம் உள்ள குழந்தைகளைப் பராமரிப்பது இலேசான காரியமல்ல. இதற்கு நேரமும் முழுமையான அர்ப்பணிப்பும் தேவை. இது பெற்றோரின் முழுச் சக்தியையும் உறிஞ்சிவிடலாம். ஆனாலும் சுவரை வைத்தே சித்திரம் தீட்ட முடியும். இந்தக் குழந்தைகளுக்கு ஆதாரமாகவும் ஆதரவாகவும் இருப்பது பெற்றோர்கள் மட்டுமே. பயன் கருதாக் கடமை என்று ஒன்று உலகில் இருக்குமானால் அது பெற்றோர்கள் தம் குழந்தைகளுக்குச் செய்யும் கருமமாகவே இருக்க முடியும். எனவே, பெற்றோர்கள் தமது உடல்நலத்தையும் மனநலத்தையும் பேணிப் பாதுகாப்பதில் கவனம் செலுத்த வேண்டும்.

உங்கள் பணிகளைப் பகிர்ந்துகொள்ளுங்கள். எல்லாக் கடமைகளையும் நீங்களாகவே செய்ய வேண்டிய கட்டாயம் இல்லை. நமது குடும்பங்களில் குழந்தைப் பராமரிப்பு என்பது தாயின் கடமை என்பது எழுதாத ஒரு விதியாக இருந்துவருகிறது. ஆனால் ஆட்டிசம் உள்ள குழந்தைகளை ஒருவர் மட்டும் பராமரிக்க இயலாது. எனவே, தாயும் தகப்பனுமாக கடமைகளைப் பகிர்ந்துகொள்வது நன்மை பயக்கும். இதில் யார் என்ன செய்வது என்ற தெளிவு வேண்டும். காட்டாக, இரவில் நெடு நேரம் உறங்க மறுக்கும் ஒரு குழந்தையை இரவில் முன்பாதி ஒருவரும் பின்பாதி ஒருவரும் மாறிமாறி உறங்க வைப்பது என்ற ஓர் ஏற்பாட்டை உருவாக்கிக்கொள்ளலாம்.

இதேபோல, பெற்றோருக்குச் சிறு ஓய்வு கிடைக்கும் வண்ணம் இடையிடையே குழந்தையைச் சில நாட்களாவது உறவினர் ஒருவர் பார்த்துக்கொள்ள ஏற்பாடு செய்யலாம்.

ஆட்டிசம் உள்ள குழந்தைகளின் பெற்றோர்களுக்குத் தம் குழந்தையைப் பார்த்துக்கொள்வதிலேயே முழு நேரத்தையும் செலவிடுவதனால் அவர்கள் தனிப்பட்டுப் போவதுண்டு. எனவே, ஆட்டிசம் உள்ள வேறு குழந்தைகளின் பெற்றோர்களைச் சந்தித்து அனுபவங்களைப் பகிர்ந்துகொள்வது இரு சாராருக்கும் பயனுள்ளதாக இருக்கும். நாளடைவில் தாங்களாக ஒன்றுசேர்ந்து ஆதரவுக் குழுக்களாகவும் செயல்படலாம். தாம் வசிக்கும் பகுதியில் ஆட்டிசத்துக்கான சேவைகளைப் பெற சுகாதார சேவைகளையும் அரசையும் நிர்ப்பந்திப்பது முதல் தமது கோரிக்கைகளை அரசிடம் முன்வைத்து ஆதரவைத் திரட்டுவது போன்ற நடவடிக்கைகளில் ஈடுபடலாம். தமது வட்டாரத்தில் உள்ள தன்னார்வ நிறுவனங்களைக் கண்டுபிடித்து அவர்கள் வழங்கும் சேவைகளையும் பயன்படுத்திக்கொள்ள இது உதவியாக இருக்கும்.

இயல் 17

வயது வந்தவர்களில் ஆட்டிசம்

சுமாரான ஆட்டிசம் (அஸ்பர்ஜர் சின்றோம்) உள்ளவர்கள் பலர் வயது போகப்போக தமது குறைபாடுகளை ஈடுசெய்யும் வகையில் பல திறன்களைக் கற்றுக்கொள்கிறார்கள். இதனால் மேலோட்டமாகப் பார்க்கும்போது இவர்களிடையே ஆட்டிச பாதிப்பு கண்களுக்குப் புலனாகாமல் போகலாம். ஆனால் உற்றுநோக்கினால் சில ஆட்டிச குணாம்சங்கள் இருப்பது தெரியவரும்.

ஆட்டிசம் சார்ந்த சில குணாம்சங்கள் சாதாரணக் குழந்தைகளிடமும் ஏன் வயதுவந்தவர்களிடமும் காணலாம். முன்னே கூறிய தனிமையை விரும்பும் போக்கு, மாற்றிக்கொள்ள முடியாத, நெகிழ்சியற்ற பழக்கவழக்கங்கள், பிறர் மனதைப் புரிந்துகொள்ள முடியாத போக்கு போன்ற பண்புகள் மக்கட் தொகையில் பலரிடம், குறிப்பாக ஆண்களிடம், காணப்படுவதுண்டு. ஆனால் இவை அவர்கள அன்றாட வாழ்க்கையை அவ்வளவாகப் பாதிப்பது இல்லை. பின்வரும் உதாரணங்களைப் பாருங்கள்:

ஒரு 15 வயதுப் பையன் ஒருவன் தனியாகவே இருக்க விரும்புகிறான். மற்றவர்களுடன் கூடிப் பழகுவது இல்லை, அவனுக்கு நெருங்கிய நண்பன் என்று சொல்லிக்கொள்ள ஒருவரும் இல்லை, குடும்பத்தினருக்கு உள்ள மன உளைச்சல்களைப் புரிந்துகொள்வது இல்லை என்ற காரணங்களுக்காக மருத்துவர் ஒருவரைப்

பார்க்க அவன் பெற்றோர்கள் அழைத்துச் சென்றார்கள். இதைத் தீர ஆராய்ந்து பார்த்தில் அவனுக்குச் சுமாரான ஆட்டிசம் இருந்ததை அடையாளம் காண முடிந்தது. பல மாதங்களுக்குப் பின் அவனின் தாயார் மருத்துவரைப் பார்த்து எதிர்பாராமல் ஒரு கேள்வியைக் கேட்டார்: "என் கணவரும் இப்படித்தான். அவருக்கும் நண்பர்கள் இல்லை. என் மனதையும் புரிந்துகொள்வது இல்லை. அவருக்கும் ஆட்டிசம் இருக்கக் கூடுமா?" அவர் கணவர் ஒரு பேராசிரியர், அவரது துறையில் பெயரெடுத்தவர் என்பது குறிப்பிடத்தக்கது. அவரை முறையாக சோதித்துப் பார்த்தபோது அவருக்கு 'அஸ்பர்ஜர் சின்றோம் பாதிப்பு இருப்பது தெரியவந்தது.

இவ்வாறு ஆட்டிசமானது வயதுவந்தவர்களிலும் காணப் படலாம். இதுவரை குழந்தைகளையும் பதின்ம வளர்இளம் பருவத்தினரையும் ஆட்டிசம் எவ்வாறு பாதிக்கிறது என்று பார்த்தோம். வயது போகப்போக இவர்களுக்கு என்ன ஆகிறது? ஆட்டிசம் ஒரு நீண்ட காலக் குறைபாடு. உயர் குருதி அழுத்தம், நீரிழிவு சர்க்கரை நோய் போலவே ஆட்டிசம் ஒருபோதும் முழுமையாக 'குணமாவது' இல்லை. அதாவது, ஆட்டிசத்தின் பாதிப்பு வாழ்நாள் முழுவதும் தொடர்கிறது.

ஆட்டிசம் உள்ள ஒரு குழந்தையின் எதிர்காலம் அதன் கடுமைக்கு ஏற்ப வேறுபடும். பொதுவாகக் கூறுவதானால், வயது வந்த பின்னரும் கடுமையான ஆட்டிசம் உள்ளவர்களால் உண்ணல், உடுத்தல், சுகாதாரம் பேணல், மற்றவர்களுடன் பழகுதல் போன்ற அன்றாடத் வாழ்வியல் தேவைகளைத் தாமாக பூர்த்தி செய்துகொள்ள முடிவது இல்லை. தம் பெற்றோர்களையும் மற்றவர்களையும் அண்டி வாழ வேண்டி உள்ளது. மிதமான ஆட்டிசம் உள்ளவர்களால் தங்கள் தேவைகளைத் தாங்களாக நிறைவேற்றிக்கொள்ள இயலும். தம் திறமைக்கு ஏற்ற பணிகள் புரியவும் முடியும். ஆனாலும் தனித்து வாழ்வதும் குடும்பம் நடத்துவதும் பெரும் சவாலாகவே இருக்கும். முன்னே கூறியது போல (இயல் 10) ஆட்டிசத்தின் எதிர்காலப் போக்கை மொழி வளர்ச்சியையும் அறிவாற்றலின் அளவையும் கொண்டு மதிப்பிட முடியும். மொழி வளர்ச்சி குறைவாக உள்ளவர்களிலும் அறிவுதிறன் குறைந்தவர்களிலும் பெரும் முன்னேற்றத்தை எதிர்பார்க்க முடியாது.

ஆனால், சுமாரான ஆட்டிசம் உள்ளவர்கள் பலர், தம் குறைபாடுகளுக்கு ஈடு செய்யும் வகையில் பல திறன்களைக் கற்றுக் கொள்கிறார்கள். ஆட்டிசத்தின் சில கூறுகள் குறைவடைகின்றன.

ஆனாலும் அவை முற்றாக அற்றுப்போவதில்லை. நூலின் ஆரம்பத்தில் கூறப்பட்ட 'முப்பெரும்' குறைபாடுகளில் மற்றவர் மனதையும் உணர்வுகளையும் புரிந்துகொள்ளும் திறனும் (மனம் பற்றிய கோட்பாடு), நடைமுறை மொழியை விளங்கிக்கொள்ளும் ஆற்றலும் தொடர்ந்து குறைவாகவே காணப்படுகின்றன. தொடர் செய்கைகளும் சில விஷயங்களில் மிகையான ஈடுபாடும் ஓரளவு குறைகின்றன. மாற்றங்களைச் சமாளிக்கும் திறனும் ஓரளவு மேம்படுகிறது.

ஆனால் வயதுவந்தவர்களின் சில வாழ்வியல் திறன்கள் பாதிக்கப்படுவது உண்டு. குறிப்பாக, குடும்பம் நடத்துதில் சிக்கல்கள் ஏற்படலாம். "அவர் முகத்தைப் பார்த்து அவர் மனதில் என்ன இருக்கிறது என்று கூற முடியாது. எப்போதும் ஒரே முகபாவம்தான். இதனால் அடிக்கடி சச்சரவுகள் ஏற்படுகின்றன" என்று தன் கணவனைப் பற்றிக் கூறுகிறார் ஒரு பெண். அஸ்பர்ஜர் கூட்டுக்குறி உள்ள ஆண்கள் தம் மனைவியரின் உணர்ச்சிகளைப் புரிந்துகொள்ளத் தவறுவதினால் தாம்பத்திய வாழ்கையில் பல சச்சரவுகளும் மோதல்களும் தோன்றலாம். அஸ்பர்ஜர் கூட்டுக்குறி உள்ள ஒருவரின் மனைவி பின்வருமாறு தன் ஆற்றாமையை விளக்கினார்:

"நான் பணி முடிந்து, பேருந்துக்கு நெடுநேரம் காத்திருந்து, முட்டி மோதும் நெரிசலுடன் பயணித்து, வழியில் அடுத்த வாரத்துக்குத் தேவையான பொருள்களையும் வாங்கி, சுமந்து, களைத்து, வியர்த்து வீடு வந்து தலைவலி தாங்க மாட்டாது படுத்திருந்தாலும் இவர் (தன் கணவர்) கண்டுகொள்ள மாட்டார். 'உனக்கு என்ன?' என்று பேச்சுக்குக்கூட கேட்க மாட்டார். எனக்கு அழுகை அழுகையாய் வரும். சில வேளைகளில் ஆத்திரம் பொங்கும், அடக்கிக்கொள்வேன். என்ன செய்வது? அவர் போக்கு அப்படி. ஆனாலும் அவருக்கு வெள்ளை மனசு.

"அவர் போக்கே வித்தியாசமானது. தனது புத்தகங்களை அடுக்கிவைப்பதில் அவருக்கு ஒரு அளவுகடந்த பிரியம் உண்டு. தெரியாமல்கூட அதை எவரும் தொடக்கூடாது, அவருக்குப் பெரும் ஆத்திரம் வந்துவிடும். வீட்டுக்கு விருந்தினர் வருவதை அவர் விரும்புவது இல்லை. அவரும் மற்றவர் வீடுகளுக்குப் போக மாட்டார்."

அஸ்பர்ஜர் கூட்டுக்குறி உள்ள ஒரு மென்பொருள் பணியாளர் பற்றி அவர் மேலதிகாரி பின்வருமாறு எடுத்துக் கூறினார்:

"இவரால் மற்றவர்களுடன் சேர்ந்து பணிபுரிய முடியாது என்பதை நான் ஆரம்பத்திலேயே புரிந்துகொண்டேன். பார்வைக்குச் சற்று வினோதமாக இருப்பார். அவர் நடையும் ஒரு மாதிரி இருக்கும். ஆனால் அவர் வேலையில் சூரப்புலி. எங்களுக்குப் புலப்படாத நுட்பங்களை நொடியில் கண்டுபிடித்துவிடுவார். ஆனாலும் அதை விளக்கிச் சொல்லத் தெரியாது. மற்றவர்களுடன் ஒட்ட மாட்டார், அரட்டை அடிப்பது இல்லை. தனியாகப் பணிபுரிவார். தான் உண்டு தன் வேலை உண்டு என்று இருப்பார். அஸ்பர்ஜர் சிண்றோம் பற்றி அண்மையில் வாசித்த பிறகுதான் இவருக்கும் அந்த பாதிப்பு இருக்கலாம் என்று எனக்குத் தோன்றியது."

அவரது சகபணியாளர்கள், "அவர் தன்னைப்பற்றி எதுவுமே கூறமாட்டார். நாங்களாகவே கேட்டால் பட்டும்படாமலும் பதில் சொல்லுவார். தான் கடைசியாகப் பார்த்த படம், உலக நடப்புகள் ஆகியவற்றைப் பற்றிக்கூடப் பேச மாட்டார்" என்று கூறுகிறார்கள்.

மேலே கூறிய இருவருக்கும் ஆட்டிச பாதிப்பு இருந்தது அதுவரை அறியப்படாமலே இருந்தது. பாதிக்கப்பட்டவர்கள் தமக்கு எந்தக் குறையும் இருப்பதாக உணரவில்லை, அது மற்றவர்கள் கண்களுகே தெரிய வந்தது என்பதையும் கவனிக்கவும். பெரும்பாலும் அஸ்பர்ஜர் கூட்டுக்குறி அடையாளம் காணப்படுவதில்லை என்பதால் இந்த பாதிப்பு உள்ள பல வயதுவந்தவர்கள் தம் குறைகளை அறியாமலே காலம் கடத்திவிடுகிறார்கள். வயதுவந்தவர்களில் காணப்படும் ஆட்டிசப் பண்புகள் அவர்களுடைய ஆளுமையின் ஒரு கூறாய் அமைந்துவிடுகின்றன. அவர்களை மற்றவர்களிடம் இருந்து வேறுபடுத்திப் பார்ப்பது சரிதானா என்ற கேள்வியும் உண்டு. 'அவர்கள்' வித்தியாசமானவர்கள், அவ்வளவுதான். ஆட்டிசம் உள்ளவர்கள் உலகை வேறுவிதமாக நோக்குகிறார்கள் என்பதைக் கூர்ந்த அறிவும் ஆழ்ந்த உள்ளுணர்வும் கொண்ட சிலர் எழுதியுள்ள நூல்களில் இருந்து அறிந்துகொள்ள முடிகிறது.

சில பேராசிரியர்களுக்கும் ஆய்வாளர்களுக்கும் அஸ்பர்ஜர் சிண்றோம் உள்ளது என்பதை ஆராய்ச்சிகள் தெரிவிக்கின்றன. தனித்திருந்து பணியாற்றவது, தனிமையை விரும்புவது, தான் மேற்கொண்ட விஷயத்தை முதன்மைப்படுத்தி அதில் மூழ்கிப் போவது போன்ற ஆட்டிசப் பண்புகள் சில சமயங்களில் சாதகமாக அமையலாம்!

ஆனால் தனக்கு ஆட்டிச பாதிப்பு உள்ளது என்பதை அறிந்துகொண்டால் தனக்குள்ள குறைபாடுகளை நிவர்த்தி

செய்ய நடவடிக்கைகள் எடுக்கலாம். உதாரணமாக மற்றவர்கள் மனநிலையைப் புரிந்துகொள்ளவும், சமூகத் திறன்களை மேம்படுத்தவும் பயிற்சி பெறலாம்.

கீழே தரப்பட்டுள்ள கேள்விப் பட்டியலைப் பூர்த்தி செய்து பார்ப்பதன் மூலம் ஒருவருக்குச் சுமாரான ஆட்டிசம் உள்ளதா என்பதை அறிந்துகொள்ளலாம். இதில் உள்ள வினாக்களுக்கு இல்லை, உண்டு என்று குறிப்பிடுங்கள். இது முழுமையான ஒரு பட்டியல் அல்ல, ஆனாலும் சுமாரான ஆட்டிசத்தின் சில கூறுகளை அடையாளம் காண உதவலாம். விரிவான கேள்விக் கொத்துகள் பல உள்ளன (விரிவான வாசிப்புப் பகுதியைப் பார்க்கவும்.)

ஆட்டிச கேள்விப் பட்டியல் (வயதுவந்தவர்களுக்கு)

1. எனக்கு மற்றவர்களுடன் 'சும்மா' பேசிக்கொண்டிருப்பதில் அல்லது அளவளாவுவதில் ஆர்வம் இல்லை.
2. நாலைந்து பேர் கூடிப் பழகும்போது அவர்கள் பேச்சை என்னால் ஒழுங்காகப் புரிந்துகொள்ள முடிவது இல்லை.
3. ஒரு புனைகதையை வாசிக்கும்போதும் திரைப்படம் ஒன்றை பார்க்கும்போதும் அதில் வரும் பாத்திரங்கள் என்ன யோசிக்கிறார்கள் என்பதை என்னால் அனுமானிக்க முடிவதில்லை.
4. மற்றவர்களுடன் உரையாடும்போது அவர்களின் உள் நோக்கங்களைப் புரிந்துகொள்ள சிரமப்படுகிறேன்.
5. நான் இன்னொருவருடன் பேசிக்கொண்டிருக்கும்போது அவர் என் பேச்சில் ஆர்வம் காட்டுகிறாரா அல்லது அவருக்கு அலுப்புத் தட்டுகிறதா என்பதை என்னால் அறிந்துகொள்ள முடிவது இல்லை.
6. ஒருவரின் முகத்தைப் பார்த்து அவர் மனநிலையை என்னால் அறிந்துகொள்ள முடிவதில்லை.
7. நண்பர்களுடன் பழகுவதும் புது நண்பர்களை உருவாக்கிக் கொள்வதும் எனக்குப் பிரச்சினையாக உள்ளது.
8. வழக்கத்துக்கு மாறான திடீர் மாற்றங்கள் நிகழும்போது நான் நிலைகுலைந்து போவதுண்டு.
9. சில விஷயங்களைப் பற்றி தகவல்கள் சேகரிப்பதில் எனக்குப் பெரும் ஆர்வம் உண்டு (உ.ம். கார் வகைகள், தாவரங்கள், கோள்கள், விளையாட்டு வீரர்கள்).

10. மற்றவர்கள் பேசிக்கொண்டிருக்கும்போது அதில் கலந்து கொள்வது எனக்குப் பெரும் சிரமாக இருக்கிறது. நான் எப்போது பேச வேண்டும், எப்போது அவர்கள் பேச்சைக் கேட்டுக்கொண்டு இருக்க வேண்டும் என்பதை உணர்வது இல்லை.

11. மற்றவர்களின் மனஉணர்வுகளை நான் புரிந்துகொள்வது இல்லை என்று எனக்கு நெருக்கமானவர்கள் கூறுகிறார்கள்.

12. நான் தனிமையை விரும்புகிறவன். மற்றவர்கள் வந்து தலையிடுவதை நான் பெரும்பாலும் விரும்புவது இல்லை.

இந்தக் கேள்விகளில் பலவற்றுக்கு ஆம் என்று நீங்கள் பதிலளித்தால் உங்களுக்கு சுமாரான ஆட்டிச நிலை (அஸ்பர்ஜர் சின்றோம்) இருக்க வாய்ப்புண்டு.

இந்த வினாக்களுக்கு விடையளிக்கும்போது மேலே கூறப்பட்ட பண்புகள் 'சாதாரணமானவர்கள்' பலருக்கும் உண்டு என்பதை உணர்வீர்கள். தனிமை விரும்புவதும், மற்றவர்கள் மனதைப் புரிந்துகொள்ளத் தவறுவதும் பலருக்கு உள்ள குணங்கள். ஆராய்ச்சிகள் கூறும் செய்தியும் இதுவே. மக்கள் கூட்டங்களில் காணப்படும் ஆளுமைப் பண்புகளை ஆராய்ந்தவர்கள் ஆட்டிசத்தில் காணப்படும் பல பண்புக் கூறுகள் 10% 'சாதாரண' மக்களிடமும் காணப்படுகிறது என்பதை எடுத்துக்காட்டி உள்ளார்கள்[23]. இம்மாதிரியாக, சில ஆட்டிசப் பண்புகள் பலரிடையே, குறிப்பாக ஆண்களில், காணப்படுவது உண்டு. இதிலிருந்து தெரிய வருவது என்னவென்றால் ஆட்டிசத்தை உண்டு – இல்லை என்று இருமையில் பார்க்கக் கூடாது. சாதாரண மனிதர்களிடையே கூட ஆட்டிசத்தையொட்டிய சில பண்புகள் காணப்படலாம் என்பதே நாம் குறித்துக்கொள்ள வேண்டிய செய்தி. இவை அளவுக்கு அதிகமாக இருக்கும்போது பிரச்சினைகள் ஏற்படலாம், உதவியும் தேவைப்படலாம்.

இயல் 18

ஆட்டிசம்:
சில உளவியல் விளக்கங்கள்

ஆட்டிசம் உள்ளவர்கள் சமூகச் சூழ்நிலைகளைப் புரிந்துகொள்ளவும் மற்றவர்களின் முகபாவங்களை அறிந்துகொள்ளவும் சிரமப்படுவார்கள். பிறர் மனதைப் புரிந்துகொள்வதிலும் பின்தங்கி இருப்பார்கள்.

ஆட்டிசம் ஒரு மூளை சார்ந்த குறைபாடு என்றும் இது மூளை வளர்ச்சியில் ஏற்படும் நுட்பமான மாறுபாடுகளால் உண்டாகிறது என்றும் முன்னர் கூறினோம். இதனால் பல உளவியல் செயல்பாடுகள் பாதிக்கப்படுகின்றன. ஆட்டிசத்தில் காணப்படும் குறைபாடுகளுக்கான உடனடிக் காரணம் இதுவே. எனவே, ஆட்டிசத்தின் பண்புகளைப் பின்வரும் வரிசைக் கிரமத்தில் ஏற்படுகின்றன என்று விளக்கலாம்: மூளையில் ஏற்படும் பாதிப்பு → மனதில் ஏற்படும் உளவியல் மாறுபாடு → ஆட்டிசக் குறைபாடுகள். ஆட்டிசம் உள்ளவர்களின் நடத்தையை விளக்கப் பல உளவியல் கோட்பாடுகள் முன்வைக்கப்பட்டுள்ளன.

மொத்தக் காட்சியையும் புரிந்துகொள்வதில் சிரமங்கள்

படம் 1.6ஐ பாருங்கள். இடது புறத்தில் உள்ள படம் வலது புறத்தில் உள்ள வரைபடத்தில் எங்கே புதைந்துள்ளது என்று உங்களால் கூற முடியுமா? பல ஆட்டிசம் உள்ள சிறார்கள் இதற்கானச் சரியான விடையை ஒரு நொடியில் கூறிவிடுவார்கள். இதிலிருந்து தெரியவருவது என்னவென்றால்

ஆட்டிசம் உள்ளவர்கள் ஒரு காட்சியைப் பார்க்கும்போது அதன் நுணுக்கங்களைக் கூர்மையாக கவனிக்கிறார்கள் என்பதே.

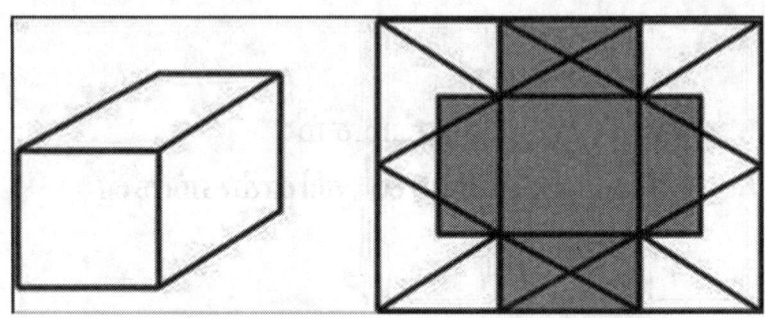

வரைபடம் 1.6: இடது பக்கத்தில் உள்ள படம் வலது பக்கத்தில் உள்ள கட்டத்துக்குள் ஒளிந்துள்ளது. இதைக் கண்டுபிடியுங்கள் பார்க்கலாம். ஆட்டிசம் உள்ளவர்கள் இதைச் சுலபமாகக் கண்டுபிடித்துவிடுவார்கள்.

ஆனால் அதே வேளையில் காட்சிகளின் மொத்தத் தோற்றத்தைப் புரிந்துகொள்வதில் பின்தங்கி இருப்பார்கள். இது மைய ஒத்திணக்கக் கோட்பாடு (Theory of central coherence) என்று அழைக்கப்படுகிறது[24]. காட்டாக, ஆட்டிசம் உள்ள ஒரு 18 வயதுச் சிறுவனிடம் ஒரு நீர்வீழ்ச்சியின் படத்தைக் காட்டி, "இது என்ன படம்?" என்று கேட்டபோது அவன் பின்வருமாறு பதிலளித்தான்: "படத்தில் நீல நிற வானம் தெரிகிறது, சில முகில்கள் உள்ளன, நிறையத் தண்ணீர், பக்கத்தில் சில புதர்கள், பாறைகள், வானத்தில் இரு பறவைகள். அவ்வளவுதான்." திருப்பித் திருப்பி பல முறை கேட்டும் "இது ஒரு நீர்வீழ்ச்சி" என்று அவனால் கூற முடியவில்லை! அதாவது, படத்தில் உள்ள விவரங்கள்தான் அவன் கண்களுக்குப் பட்டனவே தவிர அதன் முழுத் தோற்றமும் அவன் புலன்களில் பதிவாகவில்லை.

இம்மாதிரியான அறிவு சார்ந்த மாறுபாடுகளை அன்றாட வாழ்க்கையிலும் காணலாம். உதாரணமாக, ஒன்பது வயதான ஆட்டிசம் உள்ள ஒரு சிறுமி வீட்டுக்கு வந்த விருந்தினர் ஒருவரிடம், "மாமா, உங்கள் மூக்கு ஏன் நீளமாக உள்ளது?" என்று கேட்டாள். அவர் மூக்கு நீளமாக இருந்தது உண்மைதான். ஆனால் அவரைப் பார்த்தவுடன் அவளுக்குத் தென்பட்டது அவர் முகமல்ல மூக்கு தான்! அதோடு ஆட்டிசத்தின் மற்றொரு கூறான சமூகச் சூழ்நிலையைப் புரிந்துகொள்ள இயலாமையும் சேர்ந்து அவளை அவ்வாறு பேச வைத்தது.

விழிகளைப் பார்த்து உணர்சிகளைக் கூற இயலாமை

இன்னுமொரு பரிசோதனையில் ஆட்டிசம் உள்ளவர்களுக்குச் சில ஒளிப்படங்கள் காட்டப்பட்டன. ஒவ்வொரு ஒளிப்படத்திலும் வெவ்வேறு உணர்ச்சிகளை வெளிப்படுத்தும் விதத்தில் கண்கள் அமைந்து இருந்தன. படங்களில் கண்கள் மட்டுமே இருந்தன. இது ஆட்டிசம் உள்ள சிலருக்கும் ஆட்டிசம் இல்லாத சிலருக்கும் காட்டப்பட்டது. கண்களைப் பார்த்து அவரவரின் மன உணர்ச்சியை அடையாளம் காண வேண்டும் என்பதே பரிசோதனையின் குறிக்கோள் (வரைபடம் 1.7). ஆட்டிசம் உள்ளவர்களால் உணர்ச்சிகளைச் சரிவர இனம்காண முடியாமல் இருந்தது. ஆட்டிசம் உள்ளவர்கள் மற்றவர்களின் முகத்தையும் நடத்தையையும் பார்த்து அவர்கள் உணர்வுகளைப் புரிந்து கொள்ளச் சிரமப்படுகிறார்கள் என்று முன்னர் கூறினோம் (பார்க்க இயல் 4). இந்தப் பரிசோதனை அதை உறுதிப்படுத்துகிறது.

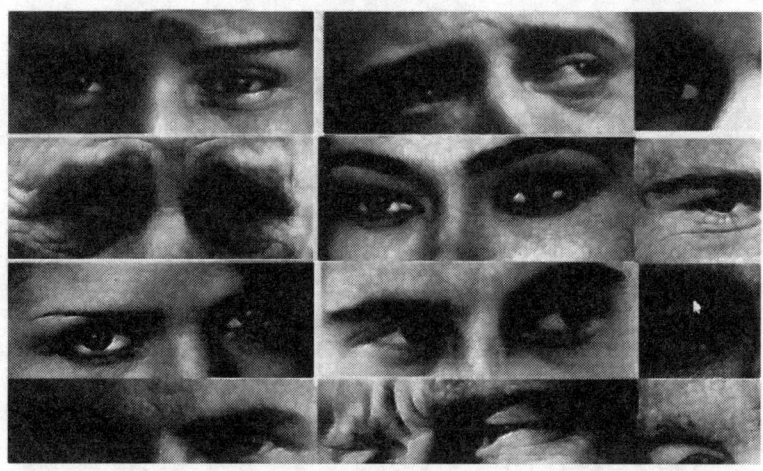

வரைபடம் 1.7: கண்களைப் பார்த்து உணர்ச்சியைக் கூறும் சோதனை. இந்தக் கண்கள் என்ன உணர்ச்சிகளைப் பிரதிபலிக்கின்றன என்பதை அடையாளம் காணவும். ஆட்டிசம் உள்ளவர்கள் சரியான பதிலைக் கூற முடிவதில்லை.

சமூகச் சூழ்நிலைகளைப் புரிந்துகொள்வதில் சிரமங்கள்

இதேபோல, ஆட்டிசம் உள்ளவர்களுக்குச் சமூகச் சூழ்நிலைகளைப் புரிந்துகொள்வது பெரும் பிரச்சினையாக அமைகிறது. அன்றாட வாழ்வில் நடைபெறும் ஒரு காட்சியைக் காட்சிப்படுத்தி வரைந்த ஒரு படத்தைக் காட்டி அது பற்றிக் கேள்விகள்

கேட்பதால் ஒருவர் அதன் சந்தர்ப்பச் சூழ்நிலையை எவ்வாறு புரிந்துகொள்கிறார் என்று அறிய முடியும். வரைபடம் 1.8ஐப் பாருங்கள். இதில் ஒரு பையன் ஒரு முதியவரைப் பார்த்துவிட்டு ஏதோ கூறுகிறான். இந்தப் படத்தைக் காட்டி, "இதில் என்ன தெரிகிறது? அந்தப் பையனின் மனநிலை என்னவாய் இருக்கும்? அவன் என்ன நினைக்கிறான்? இதற்குப் பின் என்ன நடக்கும்?" என்ற கேள்விகளைக் கேட்டால் ஒருவன் இந்தக் காட்சியை எவ்வாறு அர்த்தப்படுத்திக்கொள்கிறான் என்பது தெரியவரும். சாதாரணமாக 8 வயதுச் சிறார்கள், "அவன் அவரைக் கேலி செய்கிறான்" என்றோ, வேறொரு பொருத்தமான பதிலையோ கூறுவார்கள். ஆட்டிசம் உள்ளவர்களுக்கு இந்த ஆற்றல் குறைவாக இருப்பதால், "அந்தப் பையன் பள்ளிக்கூடம் போகிறான்", "அவன் விட்டுக்குப்போக வேண்டும் என்று அடம்பிடிக்கிறான்" என்பது போன்ற, முற்றிலும் தவறான, பதில்களைக் கூறுவார்கள்.

வரைபடம் 1.8: மேலே உள்ள படம் சித்திரிப்பது என்ன? இதைப் பலவாறாக அர்த்தப்படுத்தலாம். ஆனால் ஆட்டிசம் உள்ள குழந்தைகள் சமூகச் சூழ்நிலைக்கு ஏற்ற ஒரு பதிலைக் கூறச் சிரமப்படுவார்கள்.

இவ்வாறாக, ஆட்டிசத்தால் பாதிக்கப்பட்டவர்களுக்குக் குறைவாக உள்ள உளவியல் திறன்களை ஆராய்ச்சிகள் எடுத்துக் காட்டி உள்ளன. ஆனால், ஆட்டிசம் உள்ள எல்லோருக்கும்

இதே குறைகள் இருக்கும் என்று கூற இயலாது. ஆட்டிசம் உள்ள பெரும்பாலானவர்களுக்கு இம்மாதிரியான குறைபாடுகள் இருப்பதுண்டு. பலர் போகப்போக இத்திறனைக் கற்றுக் கொள்வதுண்டு. இம்மாதிரியான ஆராய்ச்சிகள் பெரும்பாலும் அறிவுத்திறன் மிக்கவர்களைக் கொண்டு நடத்தப்பட்டவை. கடும் ஆட்டிசம் உள்ளவர்கள் இந்த ஆராய்ச்சிகளில் பங்குபெறவில்லை. எனவே, இங்கு கூறப்பட்டவை மிதமான அல்லது சுமாரான ஆட்டிசம் உள்ளவர்களில் பலருக்குப் பொருத்தமாக இருக்கலாம்,

மனக் கோட்பாடு *(Theory of mind)*

நீங்கள் ஓர் உணவகத்துக்குப் போய் ஒரு கப் காப்பி கேட்கிறீர்கள். சமையல் பணியாளர் தேயிலை உள்ள தகரப் பெட்டியை எடுப்பதைக் கவனித்துவிட்டீர்கள். அந்த நொடியில் அவர் தேனீர் போடத் தயாராகிறார், நீங்கள் கேட்ட காப்பியை அல்ல என்பதை உய்த்துணர்கிறீர்கள். நீங்கள் கூறியதை அவர் தவறாகப் புரிந்துகொண்டார் அல்லது வேறொரு வாடிக்கையாளருக்குத் தேனீர் தயாரிக்கிறார் என்று ஊகித்தறிந்து நீங்கள் கேட்டது காப்பி, தேனீர் அல்ல என்று அவருக்குக் கூறுகிறீர்கள்.

மற்றவர் ஒருவரின் செயலின் குறிக்கோள் என்ன என்று அறிந்துகொள்வதும் அதன் அடிப்படையில் நாம் செயலாற்றுவதும் அன்றாட வாழ்க்கைக்குக் கட்டாயமாகத் தேவையான ஒரு திறன். இது மானுடருக்கு உடன்பிறந்த ஒரு திறன். இயல்பாகவே நமக்கு அமைந்துள்ள இத்திறன் பற்றி நாம் சிந்தித்துப் பார்ப்பதில்லை. இது சமூக அறிதிறன் *(social cognition)* என்றும் அழைக்கப்படுகிறது.

மற்றவர்களுடன் உரையாடவும் உறவாடவும் இன்னொருவர் மனதில் உள்ளதை அறிந்துகொள்ளும் ஆற்றல் தேவை. மற்றவர் மனதில் உள்ளதை உய்த்துணரும் இத்திறன் உளவியலில் மனக் கோட்பாடு என்று அழைக்கப்படுகிறது (கீழே பார்க்கவும்). ஆனால் ஆட்டிசத்தில் இந்த அடிப்படைத் திறன் பாதிக்கப்படுகிறது. ஆட்டிசத்தின் ஆணி வேராக இருப்பது மற்றவர்களுடன் ஒட்டி உறவாடுவதிலும் உறவு பேணுவதிலும் உள்ள குறைபாடுகளே. இதை எவ்வாறு விளக்குவது என்பது நெடுங்காலமாக அறியப் படாமலே இருந்து வந்தது. இது பற்றிய ஒரு முக்கியக் கண்டு பிடிப்பைப் பின்னர் பார்ப்போம். முதலில் சாதாரணமான குழந்தைகளில் நடத்தப்பட்ட ஒரு பரிசோதனையைப் பார்ப்போம். குழந்தைகளின் அறிவு வளர்ச்சியின்போது மற்றவர்கள் மனதில் என்ன இருக்கிறது என்பதை அறிந்துகொள்ளும் ஆற்றல், அதாவது மனக்கோட்பாடு எந்த வயதில் தோன்றுகிறது என்பதைக் கண்டறிய மேற்கொள்ளப்பட்டதே இந்தப் பரிசோதனை.

ஒரு பொம்மை விளயாட்டு

இந்தப் பரிசோதனையில் ஒரு குழந்தையின் முன் இரு பொம்மைகளை வைத்து ஒரு காட்சி ஒழுங்கு செய்யப்படுகிறது. ஆரம்பப் பரிசோதனையில் இந்தப் பொம்மைகள் *Sally* என்றும் *Anne* என்றும் அழைக்கப்பட்டன.[25] நாம் பெயர்களை மாற்றி ஒரு பொம்மையின் பெயர் செல்வி, மற்ற பொம்மையின் பெயர் அமுதா என்று வைத்துக்கொள்வோம். செல்வியிடம் ஒரு கூடை உள்ளது; அமுதாவிடம் ஒரு பெட்டி உள்ளது. செல்வி தன் பந்தைத் தன் கூடையில் வைத்துவிட்டு வெளியே போகிறாள். அவள் வெளியே போன பின் அமுதா அந்தப் பந்தை எடுத்துத் தன் பெட்டிக்குள் வைத்துவிடுகிறாள். அடுத்து, வெளியே போன செல்வி திரும்பி வருகிறாள். தன் பந்தை எடுத்து விளையாட நினைக்கிறாள்.

இந்தப் பொம்மை விளையாட்டைப் பார்த்துக்கொண்டு இருக்கும் ஒரு குழந்தையிடம் “செல்வி தன் பந்தை எங்கே தேடுவாள்?” என்று கேட்கப்படுகிறது. குழந்தையின் பதில் என்னவாய் இருக்கும்? கேள்வி கேட்கப்படுவது பொம்மைகளிடம் அல்ல, இந்தக் காட்சியைப் பார்த்துக்கொண்டு இருக்கும், அதாவது பரிசோதிக்கப்படும், குழந்தையிடம் என்பதைக் கவனிக்கவும் (வரைபடம் 1.9).

இதற்குச் சரியான விடை ‘கூடை’ என்பது சொல்லாமலே விளங்கும். ஆனால் பரிசோதிக்கப்பட்ட (எந்த வளர்ச்சிக் குறைபாடும் அற்ற சாதாரண) குழந்தைகளில் நான்கு வயதுக்குக் குறைந்த குழந்தைகள் ‘பெட்டி’ என்றே பதில் கூறின. ஏனென்றால் இந்த வயதுக் குழந்தைகளுக்குப் பந்து எங்கே இருக்கிறது என்ற யதார்த்தம்தான் தெரியுமே ஒழிய செல்வியின் கண்ணோட்டத்தில் இருந்து பார்க்கத் தெரியாது. அதாவது, செல்வியின் மனதில் உள்ள எண்ணத்தைத் தெரிந்துகொள்ளும் அறிவுத்திறன் இல்லை, ஆனால், ஐந்து வயதுக் குழந்தைகள் இந்தத் தவறை செய்யவில்லை, சரியாகவே பதிலளித்தன. (இந்தப் பரிசோனையை *youtube*-ல் பார்க்க:<*https://www.youtube.com/watch?v=jbL34F81Rz0*>).

உளவியலில் இது ‘மனம் பற்றிய கோட்பாடு’ (*Theory of mind*) என்று அழைக்கப்படுகிறது. ஒருவர் மனதில் இன்ன இருக்கிறது என்பதைப் புரிந்துகொள்ளும் இந்தத் திறனை சைமன் கொஹென் இவ்வாறு வரையறுக்கிறார்: “மற்றவர்களின் செயல்களுக்கு அடிப்படையாக உள்ள எல்லா மனநிலைகளையும் (அவர்களின் நோக்கங்கள், விருப்பங்கள், நம்பிக்கைகள், கற்பனைகள், உணர்ச்சிகள், இன்னபிற) அறிந்துகொள்ளும் திறனே மனக் கோட்பாடு எனப்படுவது.”[26] அடுத்து இந்தப் பரிசோதனையை

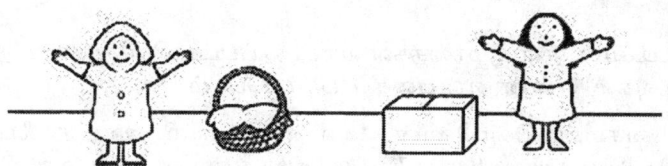

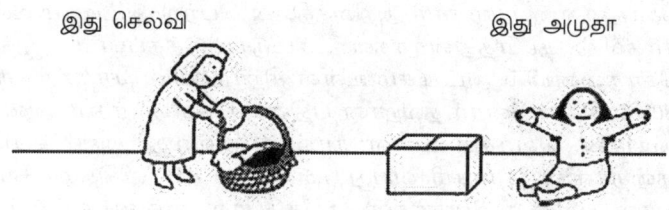

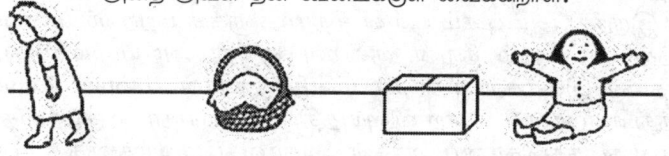

இது செல்வி
இது அமுதா
செல்வியிடம் ஒரு பந்து உள்ளது.
அதை அவள் தன் கூடைக்குள் வைக்கிறாள்.
பின், வெளியே போகிறாள்.
அவள் இல்லாத சமயம் அமுதா அதை வெளியே எடுக்கிறாள். அதைத் தன் பெட்டிக்குள் வைக்கிறாள்.
அடுத்து, செல்வி திரும்பி வருகிறாள்.
தன் பந்தை எடுத்து விளையாட எண்ணுகிறாள்.
“செல்வி தன் பந்தை எங்கே தேடுவாள் ?”*

வரைபடம் 1.9: செல்வியும் அமுதாவும்

* ஆதாரம் *Baron-Cohen, S., Leslie, A.M., & Frith, U.* (1985).: பொம்மை விளையாட்டைப் பார்த்துக்கொண்டிருக்கும் குழந்தையிடம் இந்த வினா கேட்கப்படுகிறது என்பதைக் கவனிக்கவும்.

ஆட்டிசம் உள்ள குழந்தைகளில் நடத்தப்பட்டபோது கண்டறிந்த முடிவுகள் என்ன என்பதைப் பார்ப்போம்.

சைமன் கொஹென், அலன் லெஸ்லி, ஊடா ஃப்ரித் *(Simon Baron-Cohen, Alan Leslie, Uta Frith)* என்ற மூன்று உளவியல் ஆய்வாளர்கள் மேலே கூறிய செல்வியும் அமுதாவும் – அன்னம் பரிசோதனையை (சராசரி அறிவுத்திறன் பெற்ற) ஆட்டிசம் உள்ள சிறார்களில், நடாத்தினார்கள்[27]. கட்டுப்படுத்தப்பட்ட இந்தப் பரிசோதனையில் ஆட்டிசம் உள்ள சிறார்களில் (சராசரி வயது 12;) 80% விகிதமானோர் தவறான பதிலைக் கூறினார்கள். ஆனால் இயல்பான வளர்ச்சி உள்ள நான்கு அல்லது ஐந்து வயதுக் குழந்தைகளில் (சராசரி வயது 4.5 வயது) 85% விகிதமானோர் சரியான பதில் கூறினார்கள். அதேபோல, டவுன் கூட்டுக்குறி உள்ள சிறார்களில் (சராசரி வயது 11; மன வயது 6) 86% விகிதமானோர் சரியாகப் பதிலளித்தார்கள். இந்தப் பரிசோதனையில் இருந்து ஆட்டிசம் உள்ள சிறார்களுக்கு மற்றவர் மனதைப் புரிந்துகொள்ளும் திறன் குறைவு என்று அறியமுடிகிறது. 12 வயதான இவர்கள் மற்றவர் மனதில் உள்ள எண்ணங்களைப் புரிந்துகொள்வது என்ற விஷயத்தில் 4½ வயதான குழந்தைகள் போல நடந்துகொண்டார்கள். அதாவது, இவர்களுக்கு 'மனம் பற்றிய கோட்பாடு' இருக்கவில்லை.

இது அறிவுத் திறன் குறைபாட்டால் ஏற்படுவது அல்ல என்பதை டவுன் கூட்டுக்குறி உள்ள குழந்தைகள் ஆட்டிசம் உள்ளவர்களைவிடச் சிறப்பாக பரிசோதனையைச் செய்து முடித்தார்கள் என்பதில் இருந்து தெரிய வருகிறது. 1985இல் நடாத்தப்பட்ட இப்பரிசோதனையை வேறு ஆய்வாளர்களும் சில மாற்றங்களோடு செய்து பார்த்து இதே முடிவுக்கு வந்துள்ளார்கள். இந்தப் பரிசோதனையானது குழந்தை வளர்வு உளவியலில் ஒரு மைல்கல்லாகக் கருதப்படுகிறது.

தினசரி வாழ்க்கையிலும் இதைப் பரிசோதித்துப் பார்க்கலாம். உங்கள் மனைவி தான் வாசித்துக்கொண்டிருக்கும் ஒரு புத்தகத்தைச் சமையல் அறையில் வைத்துவிட்டுப் போகிறாள். அவள் வெளியே போன சமயம் நீங்கள் அதை எடுத்து மற்ற புத்தகங்களோடு வைத்துவிடுகிறீர்கள். அவள் திருப்பி வந்ததும் அதை எங்கே தேடுவாள்? அவள் சமையல் அறையில்தான் தேடுவாள் என்பது உங்களுக்குத் தெரியும். நீங்கள் அதை வேறு இடத்தில் வைத்த தகவல் அவளுக்குத் தெரியாது என்பதை அறிவீர்கள். எனவே, அவள் அதை எங்கே தேடுவாள் என்று உங்களால் முன்கூட்டியே கூற முடியும். ஆனால், ஆட்டிசம்

உள்ளவர்கள் தங்களுக்குத் தெரிந்ததுதான் மற்றவர்களுக்கும் தெரியும் என்று எண்ணுகிறார்கள். எனவே அவர்களால் மற்றவர்கள் அடுத்து என்ன செய்யப்போகிறார்கள் என்பதைச் சரியாக ஊகிக்க முடிவது இல்லை.

மனக் கோட்பாட்டில் குறைபாடு உள்ளதால் ஏற்படும் பிரச்சினைகள்

சாதாரணமாக, வகுப்பு நேரத்தில் சில மாணவர்கள் மற்றவர்களைச் சீண்டுவது உண்டு. ஆனால் இதை ஆசிரியர் பார்க்காத நேரம் பார்த்துச் செய்வார்கள். ஆசிரியர் அதைப் பார்த்துவிட்டால் தன்னைத் தண்டிப்பார் என்பது அவர்களுக்குத் தெரியும். ஆனால் ஆட்டிசம் உள்ளவர்கள் இதை அறிவதில்லை. எனவே, இவர்கள் சீண்டும்போது நேரம் காலம் பார்ப்பதில்லை. அதேபோல, மற்ற மாணவன் ஒருவன் தன்னைச் சீண்டினால் உடனடியாகத் திருப்பித் தாக்குவார்கள், ஆசிரியருக்கு இது தெரியவரும் என்பதை எண்ணிப் பார்ப்பதில்லை. அதை ஒழிவுமறைவாகச் செய்யத் தெரிவது இல்லை. இதனால், ஆசிரியரின் கண்டனத்துக்கு ஆளாகிறார்கள்.

இந்தப் பரிசோதனையில் ஆட்டிசம் உள்ள சில சிறார்கள் சரியான பதிலை அளித்தார்கள் என்பதையும் கவனிக்கவும். அதேபோல, சாதாரண சில சிறார்கள் தவறான பதிலளித்தார்கள். இதிலிருந்து தெரியவருவது என்னவென்றால் மனதை அறிந்து கொள்ளும் திறன் கோட்பாடு ஆட்டிசத்தை விளக்கப் போதுமானது அல்ல என்பதே. இதனால் இந்தக் கோட்பாடு ஆட்டிசம் உள்ள சிலருக்குப் பொருந்தாது என்பதும் இதன் அடிப்படையில் ஆட்டிசத்தில் காணப்படும் எல்லாக் குறைபாடுகளையும் விளக்க முடியாது என்பதும் கவனிக்கத்தக்கது. ஆனால், ஆட்டிசத்தின் ஒரு முக்கிய அம்சத்தை, மற்றவர்களின் மனம் பற்றி அறிந்துகொள்ளும் திறன் குறைவாக உள்ளது என்பதைப் புரிந்துகொள்ள இது பெருமளவு துணை புரிகிறது.

மற்றவர்கள் மனதைப் புரிந்துகொள்வதில் உள்ள சிரமங்களால் ஆட்டிசம் உள்ளவர்களுக்கு மற்றவர்களுடன் தகுந்த முறையில் பேசிப் பழகுவதிலும் கருத்துப் பரிமாறிக்கொள்வதிலும் பல சிக்கல்கள் ஏற்படுகின்றன:

- ஒருவரின் நடத்தையைப் பார்த்து அவரின் நோக்கம் என்ன இன்று அறிந்துகொள்ள இயலாமை. உதாரணமாக ஒருவர் வேண்டுமென்றே பொய்க் கதைகள் கூறும்போது அதை உண்மை என்று அர்த்தப்படுத்திக்கொள்ளலாம்.

இதனால் ஆட்டிசம் உள்ள சிறார்கள் எளிதாக ஏமாற்றப் படக்கூடியவர்களாக இருப்பதுண்டு. அதேபோல, சக மாணவர்களின் கேலிக்கும் கிண்டலுக்கும் ஆளாவதுண்டு.

- *மற்றவர்கள் கூறும் வாசகத்தில் குறிக்கோள் என்னவென்று அறிந்துகொள்வது இல்லை:* எடுத்துக்காட்டாக, ஆட்டிசம் உள்ள ஒரு பையன் எழுதிய கட்டுரையை வாசித்த ஆசிரியர் பொறுமை இழந்து, "இது குப்பைக் கூடையில் போடத்தான் லாயக்கு" என்று கூற, அதைக் கேட்ட அந்த மாணவன் தன் கட்டுரையை வகுப்பில் இருந்த குப்பைத் தொட்டியில் போட்டான்! ஒருவர் கூறுவதன் உள் அர்த்தத்தைப் புரிந்துகொள்வது இவர்களுக்குக் கைவருவதில்லை. அதாவது ஒருவர் கூறும் சொற்களில் அர்த்தத்தைப் புரிந்துகொள்கிறார்களே தவிர அது எந்த நோக்கத்துடன் கூறப்படுகிறது என்பதை அறிவது இல்லை.
- *ஒரு விஷயத்தை மற்றவர்களின் கோணத்தில் இருந்து சிந்திக்கத் தவறுவது.* இதனால் வகுப்பில் ஒரு குழுவாகச் செயல்படும்பொழுது, உதாரணமாக வேதியல் பரிசோதனைகள் செய்யும்போதும் ஓர் அணியாக விளையாட்டுகளில் ஈடுபடும்போதும் பிரச்சினைகள் ஏற்பட வாய்ப்புண்டு.
- *தங்களது நடத்தை மற்றவர்களில், என்ன தாக்கத்தை உண்டுபண்ணுகிறது என்ற புரிதல் இல்லாமை.* இதனால் இவர்கள் நடத்தை மற்றவர்களின் மனதைப் புண்படுத்தலாம்.

அரிய திறன்கள் பெற்றவர்கள்

ஆனால், இத்தனை குறைபாடுகள் இருந்தபோதிலும் ஆட்டிசம் உள்ள சிலர் அரிய சில திறன்கள் பெற்றவர்களாக விளங்குகிறார்கள். ஒரு தடவை மட்டுமே பார்த்த ஒரு கட்டிடத்தை அச்சு மாறாமல் வரைகிறார் ஆட்டிசம் உள்ள ஸ்டீவன் விட்ஷயர் (*Stephen Wiltshire*) என்ற மனிதர் (வரைபடம் 1.10). ஆட்டிசம் உள்ள சிலர் நாள் தேதி ஆகியவற்றை ஒரு நொடியில் கணிக்கும் பேராற்றல் பெற்றவர்களாக இருக்கிறார்கள். காட்டாக, 1976ஆம் ஆண்டு மே மாதம் 12 திகதி என்ன நாள் என்று கேட்டால் உடனடியாகச் சரியான பதிலைக் கூறிவிடுவார்கள். 'ரெயின் மேன்' (*Rain man, 1988*) என்ற ஹாலிவுட் திரைப்படம் ஆட்டிசத்தைச் சிறப்பாகக் காட்சிப்படுத்தி இருந்தது. அதன் கதாநாயகன் (டஸ்டின் ஹொஃப்மன்) கடுமையான ஆட்டிசம் உள்ளவன். ஆனால் அபாரமான நினைவாற்றல் கொண்டவன். தொலைபேசி எண்களை மனனம் செய்வது அவனுக்கு ஒரு

பொழுதுபோக்கு. ஒரு காட்சியில், உணவகத்தில் பரிமாறும் பணிப்பெண் அணிந்திருக்கும் அட்டையைப் பார்த்தவுடன் அவளது தொலைபேசி எண்ணையும் முகவரியையும் கூறிவிடு கிறான் (இந்தத் திரைப்படத்தில் ஆட்டிசம் துல்லியமாகவும் கலைநயத்துடனும் சித்தரிக்கப்பட்டிருந்தது). இம்மாதிரியான அரிய திறன்கள் ஆட்டிசத்தில் மட்டுமல்லாமல் அறிவுத்திறன் குறைபாடு உள்ள சிலரிடையேயும் காணப்படுவதுண்டு. இவர்கள் அபூர்வப் பிறவிகள் *(savants)* என்று அழைக்கப்படுகிறார்கள். சில வேளைகளில் எந்தக் குறையும் இல்லாதவர்களுக்கும் இம் மாதிரியான தனித் திறன்கள் இருப்பதுண்டு. என்பதையும் கவனிக்கவும். அதாவது. இம்மாதிரியான அரிய திறன்கள் உடையவர்கள் எல்லோரும் ஆட்டிசம் உள்ளவர்கள் அல்லர்.

வரைபடம் 1.10: ஆட்டிசம் உள்ள ஸ்டீவன் வில்ட்ஷயர் வரைந்த ஒரு படம்.

ஆதாரம்: *http://www.stephenwiltshire.co.uk/index.aspx*

ஆட்டிசம் பற்றி மேலும் வாசிக்க:

The National Autistic Society (2014). Autism spectrum Disorders: a resource book pack for schools, (Available from: www.autism.org.uk/24999)

Wing. L. (2001). The Autistic Spectrum, A parents guide to understanding and helping your child, Berkeley, CA: Ulysses Press.

பயனுள்ள வலைத் தளங்கள்:

Autism Society (US) (http://www.autism-society.org/)

Centers for disease control and prevention, U.S. (https://www.cdc.gov/ncbddd/autism/index.html)

Autism Reasearch Centre, University of Cambridge https:/ (<https://www.autismresearchcentre.com/>)

Autism spectrum disorder in under 19s: recognition, referral and diagnosis. Clinical guideline [CG128] Published date: September 2011 (<https://www.nice.org.uk/guidance/cg128>)

பாகம் 2

அறிவுத்திறன் குறைபாடு

பாகம் 3

அறிவதிலுள்ள இன்பம்

அறிவுத்திறன் குறைபாடு:
மிகச் சுருக்கமாக

அறிவுத்திறன் குறைபாடு (மனவளர்ச்சிக் குறைபாடு) உள்ளவர்களுக்கு அறிவு சார்ந்த திறன்கள் யாவும்) கணிசமான அளவு பின்தங்கி இருக்கும். தன் வயதை ஒத்தவர்களுடன் ஒப்பிட்டும்போது இவர்களது பேச்சு, மொழி, உடல் இயக்கம், சமூகத் திறன்கள் என ஏறத்தாழ எல்லாத் திறன்களும் குன்றி இருக்கும். நுண்ணவு ஈவு 70 புள்ளிகளுக்குக் குறைவாக இருக்கும் (சராசரி நு.ஈ = 100). கூடவே, எண் எழுத்து வாசிப்பு போன்ற அடிப்படைத் திறன்களைக் கற்பதிலும் பின்தங்கி இருப்பார்கள். அத்தோடு, அன்றாட வாழ்க்கைத் தேவைகளை நிறைவுசெய்யும் வகையில் செயல்படுவதிலும் கணிசமான பின்னடைவுகள் காணப்படும். சுய பராமரிப்பு, சமூகத் திறன்கள், மற்றவர்களுடன் பழகுவது போன்ற வாழ்வியல் திறன்களும் குறிப்பிடத்தக்க அளவு பாதிக்கப்பட்டிருக்கும்.

அறிவுத்திறன் குறைபாடானது நுண்ணறிவு ஈவையும், அன்றாடச் செயல் திறன்களையும் அடிப்படையாகக் கொண்டு சுமாரான, மிதமான, கடுமையான, ஆழ்ந்த என நான்கு நிலைகளாகப் வகுக்கப்படுகிறது. கடுமையான அறிவாற்றல் குறைபாடு உள்ளவர்கள் மற்றவர்களைச் சார்ந்து வாழ வேண்டிய நிலையில் இருப்பர். ஆனால் சுமாரான அறிவாற்றல் குறைபாடு உள்ளவர்களால் சுயமாக வாழவும் பணிகள் புரியவும் முடியும்.

எந்த ஒரு காரணத்துக்காகவும் மூளையின் ஆரம்பகால வளர்ச்சி தடைபடுவதனால் அறிவுத்திறன் குறைபாடு ஏற்படுகிறது. குழந்தைப் பிராயத்தில் நடத்தை, பேசுதல் போன்ற வளர்ச்சி மைல்கற்களை அடைவதில் தாமதம் காணப்படும். காலப்போக்கில் ஓரளவு முன்னேற்றங்கள் காணப்பட்டாலும் பாதிப்புகள் வாழ்நாழ் முழுதும் தொடரும் தன்மை கொண்டவை.

குழந்தைகளிடையே ஏறத்தாழ 2%க்கு அறிவுத்திறன் குறைபாடு காணப்படுகிறது. இதில் பெரும்பான்மையானோர் (75%) சுமாரான அறிவுத்திறன் குறைபாடு உள்ளவர்களே. மிதமான மற்றும் கடுமையான அறிவுத்திறன் குறைபாடு உள்ளவர்களில் பலருக்கு மூளைச் சேதம் அல்லது மரபியல் நோய்கள் காரணமாக அமைகின்றன. கடுமையான அறிவுத் திறன் குறைபாடு உள்ளவர்கள் பலருக்கு வலிப்புநோய் அல்லது பிற மூளை சார்ந்த நோய்கள் இருப்பதுண்டு. ஆனால், சுமாரான அறிவுத்திறன் குறைபாடு ஏற்படக் காரணம் என்ன என்பது இன்னும் அறியப்படாமலே இருந்து வருகிறது.

குழந்தை வளர்ச்சியில் நிபுணத்துவம் பெற்ற ஒரு குழந்தைநல மருத்துவர் ஒருவரால் அறிவுத்திறன் குறைபாட்டை முறைப்படியாக அடையாளம் காண முடியும். சில வேளைகளில் நுண்ணறிவுச் சோதனைகளும் வேறு பரிசோதனைகளும் தேவைப்படலாம். அதோடு, குழந்தையின் வளர்ச்சி வரலாறு, வாழ்வியல் மற்றும் கல்வித் திறன்கள் ஆகியவற்றையும் கணக்கில் கொண்டு அதன் உக்கிரத்தை அறிந்துகொள்ளலாம். குழந்தையின் தேவைகளுக்கு ஏற்ப, சிறப்புக் கல்வி, வாழ்வியல் திறன்பயிற்சி, இயன்முறை சிகிச்சை, பேச்சுப் பயிற்சி, நடத்தை சீராக்கம் போன்ற சிகிச்சைகள் தேவைப்படும்.

இயல் 1

அறிவுத்திறன் குறைபாடு என்றால் என்ன?

அறிவுத்திறன் குறைபாடு என்பது வயதுக்கு ஏற்ற அறிவு வளர்ச்சி இல்லாததும் அன்றாடம் செய்ய வேண்டிய செயல்களில் பின்தங்கி இருப்பதையும் குறிக்கும். நுண்ணறிவு, பேச்சு/மொழி, கற்றல், சமூகத் திறன் ஆகிய எல்லாத் திறன்களும் பாதிக்கப்படுகின்றன.

மனவளர்ச்சிக் குறைபாடு என்றவுடன் நம் மனதில் எழும் சித்திரம் என்ன? பேந்தப் பேந்த விழிக்கும் அசட்டுத்தனமாகத் தோற்றம், கோணல் மாணல் நடை, பொருளற்ற சிரிப்பு, மாறுபட்ட பேச்சுத் தொனி, உமிழ்நீர் ஒழுகும் முகம், இன்ன பிற. ஆனால் இதுவல்ல உண்மை. தப்புத்தப்பான தகவல்களை வழங்கும் தமிழ் புத்தகங்களும் திரைப்படங்களும் நமது சமுதாயப் பொதுப் புத்தியும் நமக்கு ஊட்டி வளர்த்துள்ள கருத்துகள் இவை. கற்றுத் தேர்ந்தவர்கள் என்று அறியப்படுபவர்கள் கூட இதற்கு விதிவிலக்கல்ல.

இன்னுமொன்று. மனவளர்ச்சிக் குறைபாடு, மனவளர்ச்சி குன்றுதல் (mental retardation) என்ற சொற் சேர்க்கைகள் இப்போது வழக்கில் இல்லை. இவை கண்ணியக் குறைவானதாகக் கருதப்படுவதால் கடந்த பத்து ஆண்டுகளுக்கு மேலாக அறிதிறன் குறைபாடு, அறிவுத்திறன் குறைபாடு அல்லது அறிவாற்றல் குறைபாடு (intellectual disability) என்ற சொற்றொடர்களே பாவனையில் உள்ளன[1].

இது வெறும் மொழி சார்ந்த விஷயம் மட்டுமல்ல. மாற்றுத் திறனாளிகள் பற்றிய பார்வையில் சமுதாயத்தில் ஏற்பட்டிருக்கும் மாற்றத்தையே இது பிரதிபலிக்கிறது. மனவளர்ச்சிக் குறைபாடு பற்றிப் பொதுப் புத்தியில் காணப்படும் முற்சாய்வுகளைக் களைவதில் நாம் பாவிக்கும் மொழிக்கு முக்கியப் பங்குண்டு.

அறிவுத்திறன் என்பது என்ன என்று அனைவரும் அறிந்த ஒன்று. உளவியலில் இது காரணம் காணும் திறன், கருத்துகளை விளங்கிக்கொள்ளும் ஆற்றல், பிரச்சினைகளுக்குத் தீர்வு காணும் வல்லமை, தர்க்கரீதியாகச் சிந்திக்கும் திறன், பள்ளிப் பாடங்கள் உட்பட புதியவற்றைக் கற்றுக்கொள்ளும் வல்லமை போன்ற பொதுவான ஆற்றல்களை உள்ளடக்கியது. இது ஆளுக்கு ஆள் வேறுபடும். இம்மாதிரியான திறன்கள் குறைந்தவர்களுக்குத் தற்சார்புடன் செயல்படவும் மற்றவர்களுடன் பேசிப் பழகவும் பள்ளிப் பாடங்களைக் கற்றுக்கொள்வதிலும் சிரமங்கள் ஏற்படும்.

அறிவுத்திறன் குறைபாடு என்பது ஒரு மனநோய் அல்ல; மூளை வளர்ச்சியில் ஏற்படும் தடையினால் உண்டாகும் ஒரு பற்றாக்குறை. மூளையின் வளர்ச்சியானது சிசுப் பருவத்தில் ஆரம்பித்து ஏறத்தாழ பதினெட்டு வயது வரை தொடர்கிறது. இதையொட்டியே குழந்தைகளின் மனவளர்ச்சியும் ஏற்படுகிறது. எந்த ஒரு காரணத்தினாலும் மூளையின் வளர்ச்சி தடைபடும்போது உள இயக்கங்களில் குறைபாடுகள் உண்டாகின்றன. இதனால் உளவளர்ச்சிக் கூறுகளான நுண்ணறிவு, பேச்சு/மொழித் திறன், கற்றல் திறன், உடல் இயக்கத்திறன், சமூகத் திறன்கள் ஆகிய எல்லாத் திறன்களும் பாதிக்கப்படுகின்றன. கூடவே, அன்றாட வாழ்க்கைக்குத் தேவையான செயல்பாடுகளான பணத்தைக் கையாளுவது, பொதுப் போக்குவரத்து வாகனங்களில் பயணம் செய்வது, சமுதாய நடைமுறைகளைப் புரிந்து நடந்துகொள்வது போன்ற சாதாரண வாழ்வியல் திறன்களும் பாதிக்கப்படுகின்றன.[2,3]

அறிவுத்திறன் குறைபாட்டின் தனித்துவமான பண்புகள் என்ன?

ஆக, அறிவுத்திறன் குறைபாட்டின் இன்றியமையாத பண்புகள் மூன்று. இவை:

1. *குன்றிய அறிவாற்றல்:* அறிவாற்றல் என்பது பின்வரும் திறன்களை உள்ளடக்கும்: காரண காரிய ஆய்வு, திட்டமிடல், தர்க்க ரீதியாகச் சிந்தித்தல், பிரச்சினைகளுக்குத் தீர்வு காணல், கருத்துநிலை வழிநின்று சிந்தித்தல் (abstract thinking),

பள்ளிக்கூடப் பாடங்களைக் கற்றல், அனுபவத்திலிருந்து கற்றுக்கொள்ளுதல். இவ்வகையான அறிவை நுண்ணறிவுச் சோதனைகள் வழியாக அளவிடலாம் (பார்க்க இயல் 15). அறிவுத்திறன் குறைபாடு உள்ள ஒருவரின் நுண்ணறிவு சராசரி நுண்ணறிவு அளவைவிட கணிசமான அளவு குறைவாக இருக்கும். புள்ளியியலின்படி, சராசரி நுண்ணறிவு ஈவு 100 என்றும், அதில் 97.5% பேரின் நுண்ணறிவு ஈவு 70க்கும் 115க்கும் இடைப்பட்டிருக்கும் என்றும் கணிக்கப்படுகிறது. எனவே, ஒருவரின் நுண்ணறிவு ஈவு 70 புள்ளிகளுக்குக் குறைவாக இருந்தால் இது கணிசமான பாதிப்பைக் குறிக்கும்.

2. அன்றாட வாழ்க்கைக்குத் தேவையான வாழ்வியல் திறன்களில் பற்றாக்குறை: இது தற்பராமரிப்பு, தற்சார்பு, சமூகத் திறன்கள், சமுதாயப் பழக்கவழக்கங்களைக் கற்றுக்கொள்ளுதல், பணத்தைக் கையாளுதல், பொதுப் போக்குவரத்து வசதிகளைப் பாவித்தல் போன்ற திறன் களை உள்ளடக்கும்.

3. மேலே கூறப்பட்டவை யாவும் 18 வயதுக்கு முன், அதாவது மூளை வளர்ச்சியடையும் பருவத்தில், ஆரம்பமாகும்.

இந்த மூன்று அம்சங்களும் ஒருங்கே பெற்றிருந்தால் மட்டுமே ஒருவருக்கு அறிவுத்திறன் குறைபாடு உள்ளது என்று வரையறை

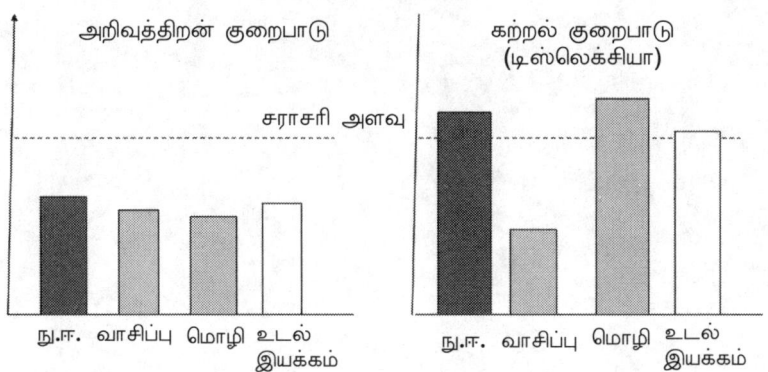

அறிவுத்திறன் குறைபாட்டில் எல்லாத் திறன்களும் சாராசரி அளவை விடக் குன்றி இருக்கும், டிஸ்லெக்சியாவில் வாசிப்புத் திறன் மட்டுமே குறைவாக இருக்கும்.

வரைபடம் 2.1: அறிவுத்திறன் குறைபாடும் கற்றல் குறைபாடும்

செய்யப்படும். அறிவுத்திறன் குறைபாட்டில் ஏறத்தாழ எல்லா வளர்ச்சித் திறன்களும் குன்றியிருக்கும் என்பதைக் கவனிக்கவும் (படம் 2.1). இதுவே, கற்றல் குறைபாட்டுக்கும் அறிவுத் திறன் குறைபாட்டுக்கும் உள்ள வித்தியாசம். கற்றல் குறைபாடுகளில் (பார்க்க பாகம் 3) கல்விசார் திறன்களான வாசிப்பு, எண், எழுத்து ஆகிய ஆற்றல்கள் மட்டுமே பாதிக்கப்பட்டிருக்கும், அறிவுத் திறன் குறைபாட்டில் எல்லா அறிவுசார் செயல்பாடுகளும் குன்றி இருக்கும்.

இயல் 2

அறிகுறிகளும் அடையாளங்களும்

அறிவுத்திறன் குறைபாடு உள்ள குழந்தைகள் எல்லாத் திறன்களையும் தாமதமாகவே கற்றுக் கொள்கின்றன. உட்காருவது, தவழ்வது, நடப்பது, பேசுவது போன்ற வளர்ச்சி மைல்கற்களில் கணிசமான அளவு சுணக்கம் காணப்படும். அன்றாட வாழ்க்கைக்குத் தேவையான செயல் திறன்களிலும் பின்தங்கி இருப்பார்கள்.

குழந்தைகளின் வளர்ச்சியும் முதிர்ச்சியும் ஒழுங்கான ஒரு முறையில் நிகழ்கிறது. அதாவது உலகத்தில் உள்ள எல்லாக் குழந்தைகளும் உட்காருவது, தவழ்வது, நடப்பது, பேசுவது போன்ற ஆற்றல்களை ஒரு குறிப்பிட்ட காலகட்டத்தில் எய்துகின்றன. இவை வளர்ச்சி மைல்கற்கள் (developmental milestones) என்று அழைக்கப்படுகின்றன. இயல்புநிலையில் இவை குறிப்பிட்ட ஒரு கால எல்லைக்குள் நடைபெறும். இந்த மைல்கற்களை அறிந்து வைத்திருப்பது முக்கியம். ஏனென்றால் அறிவுத் திறன் குறைபாட்டில் இவை தாமதமாகும். இதுவே முதல் அறிகுறி. உதாரணமாக, உலகெங்கும் உள்ள குழந்தைகள் 12 முதல் 14 மாதத்தில் மற்றவர் உதவியின்றி நடக்கும் ஆற்றலைப் பெறுகின்றன. இது 18 மாதத்துக்கு மேல் காலதாமதமானால் அதை ஒரு அபாய அறிவிப்புச் சமிக்ஞையாகக் (red flag) கருதி உடன் நடவடிக்கை எடுக்க வேண்டும்.

தாமதமாகும் வளர்ச்சிப் படிக்கற்கள்

முக்கிய வளர்ச்சிப் படிக்கற்களையும் அபாய அறிவிப்பு சமிக்ஞை களும் அட்டவணை 2.1இல் தரப்பட்டுள்ளன[4]. மொழிசார்ந்த வளர்ச்சிப் படிக்கற்களைச் சுலபமாக ஞாபகம் வைத்துக்கொள்ளப் பின்வரும் வாய்ப்பாடு பயனுள்ளதாக இருக்கும்: "ஒரு வயதில் ஒரு சொல், இரண்டு வயதில் இரண்டு சொற்கள், மூன்று வயதில் மூன்று சொற்கள் கொண்ட வசனம், ஐந்து வயதில் சரளமான பேச்சு".

அட்டவணை 2.1: வளர்ச்சிப் படிக்கற்கள்

வளர்ச்சிப் படிக் வளர்ச்சி கற்கள்	அடைய வேண்டிய சராசரி வயது	தாமதமான (அபாய அறிவிப்புச் சமிக்கை)
மற்றவர் முகம் பார்த்துப் புன்னகை செய்வது	6 வாரம்	8 வாரம்
தலையைத் தூக்கி நிறுத்துதல்	4 மாதம்	6 மாதம்
உதவியில்லாமல் உட்காருதல்	6 மாதம்	12 மாதம்
உதவியின்றி நடத்தல்	12 மாதம்	18 மாதம்
இரண்டு சொற்களைத் தொடராகப் பேசுவது	2 வயது	3 வயது
தன் பெயரைச் சொல்வது	2.5 வயது	4 வயது
மூன்று சொற்கள் கொண்ட வசனத்தைப் பேசுவது	3 வயது	4 வயது
கழிவு உறுப்புகளைக் கட்டுப்படுத்திக் கொள்வது	3–4 வயது	4 வயது
சரளமான பேச்சு	5 வயது	6 வயது

மற்ற குழந்தைகளோடு ஒப்பிடும்போது அறிவுத்திறன் குறைபாடு கொண்ட குழந்தைகள் எல்லாத் திறன்களையும் தாமதமாகவே கற்றுக்கொள்கின்றன. எனவே, உட்காருவது, தவழ்வது, நடப்பது, பேசுவது போன்ற மைல்கற்களில் கணிசமான அளவு சுணக்கம் காணப்படும். அன்றாட வாழ்க்கைக்குத் தேவையான திறன்களான தானாக உண்ணல், உடுத்தல், அபாயங் களைத் தவித்தல் ஆகிய விஷயங்களில் சிரமங்கள் இருப்பது தெரியவரும்.

சிந்தனைத் திறன் குறைபாடுகள்

இதேபோல, காரண காரியங்களைத் தொடர்புபடுத்திப் பார்ப்பதி லும் இவர்கள் பின்தங்கி இருப்பார்கள். இதனால் ஒரே தவறை மீண்டும் மீண்டும் செய்வார்கள். கருத்து நிலையில் இருந்து சிந்திக்கும் திறன் *(abstract thinking)* ஒப்பீட்டளவில் குறைவாக இருக்கும்.

எடுத்துக்காட்டாக, பள்ளிக்கும் போகும் வழியில் கண் பார்வை அற்ற ஒருவரைக் குழந்தை காண்கிறது. உடனே, "அதோ பார் அம்மா, அவனுக்கு கண்கள் இல்லை" என்று உரக்கக் கூறுகிறது. அவன் தாயார் குறைபாடுகள் உள்ளவர்களைப் பார்த்து இவ்வாறு கூறுவது தவறு என்று விளக்கிக் கூறுகிறார். குழந்தைத் தன் தவறை உணர்ந்தது என்று தாயார் நினைக்கிறார். மறு நாள் அவர்கள் கடைக்குப் போகும்போது கால்கள் இல்லாத ஒருவரைக் காண்கிறது. "அம்மா, அதோ பார் அவனுக்குக் காலே இல்லை" என்று உரக்கக் கூறுகிறது! அறிவுத் திறன் குறைபாடு இல்லாத ஒரு குழந்தை ஊனம் உள்ளவர்களை, அவர்கள் கண் பார்வை இல்லாதவர்களாக இருந்தாலும் சரி, உடல் உறுப்புக் குறைபாடு உள்ளவர்களாக இருந்தாலும் சரி கண்ணியமாக நடத்த வேண்டும் என்பதைப் புரிந்துகொள்ளும். அறிவுத்திறன் குறைபாடு உள்ள குழந்தையால் ஊனம் என்ற இந்தக் கருத்தைச் சரிவரப் புரிந்துகொள்ள முடியவில்லை.

இதேபோல, சமூகத் திறன்களும் தாமதமாகவே வளர்ச்சி அடைகின்றன. மேலே கூறப்பட்ட உதாரணத்தில் பிறரை அவர்கள் முன்னிலையில் கண்ணியக் குறைவாகப் பேசக் கூடாது என்ற சமூக வழக்கு அந்தக் குழந்தைக்குப் புரியவில்லை என்பது தெளிவு. இம்மாதிரியான சமூகத் திறன் குறைபாடுகள் குழந்தைகள் ஒன்றுசேர்ந்து விளையாட ஆரம்பிக்கும் கட்டத்தில் தெரியவரும்.

கற்பதில் சிரமங்கள்

அறிவுத்திறன் குறைபாடு உள்ள குழந்தைகள் கற்பதிலும் பின்தங்கி இருப்பார்கள். கல்வி மூன்று வகைப்படும். ஒன்று பள்ளிப் படிப்பு. பொதுவாகவே இந்தக் குழந்தைகள் எண், எழுத்து, கணிதம், வாசிப்பு ஆகியவற்றைக் கற்பதில் வெவ்வேறு அளவு பின்தங்கி இருப்பார்கள். இவர்களின் ஞாபக சக்தி குறைவாக இருப்பதால் ஒரு முறை கற்றதை விரைவில் மறந்துவிடுவார்கள். இது ஆசிரியர்களுக்குக் கடும் எரிச்சலூட்டுவதாக இருக்கலாம்.

மற்றது, அனுபவத்தின் வாயிலாகப் பெறும் பட்டறிவு. பட்டறிவுக்கு அடிப்படையாக அமைவது ஒரு காரணத்தையும் அதன் விளைவைத் தொடர்புபடுத்திப் பார்க்கும் திறனே. காட்டாக, தீயில் கையை வைத்துச் சுட்டுக்கொண்ட ஒரு குழந்தை அதன்பின் நெருப்பைத் தொடுவதைத் தவிர்த்துக்கொள்ளும். அறிவுத்திறன் குறைபாடு உள்ள குழந்தை இந்த அனுபவத்தில் இருந்து கற்றுக்கொள்வது இல்லை. தீ (காரணம்) கையைச் சுடும் (விளைவு) என்பதைக் கற்றுக்கொள்ள நாள் போகும்.

மூன்றாவதாக, பழக்கவழக்கங்களைக் கற்றல். சாதாரணப் பழக்கவழக்கங்கள் முறையாகக் கற்றுக் கொடுக்கப்படுவது இல்லை. மாறாக, மற்றவர்கள் நடந்துகொள்வதைப் பார்த்தே குழந்தைகள் இதைக் கற்றுக்கொள்கின்றன. பெரியவர்களுடன் மரியாதையாகப் பேசுவது, தன் உரிமையை நிலைநாட்டுவது, வீண் விவாதங்களைத் தவிர்ப்பது, பிணக்குகளைச் சுமூகமாகத் தீர்த்துக் கொள்வது போன்ற சமூகத் திறன்களை மற்றவர்களைப் பார்த்தே கற்றுக்கொள்கிறோம். வாழ்க்கையில் முன்னேற மற்றவர்களுடன் இணக்கமாகப் பழகுவது முக்கியம். இது அறிவுத்திறன் குறைபாடு உள்ள குழந்தைகளுக்கு விரைவில் கைகூடுவது இல்லை.

செயல்திறன் குறைபாடுகள்

அறிவுத்திறன் குறைபாடு உள்ளவர்களின் இன்றியமையாத ஒரு பண்பு மேலே கூறப்பட்ட அறிவுத்திறன் பற்றாக் குறையே என்றால், அவர்களுக்கு உள்ள இரண்டாவது குணாம்சம் அன்றாட வாழ்க்கைக்குத் தேவையான திறன்கள் குறைவாக உள்ளமையே. சமூகத்தில் பாதுகாப்பாகவும் தற்சார்புடனும் வாழ பல வாழ்வியல் திறன்கள் தேவை, இவை செயலாக்கத் திறன்கள் *(adaptive functioning)* என்று அழைக்கப்படுகின்றன.

செயலாக்கத் திறன்கள் மூன்று வகைப்படும். ஒன்று, அன்றாடச் செயல்களான உணவு உண்ணுதல், குளித்தல், உடை உடுத்துதல், கழிவறை பயன்படுத்துதல் போன்ற தற்சார்புச்

செயல்களைக் குறிக்கும். இரண்டாவதாக, மற்றவர்களுடன் பழகுவது, சமூக நடைமுறைகளை அறிந்து செயல்படுவது ஆகியவை. பொதுவாக, அறிவுத்திறன் குறைபாடு உள்ளவர்கள் வயதுக்கு ஏற்ற முதிர்ச்சி குறைந்தவர்களாக இருப்பார்கள். எனவே, சந்தர்ப்பத்துக்கு ஏற்றவாறு பேசவும் பழகவும் தெரியாதவர்களாக இருப்பார்கள். இவர்கள் எளிதாக ஏமாறக்கூடியவர்களாக இருப்பதுண்டு. இதனால், பெண் பிள்ளைகள் பாலியல் கொடுமைக்கு ஆளாகலாம்.

மூன்றாவதாக, கற்கும் திறன் குறைவாக இருப்பதால் வாசிப்பு, எண், எழுத்து ஆகியவற்றில் பின்தங்கி இருப்பார்கள். பெயர்ப் பலகையைப் பார்த்து விவரங்களை அறிந்துகொள்வது, படிவங்களைப் பூர்த்தி செய்வது போன்ற செயல்களில் சிரமங்கள் காணப்படும். அதேபோல, உரிய பணத்தைக் கொடுத்து பொருட்கள் வாங்குவது, மிச்சத்தைக் கணக்குப் பார்த்து வாங்குவது, பேரூந்து போன்ற போக்குவரத்து வசதிகளைப் பாவிப்பது போன்ற அன்றாடக் காரியங்களைச் சரிவர செய்ய முடிவது இல்லை.

அறிவுத்திறன் குறைபாடு உள்ள ஒருவரின் செயலாக்கத் திறன்களை மதிப்பிட்டு அறிந்துகொள்வது முக்கியம். ஏனென்றால் அவருக்குத் தேவையான உதவி, ஆதரவு, (தேவைப்படும்போது) மறுவாழ்வுத் திட்டம் ஆகியவற்றைத் தீர்மானிக்கும் காரணி இதுவே. தற்போது அறிவுத்திறன் குறைபாட்டை அடையாளம் காண்பதிலும் அதன் கடுமையை மதிப்பிடவும் நுண்ணறிவின் அளவைவிட செயலாக்கத் திறன்களே கூடுதலாக வலியுறுத்தப் படுகின்றன.

இயல் 3

அறிவுத்திறன் குறைபாட்டை அடையாளம் காண்பது எப்படி?

வயதை ஒத்த குழந்தைகளுடன் ஒப்பிடும்போது, தாமதமான வளர்ச்சி, அறிவுசார் குறைபாடுகள், பின்தங்கிய அன்றாட வாழ்வியல் செயல்திறன்கள் ஆகியவையே அறிவுத்திறன் குறைபாட்டின் முக்கிய அடையாளங்கள்.

கடுமையான அறிவுத்திறன் குறைபாடு உள்ள குழந்தைகளின் அறிகுறிகள் பிறந்து சில மாதங்களில் தெரிய வரும். மிதமான அறிவுத்திறன் குறைபாடு உள்ளவர்களையும் சுமாரான அளவு அறிவுத்திறன் குறைபாடு உள்ளவர்களையும் அடையாளம் காணச் சில வருடங்கள் போகலாம். அறிவுத்திறன் குறைபாட்டின் முக்கிய அறிகுறிகளைத் தெரிந்து கொள்வது அதை ஆரம்பத்திலேயே அடையாளம் காண உதவும். முந்திய இயலில் கூறியது போல, அறிவுத்திறன் குறைபாட்டில் மூன்று வகையான அறிகுறிகள் உள்ளன:

1. தாமதமான வளர்ச்சிப் படிக்கற்கள்
2. வயதை ஒத்த குழந்தைகளுடன் ஒப்பிடும்போது எல்லா வளர்ச்சிப் பரிமாணங்களிலும் பின்தங்கி இருத்தல்
3. சாதாரண வாழ்வியல் செயல்திறன்களில் குறைபாடுகள்

தாமதமான வளர்ச்சிப் படிக்கற்கள்

முந்திய இயலில் கூறியது போல, குழந்தையின் வளர்ச்சி தாமத மாகுவதே அறிவுத்திறன் குறைபாட்டின்

ஆரம்ப அறிகுறி. எனவே, இயல் 2இல் கூறப்பட்ட பேச்சு, மொழி, உடல் இயக்கம் போன்றவற்றின் வளர்ச்சிப் படிக்கற்கள் யாவுமே கணிசமான அளவு பின்தங்கி இருக்கும். இதில் இரண்டு விஷயங்களை வற்புறுத்திக் கூறுவது முக்கியம். சில குழந்தைகளில் ஒரு வளர்ச்சிப் பரிமாணத்தில் மட்டும் தாமதம் காணப்படலாம். இதைக் கொண்டு அந்தக் குழந்தைக்கு அறிவுத்திறன் குறைபாடு உள்ளது என்ற முடிவுக்கு வர முடியாது. காட்டாக, சில குழந்தைகள் சரிவரப் பேச நாளாகலாம். ஆனால் மற்ற வளர்ச்சிப் பரிணாமங்கள் சரியான முறையில் இருக்கும் பட்சத்தில், இவர்கள் தாமதித்து மலரும் பூக்களைப் போல, சிறிது காலம் சென்று வியக்கும்படி சரளமாகப் பேசத் தொடங்குவார்கள். இது அறிவுத்திறன் குறைபாடு அல்ல. அதாவது ஒரு வளர்ச்சித் திறன் மட்டும் தாமதமானால் சற்று பொறுத்திருந்து பார்ப்பதே நல்லது. மற்றது, வளர்ச்சிப்படிகள் கணிசமாகத் தாமதமானால் மட்டுமே அது குறித்துக் கவலை கொள்ள வேண்டும். இம்மாதிரியான 'அபாய அறிவிப்பு' சமிக்கைகளை அட்டவணை 2.1இல் காணலாம்.

பின்தங்கிய உள வளர்ச்சி

வயதை ஒத்த மற்ற குழந்தைகளுடன் ஒப்பிடும்போது கற்கும் ஆற்றல், சிந்திக்கும் திறன், விஷயங்களைப் புரிந்துகொள்ளும் வல்லமை ஆகியவை குறைவாகக் காணப்படுவது அறிவுத்திறன் குறைபாட்டின் முக்கிய அடையாளங்களில் ஒன்று. அறிவுத்திறன் குறைபாட்டை அடையாளம் காண உதவும் குறிப்பான சில அறிகுறிகள் உள்ளன[5]:

- உட்காருதல், நடத்தல் போன்ற வளர்ச்சிப் படிகற்கள் தாமதமாகுதல். (பார்க்க அட்டவணை 2.1).
- புதிய விஷயங்களை மற்றவர்களைப் போல எளிதாகக் கற்றுக்கொள்வது இயலாமை.
- மற்றவர்கள் பேச்சைப் புரிந்துகொள்வதிலும் தம்மைச் சுற்றி என்ன நடக்கிறது என்பதை அறிந்துகொள்வதிலும் சங்கடங்கள்.
- தனது தேவைகளையும் விருப்பங்களையும் மற்றவர்களுக்குப் புரியும் வகையில் தெரிவிப்பதில் இடர்ப்பாடுகள்.
- சிந்திக்கும் திறன் குறைவாக இருத்தல். எடுத்துக்காட்டாக, ஒப்பிட்டுக் கூறுவதில் (மனிதர்கள், பொருள்கள்) சிரமங்கள்.
- இப்போது – பின்னே, இங்கே – அங்கே, கூட – குறைய ஆகியவற்றில் பொதிந்துள்ள கருத்துகளைப் புரிந்துகொள் வதில் சிக்கல்கள்.

- எங்கே, எப்போது, எது, ஏன், எவ்வளவு போன்ற சொற்களை விளங்கிக்கொள்வதில் பிரச்சினைகள்.
- சொன்ன ஒரு காரியத்தை மறுகணம் மறந்துவிடுவது.
- புதிதாகக் கற்றுக்கொண்டதை உடனே மறந்துவிடுவது.
- முடிவெடுப்பதில் சங்கடங்கள்; என்ன உடுத்துவது, அடுத்து என்ன செய்வது, என்ன சொல்வது ஆகியவற்றில் குழப்பம்.

குறைவான அன்றாடச் செயல்திறன்களும் குன்றிய கற்கும் திறனும்

குழந்தையின் வயதுக்கு ஏற்றபடி அன்றாடக் கடமைகளைத் தானாக நிறைவேற்றிக்கொள்வதிலும் அறிவுத்திறன் குறைபாடு உள்ள குழந்தைகள் பின்தங்கி இருப்பார்கள். எனவே, பின்வரும் செயல்களை (வயதுக்குப் பொருத்தமாக) உதவியின்றி நிறைவேற்று வதில் இடர்ப்பாடுகள் காணப்படலாம்:

- உடுத்துதல், பல் துலக்குதல், குளித்தல், உண்ணுதல்.
- கடிகாரத்தைப் பார்த்துச் சரியான நேரத்தைக் கூறுவது.
- ஒரு பொருளுக்கான பணத்தைக் கடைக்காரரிடம் கொடுத்து மிச்சத்தைக் கணக்குப் பார்த்து வாங்குவது.
- தானாகப் பேருந்தில் பயணம் செய்வது.
- தொலைபேசியைப் பயன்படுத்துவது.
- சாலையைக் கடப்பது, தெரியாதவர்களோடு பழகுவதைத் தவிர்த்துக்கொள்வது போன்ற ஆபத்துகளை அறிந்து நடந்துகொள்வது.
- புத்தகங்கள், பேனா, பென்சில் ஆகியவற்றை மறக்காமல் பள்ளிக்கூடத்துக்குக் கொண்டு போவது.
- மற்ற குழந்தைகளுடன் பழகுவது, புதிய நண்பர்களை ஏற்படுத்திக்கொள்வது.
- ஒரு சம்பவத்தை விளக்கிச் சொல்வது.
- மற்றவர்களிடம் ஏமாறாமல் இருப்பது.

குன்றிய கற்றல் திறன்

இவர்கள் வாசிப்பு, எண்எழுத்து போன்ற அடிப்படைக் கற்றல் திறன்களில் பிந்தங்கி இருப்பார்கள். எனவே, குழந்தையின் கற்றல் திறன்களைப் பாரபட்சமின்றி மதிப்பிடுவது முக்கியம். பின்வரும் கேள்விகளுக்குப் பதிலளித்துப் பார்க்கவும்:

- இந்தக் குழந்தையை வயதை ஒத்த குழந்தைகளுடன் ஒப்பிடும்போது அதன் கற்கும் திறனை எவ்வாறு மதிப்பிடுவீர்கள்?: மிகக் குறைவு / குறைவு / சராசரி அளவு / சராசரி அளவுக்கு அதிகம்.
- கணிதம், வாசிப்பு, எழுத்து ஆகியவற்றில் குழந்தையின் கற்றல் திறன்களைத் தனித்தனியாக மதிப்பிடவும்:

    வாசிப்பு: மிகக் குறைவு / குறைவு / சராசரி அளவில் / சராசரியை விட அதிகம்

    எண் கணிதம்: மிகக் குறைவு / குறைவு / சராசரி அளவில் / சராசரியை விட அதிகம்

    எழுத்து: மிகக் குறைவு / குறைவு / சராசரி அளவில் / சராசரியை விட அதிகம்

குழந்தைநல மருத்துவரின் பங்கு

மேலே கூறப்பட்ட அறிகுறிகள் காணப்படுமானால் அடுத்த கட்டமாக ஒரு குழந்தைநல மருத்துவரிடம் குழந்தையைக் காட்ட வேண்டும். இரண்டு வகையான குழந்தைநல மருத்துவர்கள் உள்ளனர். மருத்துவமனைகளில் பணிபுரிபவர்கள் ஒரு வகை. இவர்கள் குழந்தைகளின் உடல் சார்ந்த நோய்களில் நிபுணத்துவம் பெற்றவர்கள். குழந்தை வளர்ச்சியில் தேர்ச்சி பெற்றவர்கள் அடுத்த வகை (developmental paediatrician). இவர்கள் பொதுவாக மருத்துவ மையங்களில் பணிபுரிபவர்கள். இந்த இரண்டாம் வகையினரே அறிவுத்திறன் குறைபாட்டை அடையாளம் காணவும் மதிப்பீடு செய்யவும் ஏற்றவர்கள்.

இவர் உங்கள் குழந்தையின் 'வளர்ச்சியை விரிவாகக் கேட்டு அறிந்துகொள்வார். எனவே உங்கள் குழந்தையின் வளர்ச்சிப் படிக்கற்கள் பற்றிக் கூற உங்களைத் தயார்படுத்திக்கொள்ளுங்கள். அடுத்து அவர் குழந்தையைச் சோதித்துப் பார்ப்பார். வயதுக்கு ஏற்றபடி குழந்தையின் பேச்சு, நடை, விளையாட்டுத் திறன் ஆகியவற்றைச் சோதித்துப் பார்ப்பார். எழுதுதல், வரைதல் போன்ற திறன்களை ஆராய்வார். சில வேலைகளில் தலையை ஸ்கேன் செய்வது போன்ற பரிசோதனைகள் தேவைப்படலாம். குழந்தையின் கற்றல் மற்றும் சமூகத் திறன்கள் பற்றி அறிந்து கொள்ளப் பள்ளி ஆசிரியரிடம் இருந்து ஓர் அறிக்கையைப் பெற்றுக்கொள்வார். இவற்றைச் செய்து முடிக்கப் பல வாரங்கள் போகலாம். சில சமயங்களின் நுண்ணறிவுச் சோதனை தேவைப் படும் (பார்க்க இயல் 32) இவற்றிலிருந்து கிடைக்கப்பட்ட எல்லா தகவல்களையும் ஒன்று திரட்டி இறுதியில் அவர் ஒரு முடிவுக்கு வருவார்.

உங்களுக்கு அவர் கூறுவது முழுவதும் ஒரேயடியாக மனதில் பதியப் போவது இல்லை. எனவே அவரைப் பல தடவைகள் பார்க்க வேண்டி வரும். உங்கள் ஐயங்களையும் கேட்டுத் தெரிந்துகொள்ளலாம். இந்தச் சந்திப்புகளின் பின்வரும் வினாக்களுக்கு விடைகள் கிடைக்கப் பெற்றதா என்பதை உறுதி செய்துகொள்ளுங்கள்:

- உங்கள் குழந்தைக்கு உள்ள அறிவுத்திறன் குறைபாடு சுமாரானதா, மிதமானதா அல்லது கடுமையானதா?

- அறிவுத்திறன் குறைபாட்டுக்கு அடிப்படைக் காரணம் என்ன? அதாவது, அது முதல்நிலைக் குறைபாடா, அல்லது இன்னொரு மூளைசார்ந்த நோயால் ஏற்பட்ட இரண்டாம்நிலைக் குறைபாடா (பார்க்க இயல் 7)?

- அறிவுத்திறன் குறைபாட்டோடு இணைந்து வரும் வேறு குறைபாடுகள் எதுவும் உண்டா? அவற்றுக்கு என்ன மாதிரி யான சிகிச்சைகள் தேவைப்படும் (பார்க்க இயல் 11)?

- அவரது கருத்துப்படி, உங்கள் குழந்தையின் தேவைகளைப் பூர்த்திசெய்ய எந்த மாதிரியான கல்வி வசதிகள் தேவைப் படும்? (பார்க்க பாகம் 4, இயல் 3)

சில சந்தர்ப்பங்களில் இன்னொரு குழந்தைநல மருத்துவரைப் பார்த்து இரண்டாவது ஆலோசனைப் பெறவும் தயங்க வேண்டாம். ஆனால், பற்பல குழந்தைநல மருத்துவர்களைப் பார்ப்பது பயனளிக்கப் போவதில்லை என்பதையும் நினைவில் கொள்ளவும்.

இயல் 4

அறிவுத்திறன் குறைபாட்டின் நான்கு வகைகள்

அறிவுத்திறன் குறைபாடு சுமாரான, மிதமான, கடுமையான, மிகக்கடுமையான என்று நான்கு நிலைகளாக வகுக்கப்படுகிறது. அதன் பாதிப்பு தீவிரத்தைப் பொறுத்து வேறுபடும்; அறிகுறிகளும் வித்தியாசமாக இருக்கும்; அவர்களின் தேவைகளும் வேறுபடும்.

அறிவுத்திறன் குறைபாடு அதன் தீவிரத்தை முன்வைத்துச் சுமாரான, மிதமான, கடுமையான, மிகக் கடுமையான என்று நான்கு நிலைகளாக வகுக்கப்படுகிறது. இந்த வித்தியாசம் முக்கியமானது. ஏனென்றால் வெவ்வேறு வகையான அறிவுத்திறன் குறைபாடு உள்ளவர்களின் அறிகுறிகள் வித்தியாசமானவையாக இருக்கும்; அவர்களின் தேவைகளும் கணிசமாக வேறுபடும்.

ஏற்கனவே கூறப்பட்டது போல, அறிவுத்திறன் குறைபாட்டினால் ஏற்படும் பாதிப்புகள் அதன் தீவிரத்தைப் பொறுத்து ஆளுக்கு ஆள் வேறுபடும். மழையை எவ்வாறு தூரல், சாதாரண மழை, கடும் மழை என்று வர்ணிக்கிறோமோ அதேபோல (ஏனைய வளர்ச்சிக் குறைபாடுகள் போலவே) அறிவுத்திறன் குறைபாடு அதன் கடுமையை முன்வைத்து வகைப்படுத்தப்படுகிறது (பார்க்க வரைபடம் 2.2). இவை, சுமாரான, மிதமான, கடுமையான, மிகக் கடுமையான (ஆழ்ந்த) அறிவுத்திறன் குறைபாடு என்று அறியப்படுகின்றன. இவற்றை வகைகள் என்று கூறுவதைவிட அறிவுத்திறன் குறைபாட்டின் வெவ்வேறு நிலைகள் என்று கூறுவதே பொருத்தமாக இருக்கும்.

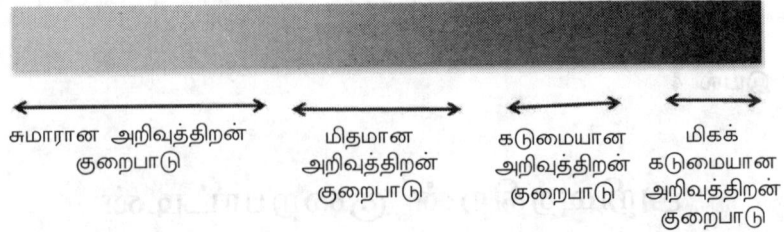

வரைபடம் 2.2: அறிவுத்திறன் குறைபாடானது அதன் கடுமையை அடிப்படையாகக் கொண்டு சுமாரான, மிதமான, கடுமையான, மிகக் கடுமையான அறிவுத்திறன் குறைபாடு என நான்கு வகைகளாகப் பிரிக்கப்படுகிறது. இவை யாவும் ஒரே வளர்ச்சிக் கோட்டில் அமைந்துள்ள வெவ்வேறு நிலைகளே என்பதைக் கவனிக்கவும்.

ஆனால், இவ்வாறு வித்தியாசப்படுத்திப் பார்ப்பதும் முக்கியம். ஏனென்றால் வெவ்வேறு வகையான அறிவுத்திறன் குறைபாடு உள்ளவர்களின் அறிகுறிகள் வித்தியாசமானவையாக இருக்கும்; அவர்களின் தேவைகளும் வேறுபடும். அறிவுத்திறன் குறைபாடு மிகக் கடுமையாக உள்ளவர்கள் தமது எல்லாத் தேவைகளுக்கும் பிறரைச் சார்ந்து இருப்பார்கள், கல்வியை விட அன்றாட வாழ்க்கைக்குத் தேவையான திறன்களில் பயிற்சி பெறுவதே முக்கியமாக இருக்கும். ஆனால், சுமாரான மற்றும் மிதமான அறிவுத்திறன் குறைபாடு உள்ளவர்கள் சாதாரண பள்ளியில் படிக்கவும் சமூகத்தில் இணைந்து வாழவும் முடியும்.

அறிவுத்திறன் குறைபாடு பற்றி எழுதப்பட்ட சில தமிழ்ப் பாடப் புத்தகங்கள் இந்த வித்தியாசத்தை உணராமல் எல்லா வகையான அறிவுத்திறன் குறைபாடுகளையும் 'மனவளர்சி குன்றுதல், மனவளர்ச்சிக் குறைபாடு' என்ற தலைப்புகளில் எழுதிவருவதை மன உறுத்தலுடன் பார்க்க வேண்டி உள்ளது. வெகு சில குழந்தைகளே (சுமார் 15%) மிகவும் கடுமையாகப் பாதிக்கப்படுகிறார்கள் என்பதை இந்த நூல்கள் சுட்டிக்காட்டத் தவறிவிடுகின்றன. இதனால் அறிவுத்திறன் குறைபாடு உள்ளவர்கள் எல்லோருமே கடுமையான அளவு குறைபாடு உள்ளவர்களாக, காப்பகங்களில் வாழ வேண்டியவர்களாக உள்ளார்கள் என்ற ஒரு தவறான பிம்பம் உருவாக்கப்படுகிறது. முன்பொரு காலத்தில் பயன்படுத்தப்பட்ட 'மனவளர்ச்சிக் குறைபாடு' *(mental retardation)* என்று இவர்களுக்கு அளிக்கப்பட்ட பட்டமும் அதன் தாக்கமும் இன்னும் நம்மை விட்டு விலகவில்லை.

அறிவாற்றல் குறைபாட்டின் வகைகள்

தற்போது அறிவுத்திறன் குறைபாடு நுண்ணறிவு ஈவையும் வாழ்வியல் திறன்களில் அளவையும் அடிப்படையாகக் கொண்டு

நான்கு வகையாகத் தரம் பிரிக்கப்படுகிறது[3]. இந்த உட்பிரிவுகள் பின்வருமாறு (படம் 2.3):

- சுமாரான அறிவுத்திறன் குறைபாடு: (நு.ஈ. 50 – 69) + ஓரளவு குறைவான வாழ்வியல் திறன்கள்.
- மிதமான அறிவுத்திறன் குறைபாடு: (நு.ஈ. 35 – 49) + குறைவான வாழ்வியல் திறன்கள்.
- கடுமையான அறிவுத்திறன் குறைபாடு: (நு.ஈ. 20 – 34) + மிகக் குறைவான வாழ்வியல் திறன்கள்.
- ஆழ்ந்த அறிவுத்திறன் குறைபாடு: (நு.ஈ. < 20) + எல்லாத் தேவைகளுக்கும் பிறரைச் சார்ந்து வாழ வேண்டிய நிலை.

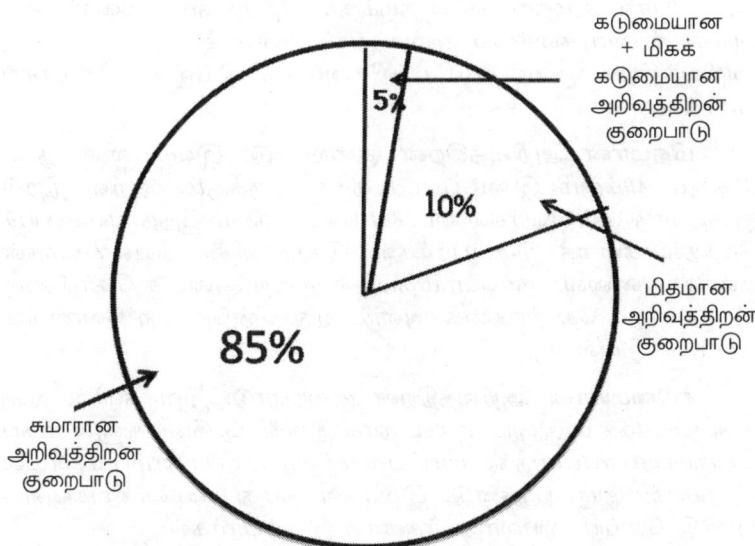

வரைபடம் 2.3: அறிவுத்திறன் குறைபாடு: வகைகளும் விகிதாசாரமும்

சுமாரான அறிவுத்திறன் குறைபாடு: அறிவுத்திறன் குறைபாடு உள்ளவர்களிடையே மிகப் பெரும்பான்மையோர் இந்த வகையைச் சேந்தவர்களே. ஆராய்ச்சிகளின்படி அறிவுத்திறன் குறைபாடு உள்ளவர்களில் 85 சதவீதமானோர் சுமாரான அறிவுத்திறன் குறைபாடு உள்ளவர்களாவர். ஆனாலும் இவர்களைப் பற்றி நூல்களும் கல்வியாளர்களும் அவ்வளவாகப் பேசுவது இல்லை. இவர்களின் நு.ஈ. 50 புள்ளிகளுக்கும் 69 புள்ளிகளுக்கும் இடைப்பட்டதாக இருக்கும். அதற்கேற்றவாறு செயலாக்கத்

திறன்களும் ஓரளவு குறைவாக இருக்கும். முன்னொரு காலத்தில் மன வயதின் அடிப்படையில் இவர்களின் மனவளர்ச்சி ½ முதல் ¾ பாகம் குன்றி இருக்கும் என்று கூறப்பட்டது. ஆனால் இது தவறான ஓர் அணுகுமுறை என்று இப்போது கருதப்படுகிறது. இதில் வாழ்வியல் திறன்கள் கணக்கில் கொள்ளப்படவில்லை என்பதைக் கவனிக்கவும். தற்போது மனவயது மற்றும் நுண்ணறிவு ஈவு ஆகியவற்றைவிடச் செயலாக்கத் திறன்களுக்கே அதிக அழுத்தம் கொடுக்கப்படுகிறது[2].

சுமாரான அறிவுத்திறன் குறைபாடு உடையவர்கள் தமது சுய தேவைகளைப் பூர்த்தி செய்துகொள்ள முடிகிறது. கல்வியில் ஓரளவு பின்தங்கி இருந்தாலும் ஆதரவான ஒரு கல்விச் சூழ்நிலையில் இவர்களால் கற்றுக்கொள்ள முடியும். அதேபோல சமுதாயத்தில் தமக்கும் பிறருக்கும் பலனளிக்கும் வகையில் வாழ்க்கையை அமைத்துக்கொள்ள இயலும். சுமாரான அறிவுத்திறன் குறைபாடு பற்றி அடுத்த இயலில் விரிவாகப் பார்க்கலாம்.

மிதமான அறிவுத்திறன் குறைபாடு: இவர்களின் நு.ஈ. 35க்கும் 49க்கும் இடைப்பட்டதாக இருக்கும். அறிவுத்திறன் குறைபாடு உள்ளவர்களிடையே 10% மட்டுமே இந்த வகையைச் சேந்தவர்களாக இருப்பார்கள். இவர்களின் இயலாமைகள் கணிசமானவை. எனவே, மிதமான என்ற அடைச் சொல் ஒரு பொய்யான தோற்றத்தை அளிக்கிறது என்றே கூற வேண்டும் (பார்க்க இயல் 23).

கடுமையான அறிவுத்திறன் குறைபாடு: இவர்களின் நு.ஈ. 20க்கும் 34க்கும் இடைப்பட்டதாக இருக்கும். இவர்களுள் மிகப் பெரும்பாலானோருக்கு மரபியல் மற்றும் பாரிய நரம்பு மண்டல நோய்கள் இருப்பதுண்டு. இவர்கள் தமது சுயதேவைகளைப் பூர்த்தி செய்ய இயலாதவர்களாக இருப்பார்கள்.

ஆழ்ந்த அறிவுத்திறன் குறைபாடு: இவர்களின் நு.ஈ. 20க்கும் குறைவாக இருக்கும். அறிவுத்திறன் குறைபாடு உள்ளவர்களிடையே சுமார் 1 முதல் 2 சதவீதமானவர்கள் மட்டுமே இவ்வகையைச் சேர்ந்தவர்களாக இருப்பார்கள். இவர்கள் முழுமையாகப் பிறரை அண்டி வாழ வேண்டிய நிலையிலும் இருப்பார்கள். கூடவே உடல் ஊனங்களும் பிற நரம்பு மண்டல நோய்களும் காணப்படும்.

இயல் 5

சுமாரான அறிவுத்திறன் குறைபாடு

அறிவுத்திறன் குறைபாடு உள்ளவர்களில் 85% இந்த வகையைச் சேர்ந்தவர்களே. இவர்கள் இயல்பான தோற்றம் உடையவர்களாகவும் சாதாரணமாகச் செயல்திறன் கொண்டவர்களாக வும் இருப்பார்கள். ஆனால், 5, 6ஆம் வகுப்புகளில் இவர்களது குறைபாடுகள் மெல்ல மெல்லத் தெரியவரும்.

அறிவுத்திறன் குறைபாடு உள்ளவர்களில் மிகப் பெரும்பான்மையோர் (85%) இந்த வகையைச் சேர்ந்தவர்களாக இருப்பதால் இந்த வகையினரைப் பற்றிச் சற்று விரிவாக இங்கே பேசப்படுகிறது. சுமாரான அறிவுத்திறன் குறைபாடு உள்ளவர்களின் நு.ஈ. 50க்கும் 69க்கும் இடைப்பட்டதாக இருக்கும். ஆனால், வாழ்வியல் திறன்களில் இவர்கள் ஓரளவே பின்தங்கி இருப்பர்கள். இவர்களைச் சோதனை செய்து பார்த்தால் பெரும்பாலும் எந்தக் குறிப்பிட்ட காரணமும் இருப்பதாகத் தெரிய வருவதில்லை. இவர்களின் மூளையில் ஏதும் கோளறும் இருப்பதாக இதுவரை கண்டுபிடிக்கப்படவில்லை. எனவே, இதற்குச் சமுதாயக் காரணங்களே முக்கியம் எனக் கருதப்படுகிறது. சமுதாயத்தில் தாழ்ந்த வர்க்கத் தினரிடையே இது கூடுதலாகக் காணப்படுகிறது. சில குடும்பங்களிடையே பலருக்குக் காணப்படலாம். இவற்றைத் தவிர வேறு குறிப்பிட்ட காரணங்கள் ஏதும் கண்டுபிடிக்க முடிவதில்லை.

இவர்கள் இயல்பான தோற்றம் உடையவர்களாகவும் சாதாரணமாகச் செயல்பாடு உள்ளவர்களாகவும் காணப்படுவார்கள். உடல் வளர்ச்சியிலும் வெளிப் பார்வைக்கும் இவர்களுக்கும் மற்றவர்களுக்கும் எந்த வித்தியாசமும் தெரிவதில்லை. இவர்களது பேச்சுத் திறன் இயல்பாகவே இருக்கும். ஆனால், குழந்தைப் பருவ வளர்ச்சி மைல்கற்கள் ஓரளவு தாமதமாகி இருக்கும். குறிப்பாக, மொழி வளர்ச்சி, பேச்சு, உடலியக்க வளர்ச்சி ஆகியவை பின்தங்கி இருக்கலாம். கற்றல் திறன்களும் குறைவாக இருக்கும். ஆனால், தொடக்கப் பள்ளியில் இவர்களுக்கு உள்ள குறைபாடுகள் ஆசிரியரின் கவனத்தை ஈர்க்காமல் போகலாம். வயது போகப்போக இவர்களது குறைபாடுகள் மெல்ல மெல்லத் தெரியவரும். உயர் வகுப்புகளை அடையும்போது, குறிப்பாக 5, 6ஆம் வகுப்புகளில், இவர்களின் கற்றல் பலவீனங்கள் வெளிப்படும். சராசரியாக, இவர்கள் தம் வயதை ஒத்தவர்களைவிடக் கல்வியில் 2 ஆண்டுகள் தொடர்ந்து பின்தங்கி இருப்பார்கள். இருப்பினும், பெருவாரியான ஆசிரியர்களும் பெற்றோர்களும் இதைச் சோம்பேறித்தனம், படிப்பில் அக்கறையின்மை என்று எண்ணி இவர்களுக்குள்ள அடிப்படைப் பிரச்சினையான அறிவுத்திறன் குறைபாட்டை அடையாளம் காணத் தவறி விடுகிறார்கள். இவர்களால் பொதுப் பள்ளிக்கூடங்களில் கற்க முடியும். ஆனால் பள்ளிக்கூடத்தில் சிறப்புக் கல்வி வசதிகள் வழங்கப்படுமானால் பெரிதும் பயன் அடைவார்கள்.

பொதுவாக, இவர்கள் முதிர்ச்சி குறைந்தவர்களாகவும் எளிதில் ஏமாற்றப்படக் கூடியவர்களாகவும் காணப்படுவார்கள். சிலர் பேச்சு வன்மை வாய்ந்தவர்களாகத் தோன்றலாம். ஆனால், ஊன்றிக் கவனித்தால், அடிப்படைத் திறன்களில் குறைபாடுகள் காணப்படும். உதாரணமாக, 12 வயதான ஒரு பையன் மருத்துவரைக் காண வந்தபோது சரளமாகவும் விவரமாகவும் பேசியதைக் கண்டு அவனுக்கு அறிவுத் திறன் குறைபாடு இருக்க முடியாது என்று முதலில் தோன்றியது. ஆனால், அங்கே இருந்த மணிக்கூண்டைக் காட்டி, "இப்போது எத்தனை மணி?" என்று வினவியபோது அவனால் சரியான நேரத்தைக் கூற முடியாமல் இருந்தது! இவ்வாறாக, சிலர் தம் பலவீனங்களை மூடிமறைப்பதில் திறமைசாலிகளாக இருப்பார்கள்.

ஆனாலும் மன வளர்ச்சிக்கு ஏற்ப சமூகத் திறன்கள் குறைவாக இருக்கும். எதை எங்கே பேச வேண்டும், ரகசியங்களைக் காப்பாற்றுவது, நண்பர்களைத் தேர்ந்தெடுப்பது போன்ற விஷயங்களில் ஓர் அப்பாவித்தனம் இருக்கும்.

இவர்களால் தங்கள் தேவைகளைத் தாங்களாகவே நிறைவேற்றிக்கொள்ளவும் இயலும்; சுதந்திரமாகவும் சுயமாகவும்

செயல்படவும் முடியும். பாதுகாப்பான சூழ்நிலைகளில் வாழும் போது இவர்களுடைய இயலாமைகள் வெளியே தெரிவதில்லை. உதாரணமாக, பெற்றோருடன் இருக்கும்போது பணத்தின் வரவு செலவைத் திட்டமிட வேண்டிய தேவை இல்லாதிருக்கலாம். எனவே, வாழ்க்கையைச் சமாளித்துக்கொள்ள முடிகிறது. ஆனால், தனியாக வாழ நேரிடும்போதும் பணத்தைக் கணக்குப் பார்க்க வேண்டிவரும். இதேபோல, புதுப் பொறுப்புகளை ஏற்க வேண்டி வரும்போது பிரச்சினைகள் தோன்றலாம். பொறுப்புகள் கூடும் போது, உதாரணமாக, குடும்பம், குழந்தைப் பராமரிப்பு, பணியாற்றும் இடத்தில் எழும் சிக்கல்களைச் சமாளிப்பது, பலரோடு பழக வேண்டிய நிர்ப்பந்தம் போன்றவற்றால் உண்டாகும் தேவைகளைச் சமாளிக்கச் சிரமப்படுவார்கள். திறன்மிகு பணிகளைவிட நடைமுறைப் பணிகளில் இவர்களுக்கு ஏற்றதாக இருக்கும்.

ரவீன் (வயது 24)

ரவீன் பெற்றோர்களுக்கு ஒரே பிள்ளை. ஆறாம் வகுப்பில் படிக்கும்போது இறுதி ஆண்டுத் தேர்வில் 42 பேர் உள்ள வகுப்பில் 41ஆவது மாணவனாக வந்தான். அவன் தகப்பனாருக்கு இது பெரும் எரிச்சலை மூட்டியது. அவர் தலைமை ஆசிரியரைச் சந்தித்துப் பள்ளிக்கூடத்தைக் கடுமையாகக் குறை கூறினார். குறிப்பாக, அவன் வகுப்பு ஆசிரியருக்குக் கற்றுக்கொடுக்கத் தெரியவில்லை என்று ஆத்திரப்பட்டார். அவன் வகுப்பு ஆசிரியரோ அவன் படிப்பில் அக்கறை காட்டுவது இல்லை, விளையாட்டுப் பிள்ளையாக இருக்கிறான் என்று ரவீனைக் குறை கூறினார். அவன் வேறு ஒரு 'நல்ல' பள்ளிக்கூடத்துக்கு அனுப்பப்பட்டான். ஆனால் அங்கேயும் அவன் தேர்வில் கடைசியாகவே வந்தான். இந்தக் கட்டத்தில் தனக்குத் தெரிந்த ஒரு மூத்த கல்வியாளரை அணுகி ஆலோசனை பெறுவது என்று முடிவு செய்தார்.

அந்தக் கல்வியாளர் அவன் பள்ளி ஆசிரியர்களிடம் இணக்கமாகப் பேசி ரவீனின் பிரச்சினைகள் பற்றிய விவரங்களைக் கேட்டறிந்தார். ஏறத்தாழ எல்லாப் பாடங்களிலும் ரவீன் எப்போதுமே பின்தங்கியே இருந்து வந்திருக் கிறான் என்பது தெரிய வந்தது. ஆனால் ஓவியம் வரைவதில் அவனுக்குத் தனித் திறமை உண்டு என்பதையும் ஆசிரியர்கள் சுட்டிக் காட்டினார்கள். அவர் ரவீனிடம் தனியாகச் சந்தித்து கல்வி சார்ந்த எண், எழுத்து, வாசிப்புச் சோதனைகளைப் பயன்படுத்தி அவனது கற்றல் திறன்களை அறிந்துகொண்டார். எல்லாச் சோதனைகளிலும் அவன் இரண்டு மூன்று வருடங்கள்

பின்தங்கி இருப்பது தெரியவந்தது. அடுத்து, அவன் தந்தையை அழைத்து அவனை ஒரு குழந்தைநல மருத்துவர் ஒருவரிடம் காட்டுவது நல்லது என்று ஆலோசனை கூறினார். குழந்தை வளர்ச்சியில் தேர்ச்சி பெற்ற ஒரு குழந்தைநல மருத்துவரிடம் அனுப்பிவைத்தார்.

அந்தப் பெண் குழந்தைநல மருத்துவர் ரவீனை சோதித்துப் பார்த்தார். மருத்துவப் பரிசோதனைகளில் எந்த ஒரு நோயும் இருப்பதாகப் புலப்படவில்லை. அவன் பெற்றோர்கள் சந்தித்து அவன் ஆரம்ப கால வளர்ச்சிப் பற்றி விவரமாகக் கேட்டறிந்தார். மழலைப் பருவத்தில் அவன் உட்கார்ந்தது, நடந்தது போன்ற வளர்ச்சிப் படிகற்கள் குறிப்பிடும்படி தாமதமாக இருந்தது தெரிய வந்தது. தொடக்கப் பள்ளியில் சேர்த்தபோது அவன் பேச்சு பிறருக்கு விளங்கும்படியாக இருக்கவில்லை என்பதும் மற்றவர்கள் கூறுவதைப் புரிந்துகொள்ளவும் சிரமப்பட்டான் என்பதும் தெரியவந்தது. நிறங்கள், பொருள்கள் ஆகியவற்றின் பெயர்களைச் சொல்ல நீண்ட நாள் சென்றது என்றும் அவன் தாய் சொன்னார். அண்மைக் காலம்வரை பல் துலக்குவதையும் குளிப்பாட்டுவதையும் அவன் தாயே செய்து வந்தார் என்பதும் தெரிய வந்தது. இப்போதும்கூட அவனால் சில காரியங்களைச் சுயமாகச் செய்ய முடியாதிருந்தது. உதாரணமாக, கடைக்குப் போய் மளிகைப் பொருட்கள் வாங்கிச் சரியான மீதிப் பணத்தைப் பெறுவது, புதிய இடம் ஒன்றுக்குப் போக வழி கண்டுபிடிப்பது போன்ற சாதாரணக் காரியங்களை அவனால் செய்ய முடியாதிருந்ததும் தெரியவந்தது. மருத்துவப் பரிசோதனைகளில் எந்த ஒரு நோயும் இருப்பதாகப் புலப்படவில்லை. ஆனால், உளவியல் சோதனைகளின் வழியாக அவனது நுண்ணறிவு ஈவு 58 புள்ளிகளாக இருந்தது என்பது கண்டறியப்பட்டது.

இறுதியில், அவனுக்குச் சுமாரான அறிவுத்திறன் குறைபாடு உள்ளதாக அடையாளம் காணப்பட்டது. இதைக் கண்டுபிடிக்க பல ஆண்டுகளாயின என்பதே இங்கு சுட்டிக்காட்ட வேண்டிய, துன்பகரமான விஷயம். பின், பள்ளிக்கூடத்தில் சிறப்புக் கல்வி அளிக்க ஏற்பாடு செய்யப்பட்டது. தற்போது அவனுக்கு வயது 24. இப்போது ஒரு கைவினைத் தொழில் நிலையத்தில் சேல்ஸ்மேனாகப் பணிபுரிகிறான். தஞ்சாவூர் ஓவியக் கலை கற்றுச் சித்திரங்கள் செய்து தெரிந்தவர்களுக்கு விற்பனை செய்தும் வருகிறான். விரைவில் சொந்தமாக ஒரு சித்திரக் கூடம் அமைத்து வெளிநாட்டுச் சுற்றுலாப் பயணிகளுக்கு விற்றுத் தொழில் செய்யத் திட்டமிட்டிருக்கிறான்.

இயல் 6

மிதமான அறிவுத்திறன் குறைபாடு:

அறிவுத்திறன் குறைபாடு உள்ளவர்களில் சுமார் 10% இந்த வகையினர் ஆவர். இவர்களின் பேச்சு, மொழி, உடல் இயக்கம் ஆகிய திறன்கள் கணிசமான அளவு பின்தங்கி இருக்கும்.

அறிவுத்திறன் குறைபாடு உள்ளவர்களில் சுமார் 10 சதவீதமானோர் இந்த வகையினர் ஆவர். இவர்களின் நு.ஈ. 35க்கும் 49க்கும் இடைப்பட்டிருக்கும். இவர்களின் மன வளர்ச்சியின் எல்லாப் பரிமாணங்களும் கணிசமான அளவு பின்தங்கி இருக்கும். பேச்சு, மொழி, உடல் இயக்கம் ஆகிய திறன்கள் கணிசமான அளவு தாமதமாகி இருக்கும். எனவே, இவர்களுக்கு அறிவுத்திறன் குறைபாடு உள்ளது என்பது மழலைப் பருவத்திலேயே தெரிய வரும். தினசரி வாழ்க்கைக்குத் தேவைப்படும் அடிப்படைக் கடமைகளான உடுத்தல், உண்ணுதல், சுய பராமரிப்பு, பணத்தைக் கையாளுதல், பணி செய்தல், நண்பர்களைத் தேடிக் கொள்ளுதல், பொறுப்புடன் நடந்துகொள்வது ஆகிய செயல்களில் பெரும் பிரச்சினைகளை எதிர் கொள்வார்கள். பள்ளிப் படிப்பில் பெருமளவு பின்தங்கி இருப்பார்கள். வாசிக்கவும் எழுதவும் சிரமப்படுவார்கள். இவர்களுக்குச் சிறப்புப் பள்ளிகள் தேவைப்படும். ஆனால் இவர்களால் தம் சுய தேவைகளைப் ஓரளவு பூர்த்தி செய்துகொள்ள முடியும். பெயரளவில் மிதமானது

என்று அழைக்கப்பட்டாலும் இந்தக் குழந்தைகள் அனுபவிக்கும் இடர்பாடுகளும் இவர்கள் பெற்றோர்கள் எதிர்கொள்ளும் பிரச்சினைகளும் மிதமானவை அல்ல.

இவர்களிடையே வலிப்பு மற்றும் நரம்பு மண்டல நோய்கள், உடல் ஊனங்கள் அல்லது வேறு வளர்ச்சிக் கோளாறுகள் காணப்படுகின்றன. பல மரபியல் நோய்களில் மிதமான அறிவுத்திறன் குறைப்பாடு காணப்படுகிறது. சிலரின் தோற்றம் வித்தியாசமாக இருக்கும். டௌன் நோய்க் கூட்டறிகுறி அல்லது டௌன் நோய்க் குறித்தொகுப்பு (Down's Syndrome) என்று அழைக்கப்படும் மரபியல் கோளாறு உள்ளவர்களில் 85% பேருக்கு மிதமான அறிவுத்திறன் குறைபாடு உள்ளது என்று ஆராய்ச்சிகள் கூறுகின்றன[7]. இவர்கள் சாய்வான கண்களையும் சப்பையான மூக்கையும் உடையவர்களாகக் குறிப்பிட்ட முகத்தோற்றம் கொண்டவர்களாக இருப்பார்கள்.

இதேபோல, Fragile X syndrome என்ற மரபியல் கோளாறு உள்ளவர்களுக்கும் மிதமான அறிவுத்திறன் குறைபாடு இருப்பதுண்டு. இதுவும் ஒரு மரபியல் சார்ந்த வளர்ச்சிக் கோளாறே. இவர்களின் முகத் தோற்றமும் வித்தியாசமாக இருக்கும். அகன்ற காதுகளும் நீண்ட முகமும் கொண்டவர்களாக இருப்பார்கள். ஆனால், இவை பருவமடைந்த பின்னரே தெரிய வரும் எனவே இவர்கள் ஆரம்பத்திலேயே அடையாளம் காணப் படுவது இல்லை. மரபணுச் சோதனை வழியாக இவர்களைத் துல்லிதமாக அடையாளம் காணலாம்.

இதேபோல மூளை முடக்குவாதம் (cerebral palsy) உள்ள குழந்தைகளில் ஏறத்தாழ 30 சதவிகிதத்தினருக்கு மிதமான அறிவுத் திறன் குறைபாடு காணப்படுவதுண்டு[8]. மழலைப் பருவத்தில் மூளை உறையழற்சி (meningitis), மூளை அழற்சி நோய் (encephalitis) மூளையில் குருதிப் பெருக்கம் (cerebral haemorrhage) போன்ற நோய் களால் ஏற்படும் மூளைச் சேதத்தினால் (brain damage) மிதமான அல்லது கடுமையான அறிவுத் திறன் குறைபாடு ஏற்படலாம்.

வசந்தா (வயது 12)

இப்போது வசந்தாவுக்கு 12 வயது. அவள் பிறந்த இரண்டாவது நாள் அவளுக்கு மூளையில் குருதிப் பெருக்கு ஏற்பட்டது. அவளது மூளையில் நாளங்கள் ஊதிப்போயும் வலு இழந்தும் இருந்ததால் குருதிப் பெருக்கம் ஏற்பட்டது என்று மருத்துவர்கள் கூறினார்கள். மூன்று நாட்கள் நினைவு இழந்த

நிலையில் இருந்தாள். அவசர சிகிச்சைப் பிரிவில் பத்து நாள் சிகிச்சை அளிக்கப்பட்டுக் குணமாகி வீட்டுக்கு வந்தாள். ஆனால், அவள் தசைகள் தளர்ந்து வலுவற்று இருந்தன. அவள் எழுந்து நடக்கத் தொடங்கியதே மூன்று வயதில்தான். பேச்சும் தெளிவாக இருக்கவில்லை. ஆனால் அவளால் சொன்னதைப் புரிந்துகொள்ள முடிந்தது. நான்கு வயதுவரை சைகை மூலம்தான் தன் தேவைகளை உணர்த்தினாள். மூன்று வயதிற்குப் பின் அவள் வளர்ச்சி விரைவாகச் சீரடையத் தொடங்கியது. தனது ஏழாவது வயதில் முன்பள்ளிக்குச் சென்றாள். பின், மெல்ல மெல்ல வாசிக்கவும் எழுதவும் கற்றுக்கொண்டாள். இப்போது தன்னைவிட மூன்று வயது இளையவளான அவளது தங்கையின் புத்தகங்களை வாசிக்க முடிகிறது. அவளால் தானாக உடுத்திக்கொள்ளவும் உண்ணவும் முடியும். ஆனால் சில சமயங்களில் உடைகளை முன் பின் மாற்றி உடுத்திக்கொள்கிறாள். சாப்பிடும்போது உணவைச் சிந்திவிடுவதாகத் தாயார் கோபித்துக்கொள்கிறார். தாயாரின் உதவியின்றிக் கழிவறையைப் பாவிக்க முடியவில்லை. பல் துலக்கவும் தலை வாரவும் முடியும். குடும்பத்தினரோடு பேசிப் பழக முடிந்தாலும் மற்றவர்களுடன் பேச முடிவதில்லை. அவளுக்கு 12 வயதானாலும் இன்னும் ஒரு 6 வயதுக் குழந்தை போல நடந்துகொள்கிறாள் என்று ஆசிரியர்கள் கூறுகிறார்கள்.

கடுமையான அறிவுத்திறன் குறைபாடு

கடுமையான அறிவுத்திறன் குறைபாடு உள்ள குழந்தைகளின் நு.ஈ. 20க்கும் 34க்கும் இடைபட்டிருக்கும். அறிவுத்திறன் குறைபாட்டினால் பாதிக்கப்பட்டோரில் சுமார் 3 முதல் 4 சதவீத மட்டுமே இவ்வகையானவர்கள. மிதமான அறிவுத்திறன் குறைபாடு உள்ளவர்களை விட இவர்கள் திறன் குன்றியவர்களாக இருப்பார்கள். இவர்களில் பெரும்பாலானோருக்கு உடலியக்கக் குறைபாடுகள், நரம்புத் தொகுதி வளர்ச்சி நோய்கள் ஆகியவை இருக்கும். இவர்களின் வளர்ச்சி மைல் கற்கள் மிகவும் தாமதமாவதால் இந்தக் குழந்தைகளை முதல் மாதங்களில் கண்டறியலாம். பிற்காலத்தில் குறிப்பாகப் பேச்சு வளர்ச்சி மிகவும் பின்தங்கி இருக்கும். சுயதேவைகளைப் பூர்த்தி செய்யப் பயிற்சி தேவைப்படும். பிறரை நம்பி வாழ வேண்டிய நிலையில் இருப்பார்கள். இவர்களுக்கு மூளை சார்ந்த பலவிதமான நோய்களும் மரபியல் நோய்களும் இருப்பதுண்டு. இதனால் இவர்களில் பலர் முதிர் பருவம் அடையும் முன்னரே மரணித்து விடுகிறார்கள்.

விநோத் *(8 வயது)*

பிறக்கும் போதே விநோத் மூச்சு எடுக்கமுடியாமல் திணறினான். அவன் முகம் நீலம் பாய்ந்தும் உடல் தளர்ந்தும் இருந்தது. குறைமாதத்தில் பிறந்ததால் அவன் எடை மிகக் குறைவாகவே (1.5 கிலோ) இருந்தது. அதோடு, பிறந்து சில நாட்களில் குழவி மஞ்சள்காமாலையும் ஏற்பட்டது. பல சமயங்களில் உடல் சுண்டிச் சுண்டி இழுத்தது. இதை ஒரு வகை வலிப்பு நோய் என்று மருத்துவர் கூறினார். அவன் முற்றாக் குழந்தைகள் சிகிச்சைப் பிரிவில் (premature baby unit) நான்கு வாரங்கள் இருந்தான். உடல் தேறி வீட்டுக்கு வந்த பின்னும் அவனுக்குப் பால் அருந்துவதுகூடப் பெரும் சிரமாய் இருந்தது. அவன் உடல் வளர்ச்சியும் மன வளர்ச்சியும் மிகவும் பின்தங்கி இருந்தன. அடிக்கடி நெஞ்சுச் சளி ஏற்பட்டு மருத்துவ மனையில் சிகிச்சை பெற வேண்டி இருந்தது. அவன் தலை மற்ற குழந்தைகளின் தலையை விடச் சிறிதாக இருந்தது (microcephaly). அவனது கால்களின் தசைகள் தளர்ந்திருந்தன. ஐந்து வயதில்தான் அவனால் ஓரளவாவது நடக்க முடிந்தது. ஆறு வயதானபோதுதான் அவனால் ஓரிரு சொற்கள் பேச முடிந்தது. ஆனால் தன் தேவைகளை உடல்மொழியால் உணர்த்த முடிந்தது. இப்போது எட்டு வயதாகியும் இன்னும் அவனால் கழிவறையைப் பயன்படுத்த முடியவில்லை, கைக்குழந்தைகள் பாவிக்கும் குட்டையை (baby nappies) இரவும் பகலும் பாவிக்க வேண்டி உள்ளது. அவன் பெற்றோர்கள் அவனை அல்லும்பகலும் பராமரிக்க வேண்டி உள்ளது. இடைக்கிடையே வலிப்பும் ஏற்படுகிறது. அவனை எந்தப் பள்ளியிலும் சேர்க்க முடியவில்லை.

மிகக்கடுமையான அறிவுத்திறன் குறைபாடு

இவர்களின் நு.ஈ. 20க்குக் குறைவாக இருக்கும். பிறக்கும்போதே இவர்களுக்குப் பல பிரச்சினைகள் இருக்கும். தோற்றத்திலும் வித்தியாசமாக இருக்கலாம். குழந்தைப் பருவத்தில் இவர்கள் பேசும் திறனும் பேச்சைப் புரிந்துகொள்ளும் திறனும் அற்று மற்றவர்களை முழுமையாக நம்பி வாழவேண்டிய நிலையில் இருப்பார்கள். மரபியல் சார்ந்த நோய்களும், உடல் ஊனங்களும் காணப்படலாம்.

இயல் 7

அறிவுத்திறன் குறைபாடு:
சில தகவல்கள்

மக்களிடையே 2%க்கு அறிவுத்திறன் குறைபாடு உள்ளதாக அறியப்படுகிறது. அதாவது, இந்தியாவில் இரண்டரைக் கோடிப் பேருக்கு அறிவுத்திறன் குறைபாடு உள்ளது என்று கூறலாம். சிலருக்கு வேறு சில மனவளர்ச்சிக் குறைபாடுகளும் இணைந்து வருவதுண்டு.

அறிவுத்திறன் குறைபாடு மூளை வளர்ச்சியடையும் பருவத்தில், அதாவது 18 வயதுக்கு முன், தோன்றுகிறது. அதன் தாக்கங்களை ஓரளவு மட்டுப்படுத்த முடிந்தாலும் அது வாழ்நாள் முழுவதும் நீடிக்கும் தன்மை கொண்டது. இதைப் பெற்றோர்கள் புரிந்துகொள்வது முக்கியம்.

உலகத்தில் உள்ள எல்லா நாடுகளிலும் ஏறத்தாழ நூற்றில் இருவருக்கு (2%) அறிவுத்திறன் குறைபாடு உள்ளது என்று அறியப்படுகிறது[9]. ஹைதராபாத்தில் உள்ள அறிவுத்திறன் குறைபாடு உள்ளவர்களின் தன்மேம்பாட்டுக்கான தேசிய நிறுவனம் (National Institute for the empowerment of persons with intellectual disability) 1991இல் நடாத்திய ஓர் ஆராய்ச்சியும்[10] அதன்பின் இந்தியாவில் நடத்தப்பட்ட ஆராய்ச்சிகளும்[11] அறிவுத்திறன் குறைபாடானது இந்தியாவிலும் இதே அளவில் காணப்படுகிறது என்று கூறுகின்றன. எனவே, இந்தியாவில் குறைந்த பட்சம் இரண்டரைக் கோடிப் பேருக்கு அறிவுத்திறன் குறைபாடு உள்ளது என்று கூறலாம். இதில் மிகப் பெரும்பான்மையோர்

(>85%) சுமாரான அளவு அறிவாற்றல் குறைபாடு உள்ளவர்கள் என்பதை மீண்டும் வலுயுறுத்திக் கூற வேண்டும்.

அறிவுத்திறன் குறைபாடு ஆண்களில் அதிகமாகக் காணப் படுகிறது. ஆண்:பெண் விகிதாசாரம் 2:1 என்ற அளவில் உள்ளது. அறிவுத்திறன் குறைபாடு உள்ளவர்கள், மிக அரிதாக ஒரு விசேட சிறப்புத் திறன் பெற்றவர்களாக இருப்பார்கள். ஓவியம், இசை, கைத்திறன் போன்ற ஒரு துறையில் வியக்கத்தக்க வல்லமை கொண்டவர்களாக இருப்பர்கள். ஆட்டிசம் உள்ள சிலரிலும் இம்மாதிரியான அரிய திறன் பெற்றவர்கள் உள்ளார்கள் என்பதை நினைவுபடுத்திக்கொள்ளவும் (பார்க்க பாகம் 1, இயல் 17).

அறிவுத்திறன் குறைபாடு மூளை வளர்ச்சியடையும் பருவத்தில், அதாவது 18 வயதுக்கு முன், தோன்றுகிறது. அறிவுத் திறன் குறைபாட்டில் மூளையின் வளர்ச்சி தடைப்படுகிறது. இந்தத் தடை குறைவது இல்லை. எனவே, இதனால் ஏற்படும் குறைபாடுகள் வாழ்நாள் முழுவதும் நீடிக்கும் தன்மை கொண்டவை. ஆனால் அதன் தாக்கங்களைப் பொருத்தமான கல்வி, முறையான பராமரிப்பு, தொழிற் பயிற்சி, திறமைக்கு ஏற்ற பணி ஆகியவற்றால் பெருமளவு மட்டுப்படுத்த இயலும். வயது போகப் போக ஓரளவு முன்னேற்றம் காணப்படும். ஆனால் இந்த முன்னேற்றம் மெதுவாகவே நிகழும். ஒத்த வயதினரோடு ஒப்பிட்டுப் பார்க்கும்போது இவர்களின் நுண்ணறிவின் அளவும் வாழ்வியல் திறன்களும் பின்தங்கியே இருக்கும். அதாவது இவர்களின் திறமைக்கும் மற்றவர்களின் திறமைக்கும் இடையே ஓர் இடைவெளி இருக்கும். இதைப் பெற்றோர்கள் புரிந்துகொள்வது முக்கியம் (பார்க்க படம் 2.4).

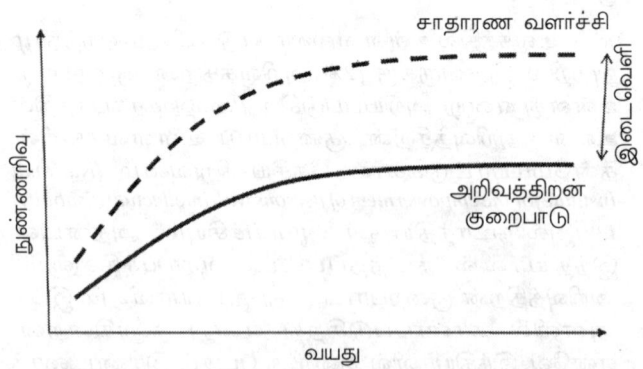

வரைபடம் 2.4: அறிவுத்திறன் குறைபாட்டின் நீண்டகாலப் போக்கு: அறிவுத்திறன் குறைபாடு ஒரு தற்காலிகமான பின்னடைவு அல்ல, அது நீடித்து நிலைக்கும். சாதாரணமான குழந்தைகளுக்கும இவாகளுக்கும் அறிவுதிறனில் உள்ள இடைவெளி குறைவது இல்லை.

முன்னர் கூறப்பட்டது போல, அறிவுத்திறன் குறைபாட்டின் கடுமை கூடக் கூட மூளை சார்ந்த நோய்கள் காணப்படும் வாய்ப்பு அதிகரிக்கிறது.

இணைந்து வரும் கோளாறுகள்

கெடுவாய்ப்பாக, அறிவுத்திறன் குறைபாடு உள்ளவர்களிடையே வேறு சில கோளாறுகளும் வளர்ச்சிக் குறைபாடுகளும் காணப்படும். இவற்றுள் ஆட்டிசம் (பார்க்க பாகம் 1), உடல் இயக்க ஒருங்கிணைப்புக் கோளாறு, மிகுசெயல் கவனக்குறைவு கோளாறு ஆகியவைக் குறிப்பிடத்தக்கவை. இன்னும் சிலருக்கு உடல் சார்ந்த நோய்களும் கூடவே காணப்படுவதுண்டு. மூளை முடக்குவாதம் மற்றும் வலிப்பு நோய் உள்ள சிலருக்கும் அறிவுத்திறன் குறைபாடு காணப்படலாம். இவற்றைத் தவிர, இவர்களிடையே புலனுணர்ச்சி மாறுபாடுகளும் கூடுதலாகக் காணப்படுகின்றன (பார்க்க இயல் 8). சிலருக்கு நடத்தைப் பிறழ்வுகளும் இருப்பதுண்டு. இதில் சில சிலவற்றைச் சுருக்கமாகப் பார்ப்போம்.

உடல் இயக்க ஒருங்கிணைப்புக் கோளாறு
(Developmental Co-ordination Disorder; DCD)

உடல் ஒருங்கிணைப்புக் குறைபாட்டில் உடலின் தசைகளில் ஒருங்கிணைப்பும் இயக்கமும் பாதிக்கப்படுகின்றன. பெரும் தசைகளில் அசைவு பாதிக்கப்படுவதால் நடத்தல், ஓடுதல், பாய்தல் போன்ற செயல்களும் உடல் சமநிலையும் பாதிக்கப்படுகின்றது. இதனால் நடந்து போகும்போது தடுமாறி இடித்துக் கொள்வதும் தடுக்கி விழுவதும் உண்டு. படிகளில் ஏறி இறங்க இவர்கள் சங்கடப்படலாம். வீட்டில் பாத்திரங்களைப் பாவிக்கும்போது கை தவறுவதும், உடைகளை உடுத்தும்போது அதை இடம் வலம் மாறி போட்டுக்கொள்வதும் சகஜமாகக் காணப்படும். உடுத்தல், தலை வாருதல், போன்ற அன்றாட செயற்பாடுகளுடன் விளையாடும்போது பந்தை வீசுதல், பிடித்தல் போன்ற திறன்களில் குறைபாடுகள் ஏற்படுகின்றன. ஓடி விளையாடவும் சிரமப்படுவார்கள். இதனால் மற்ற குழந்தைகள் தாம் விளையாடும்போது இவர்களைச் சேர்த்துக்கொள்ள விரும்புவது இல்லை.

கைவிரல்களில் சிறு தசைகளின் சீரான இயக்கமும் தடைப்படுகிறது. இதனால், எழுதுதல், வரைதல், கோர்த்தல் போன்ற செயல்கள் பாதிக்கப்படுகின்றன. உண்ணும்போது உணவைச் சிந்தாமல் சாப்பிடுவது, உடுப்புகளின் பொத்தான்களைப் போட்டுக்

கொள்வது, காலணிகளின் கயிற்றைக் கட்டுவது ஆகியவற்றைச் சரிவர செய்ய முடிவதில்லை. கைவிரல்களின் நுண் தசைகள் ஒருங்கிணைந்து செயல்படாததால் கையெழுத்து தாறுமாறாக இருக்கும். இவ்வாறான உடல் இயக்க ஒருங்கிணைப்புப் பிரச்சினைகளைத் தொழில்வழிச் சிகிச்சையால் பெருமளவு சீர்படுத்த முடியும்.

பின்வரும் ஐந்து வினாக்களுக்கு விடையளித்துப் பாருங்கள்.

உங்கள் குழந்தை,

- அடிக்கடி தடுக்கி விழுவது உண்டா?
- விளையாடும்போது பந்தை சரியாக வீசவும் பிடிக்கவும் முடிகிறதா?
- உண்ணல், உடுத்துதல் போன்ற அன்றாடச் செயல்களைச் சீராகச் செய்ய முடிகிறதா?
- ஊசியில் நூல் கோர்ப்பது, கத்தரிக்கோல் பாவிப்பது போன்ற செயல்களைக் கிரமாக செய்ய முடிகிறதா?
- எழுதும்போது எழுத்து ஒழுங்கற்று உள்ளதா?

இவற்றுக்கு "ஆம்" என்று விடையளிக்கும் பட்சத்தில் குழந்தைக்கு உடல் ஒருங்கிணைப்புக் குறைபாடு இருக்க வாய்ப்புள்ளது என்று பொருள். மேலதிகச் சோதனைகள் தேவைப்படும். தொழில்வழிச் சிகிச்சை வல்லுனர் ஒருவரைப் பார்ப்பது நல்லது.

மிகுசெயல் கவனக்குறைவுக் கோளாறு

(Attention Deficit Hyperactivity Disorder; ADHD)

இது பற்றி விரிவாகக் கூற இந்த நூலில் இடம் இல்லை. ஏ டி எச் டி எனப்படும் மிகுசெயல் கவனக்குறைவுக் கோளாறானது ஒரு வளர்ச்சிக் குறைபாடாகக் கருதப்படுகிறது. அறிவுத்திறன் குறைபாடு உள்ள குழந்தைகளில் ஏ டி எச் டி காணப்படும் வாய்ப்பு அதிகமாக உள்ளது என்று ஆராய்ச்சிகள் தெரிவிக்கின்றன[12]. இதன் முக்கிய அறிகுறிகள் ஒரு செயலில் தொடர்ந்து கவனம் செலுத்த இயலாமை, ஒரு காரியத்தை முடிக்காமல் பாதியில் விட்டுவிடுவது, தேவையற்ற வேறு செயல்களில் ஈடுபடுவது, கவனச் சிதைவு முதலியவையே. கூடவே, வரம்பு மீறிய இயக்க நிலை, அளவுக்கு அதிகமான துறுதுறுப்பும், மிகை இயக்கமும் பள்ளியில் இவர்களுக்குப் பல பிரச்சினைகள் உண்டுபண்ணுகின்றன. இந்த அறிகுறிகள் எல்லாச் சந்தர்ப்பங்களிலும், அதாவது வீடு, பள்ளிக்கூடம், பொது இடங்கள் யாவற்றிலும், காணப்படும்.

இவர்களால் ஒரு காரியத்தில் தொடர்ந்து கவனம் செலுத்த இயலாமல் இருப்பதால் வகுப்பில் தங்களுக்குக் கொடுக்கப் படும் பாடங்களைச் செய்து முடிப்பதில்லை. வீட்டு வேலையை யும் கிரமமாகச் செய்வதில்லை. கவனம் எளிதாகத் திசை திருப்பப்பட்டுத் தேவையற்ற செயல்களில் ஈடுபடுவார்கள். எ டி எச் டி உள்ள ஒரு ஒரு ஐந்தாம் வகுப்புப் பையனை ஓர் ஆசிரியைப் பின்வருமாறு விவரித்தார்: "இவன் ஒரு இடத்தில் இருக்க மாட்டான்; இருக்கையில் உட்கார்ந்து இருக்கும்போதும் கைகாலை வைத்துக்கொண்டு சும்மா இருக்க மாட்டான், இருப்புக்கொள்ளாது, உடலை நெளிப்பான், மற்ற பையன்களைச் சீண்டுவான். இவனுக்கு எப்போதும் ஏதாவது செய்துகொண்டே இருக்க வேண்டும். இல்லாவிட்டால் தலை வெடித்துவிடும்; இவன் நடப்பது இல்லை, எப்போதும் ஓட்டம்தான்."

மிகுசெயல் கவனக்குறைவு கோளாறு பற்றிப் பல சர்ச்சைகள் உள்ளன. குழந்தைகள் இள வயதில் துறுதுறுப்பாக இருப்பது இயல்பானதே. இதில் எந்தக் குழந்தைக்கு எ டி எச் டி என்று கூறுவது? கூடுதல் துறுதுறுப்பு குழந்தைக்கு உள்ள ஒரு குறைபாடா அல்லது குழந்தையைப் பராமரிப்பவர்களின் இயலாமையா? மேலும், இது வட அமெரிக்காவில் 10% ஆகவும் ஐரோப்பிய நாடுகளில் 1% ஆகவும் உள்ளது[13]. ஏன் இந்த வேறுபாடு? இந்தக் கோளாறுக்குப் குருதி சோதனைகள், மூளையை ஸ்கேன் செய்வது போன்ற புறவயமான சோதனைகள் இல்லை. அறிகுறிகளை வைத்தே அடையாளம் காணப்படுகிறது. ஆனால், எ டி எச் டிக்குச் சில மருந்துகள் உள்ளன. எனவே, பெருவணிக மருந்து நிறுவனங்கள் இதில் அதிகக் கவனம் செலுத்துவதில் வியப்பில்லை. இதில் பாவிக்கப்படும் மருந்துகள் குழந்தைகளின் மூளையின் செயல்பாடுகளில் தாக்கங்களை உண்டுபண்ணுவதால் இவற்றைக் கவனமாகப் பயன்படுத்த வேண்டும்.

இயல் 8

உளவியல் தாக்கங்கள்

அறிவுத்திறன் குறைபாடு உள்ள குழந்தை களுக்குத் தம் மனதில் எழும் உந்துதல்களையும் தூண்டுதல்களையும் கட்டுப்படுத்துவது ஒரு பிரச்சினையாக அமையலாம். இதனால் இக் குழந்தைகள் எளிதில் உணர்ச்சிவசப்படுகிறார்கள். நடத்தை சார்ந்த பிரச்சினைகள் உருவாகலாம்.

மன வளர்ச்சிக் குறைபாடுகள் உள்ள குழந்தைகளுக்கு ஏற்படும் உளவியல் தாக்கங்களை வயதுவந்தவர்கள் குறைத்து மதிப்பிடுவதுண்டு.

தாம் மற்றவர்களில் இருந்து வித்தியாச மானவர்கள், தங்களுக்கு ஏதோ குறைபாடு உள்ளது என்பதை இந்தக் குழந்தைகள் ஆரம்பத்தில் இருந்தே உணர்ந்துகொள்கிறார்கள். பிறர் தம்மை வினோத மாகப் பார்க்கிறார்கள் என்பதை இவர்கள் குழந்தைப் பருவத்திலேயே உணரத் தொடங்குகிறார்கள். பிறரின் சுடு சொற்கள் இவர்கள் மனதை மேலும் புண்படுத்துகின்றன.

அறிவுத்திறன் குறைபாடு உள்ளவர்களுக்குத் தம் மனதில் எழும் உந்துதல்களையும் தூண்டுதல்களையும் கட்டுப்படுத்துவது ஒரு பிரச்சினையாக அமையலாம். இதனால் இக்குழந்தைகள் எளிதில் உணர்ச்சி வசப்படுகிறார்கள். இதுவே பல பிரச்சினைகளுக்கு வித்தாக அமைந்துவிடுகிறது. இவர்களுக்கு ஒரு சம்பவத்தின் காரணத்தையும் அதன் விளைவையும் தொடர்புபடுத்திப் பார்க்கும் திறன் குறைவாக உள்ளது என்பதை நினைவுபடுத்திக்கொள்ளவும்.

காட்டாக, ஒரு முறை தீயில் கைவைத்து (காரணம்) தன்னைச் சுட்டுக்கொண்ட ஒரு குழந்தை அதனால் ஏற்படும் வலியை (விளைவு) உணர்ந்து மீண்டும் தீயில் கைவைப்பதை தவிர்த்துக் கொள்ளும். ஆனால், அறிவுத்திறன் குறைபாடு உள்ள குழந்தைகள் இவை இரண்டையும் தொடர்புபடுத்திப் பார்ப்பதில்லை. எனவே, தாம் செய்யும் தவறுகளில் இருந்து கற்றுக்கொள்வது குறைவு. உந்தல்களைக் கட்டுப்படுத்துவதில் பிரச்சினைகள் இருப்பதால் அதே தவறை மீண்டும் மீண்டும் செய்கின்றன.

இதேபோல, இவர்களுக்கு விரக்தியைச் சகித்துக்கொள்ளும் திறனும் குறைவாக உள்ளது. இந்த ஆற்றல் குழந்தைகளுக்கு (வயது வந்தவர்களுக்கும்தான்!) அன்றாட வாழ்க்கைக்கு முக்கியமானது. சகித்துக்கொள்ளும் திறனைக் குழந்தைகள் சிறு சிறு அனுபவங்கள் வழியாகப் படிப்படியாகக் கற்றுக்கொள்கிறார்கள். இனிப்பைக் கண்டவுடன் அது தனக்கு வேண்டும் என்று ஆரம்பத்தில் அடம்பிடிக்கும் ஒரு குழந்தை போகப்போகத் தன் ஆசையை நிறைவேற்றிக்கொள்ளச் சற்று நேரம் பொறுக்க வேண்டும் என்பதைக் கற்றுக்கொள்கிறது. அதாவது, அது தன் விரக்தியை சிறிது நேரத்துக்காகவேனும் கட்டுப்படுத்த பழகிக்கொள்கிறது. விரக்தியைச் சகித்துக்கொள்ளப் பழகுவதால் குழந்தைகளுக்குத் தன்னம்பிக்கை ஏற்படுகிறது. ஒரு செயலைச் செய்ய முயற்சி செய்யும்போது முதலில் தோல்விகள் ஏற்படலாம். இதனால் விரக்தி உண்டாவது இயற்கையே. இந்த விரக்தியைத் தாங்கிக்கொள்ள முடியாமல் முயற்சியைக் கைவிட்டால் எந்த ஒரு காரியத்திலும் சித்தி அடைய முடியாது, புதிய திறன்களைக் கற்றுக்கொள்ளவும் இயலாது.

விரக்தியைக் கட்டுப்படுத்த இயலாததால் அறிவுத்திறன் குறைபாடு உள்ள குழந்தைகள் அடிக்கடி உணர்ச்சி வசப்படுகின்றன, ஆத்திரமடைகின்றன, அழுது ஆர்ப்பட்டம் செய்கின்றன. விரக்தியைச் சகித்துக்கொள்ள முடியாமை ஒவ்வொருவரிலும் வெவ்வேறு வடிவங்களில் வெளிப்படலாம். சிலர் பிடிவாதம் பிடிப்பார்கள், சிலர் மூர்க்கத்தனமாக நடந்துகொள்வார்கள், வேறு சிலர் மனம் சோர்ந்து முடங்கிப் போவார்கள். அறிவுத் திறன் குறைந்தவர்கள் அனைவரும் விரக்தியைச் சகித்துக்கொள்ள முடியாதவர்களாக இருப்பதில்லை, சிலரே இவ்வாறு நடந்து கொள்கிறார்கள்.

குறைவான தன்மதிப்பு

மனவளர்ச்சிக் குறைபாடுகள் உள்ள குழந்தைகள் தாம் மற்றவர்களில் இருந்து வித்தியாசமானவர்கள், தங்களுக்கு

ஏதோ குறைபாடு உள்ளது என்பதை ஆரம்பத்தில் இருந்தே உணர்ந்துகொள்கிறார்கள். அதை வார்த்தைகளால் விவரிக்க இயலாவிட்டாலும் அது ஓர் உணர்வாக மனதில் ஆழமாக இடம்பிடித்துக்கொள்கிறது. இது அவர்களின் தன்மதிப்பை வெகுவாகப் பாதிக்கிறது.

தன்மதிப்பு என்பது குழந்தைகள் சிறு சிறு செயல்களில் தானாக ஈடுபட்டு அதில் அவர்கள் சித்தி அடையும்போது படிப்படியாக உருவாகும் ஓர் உணர்வு. தம் ஆற்றல்களை அறிந்துகொள்ளும்போது அவர்களின் தன்மதிப்பு உயர்கிறது, தோல்வியுறும்போது குலைகிறது. அறிவுத்திறன் குறைவாக இருப்பவர்கள் தம் முயற்சிகளில் வெற்றி பெறும் வாய்ப்புகள் குறைவாகவே இருக்கும். இதனால் தன்மதிப்பு ஏற்படும் வாய்ப்புகள் இவர்களுக்குக் குறைவாகவே உள்ளன.

எனவே, தான் என்னதான் முயற்சி செய்தாலும் தன்னால் வெற்றிபெற முடியாது என்ற முடிவுக்கு இவர்கள் வந்துவிடுகிறார்கள். இதனால் முயற்சி செய்வதைக் கைவிட்டுவிடுகிறார்கள். பள்ளிப் படிப்பில் ஆர்வம் இல்லாதவர்களாகவும் கற்பதில் ஊக்கமற்றவர்களாகவும் இருப்பதற்கு இதுவும் ஒரு காரணம்.

சமுதாயத்தின் பார்வை

பிறர் தம்மை வினோதமாகப் பார்க்கிறார்கள் என்பதை இவர்கள் குழந்தைப் பருவத்திலேயே உணரத் தொடங்குகிறார்கள். வெளி இடங்களில் மற்றவர்கள் தன்னை முறைத்துப் பார்க்கிறார்கள் என்பதை இவர்கள் ஆரம்பத்தில் இருந்தே உணர்ந்துகொள் கிறார்கள். பிறர் வெறித்துப் பார்க்கும்போது இவர்கள் மனம் பதற்றமடைந்து தாறுமாறாக நடந்துகொள்ளலாம். பதற்றமடையும்போது ஆட்டிசம் அல்லது அறிவுத்திறன் குறைபாடு உள்ள சில குழந்தைகள் சில அசாதாரணமான ஒலிகளை உண்டாக்கலாம் அல்லது படபடப்புடன் சுற்றிச்சுற்றி ஓடலாம். பார்வையாளர்களுக்கு இது வேடிக்கையாகத் தோன்றலாம். ஆனால் குறைபாடு உள்ள அந்தக் குழந்தைக்கு இது பெரும் சங்கடமாக இருக்கும். வயதுவந்தவர்களின் இம்மாதிரியான நடத்தையால் இவர்கள் தம்மைத் தாமே வெறுக்கத் தொடங்குகிறார்கள். பள்ளிக்கூடத்திலும் இவர்கள் கேலிக்கும் கிண்டலுக்கும் ஆளாவதுண்டு. இம்மாதிரியான அனுபவங்களினால் இவர்களின் தன்மதிப்பு மேலும் தாழ்ந்து போகிறது.

சில பெற்றோர்களும் ஆசிரியர்களும் தெரிந்தோ தெரியாமலோ 'உதவாக்கரை', 'மண்டு' போன்ற சுடு சொற்களால் இதற்குத் தூபமிடுகிறார்கள். இதன் விளைவாகச் சிலர் மனம் சோர்ந்துபோகிறார்கள். முயற்சி செய்வதைக் கைவிடுகிறார்கள். வேறு சிலருக்கு எதிர்ப்புணர்ச்சி ஏற்படுகிறது. வயதுவந்தவர்களை எதிர்த்துப் பேசுகிறார்கள். தம்மை ஏற்றுக்கொள்ள மறுக்கும் சமுதாயத்தை வெறுக்கத் தொடங்குகிறார்கள். நடத்தை சார்ந்த பிரச்சினைகள் இங்கேதான் உருவாகின்றன.

இயல் 9

நடத்தை சார்ந்த பிரச்சினைகள்

எதிர்த்துப் பேசுவது, பிடிவாதம் பிடிப்பது, அடிக்கடி ஆத்திரப்படுவது, பணிய மறுப்பது போன்ற நடத்தை சார்ந்த பிரச்சினைகள் அறிவுத்திறன் குறைபாடு உள்ள குழந்தைகளில் அதிகமாகக் காணப்படுகிறது. சிலர் ஆக்ரோஷமாக நடந்து கொள்வார்கள்.

அடிக்கடி ஆத்திரப்படுவது, பிடிவாதம் பிடிப்பது, அழுது ஆர்ப்பட்டம் செய்வது போன்ற எதிர்ப்புக் காட்டும் நடத்தை முதல், சமூகக் கட்டுப்பாடுகளை மீறி நடப்பது வரையான நடத்தை சார்ந்த பிரச்சினைகள் ஆட்டிசம், கற்றல் குறைபாடு, அறிவுத்திறன் குறைபாடு ஆகிய மனவளர்ச்சிக் குறைபாடுகள் உள்ள குழந்தைகளில் கூடுதலாகக் காணப்படுகின்றன. பல இளம் குற்றவாளிகளுக்கு மனவளர்ச்சிக் குறைபாடுகள் உள்ளதாக ஆராய்ச்சிகள் கூறுகின்றன.

எதிர்த்துப் பேசுவது, அடம் பிடிப்பது, அடிக்கடி ஆத்திரப்படுவது, பணிய மறுப்பது போன்ற நடத்தை சார்ந்த பிரச்சினைகள் எல்லாக் குழந்தைகளிலும் அவ்வப்போது காணப்படுவதுண்டு. ஆனால், அறிவுத்திறன் குறைபாடு உள்ள குழந்தைகளுக்கும் இந்த நூலில் கூறப்பட்டுள்ள பிற மன வளர்ச்சிக் குறைபாடுகள் உள்ள குழந்தைகளுக்கும் சாதாரணக் குழந்தைகளை விட இவை அதிக அளவில் காணப் படுகின்றன.

நடத்தை சார்ந்த பிரச்சினைகளை மூன்று வகைகளாகப் பிரிக்கலாம். ஒன்று எதிர்ப்புக் காட்டும் நடத்தை *(oppositional defiant behaviour)*, மற்றது நடத்தைப் பிறழ்வு *(conduct disorder)*, மூன்றாவது ஆபத்தான நடத்தை *(challenging behaviour)*. இவற்றை ஒவ்வொன்றாகப் பார்ப்போம்.

எதிர்ப்புக் காட்டும் நடத்தை

எதிர்ப்புக்காட்டும் நடத்தை என்பது பெற்றோர் மற்றும் ஆசிரியர் சொல்லுக்கு எதிராக நடந்துகொள்வதைக் குறிக்கும். எவ்வளவுதான் இவர்களின் குற்றம் குறைகளை இணக்கமாக எடுத்துக் கூறினாலும், ஒரு செயலைச் செய்யாதே என்று தடுத்தாலும் இவர்கள் கேட்பது இல்லை. தாம் செய்வதே சரி என்ற முனைப்போடு செயல்படுவார்கள். எதிர்த்துப் பேசுவார்கள். பிடிவாதம் பிடிப்பவர்களாகவும் இருப்பார்கள். பெரியவர்கள் கூறுவதற்கு நேர் எதிராகச் செயல்படுவார்கள். இம்மாதிரிப் பணியாத, கீழ்ப்படியாத நடத்தையே எதிர்ப்புக் காட்டும் நடத்தை என்று அழைக்கப்படுகிறது. அடிக்கடி கோபப்படுவது, வாக்குவாதம் செய்வது, வேண்டும் என்றே விதண்டாவாதம் பண்ணுவது ஆகிய நடத்தைகள் பெற்றோருக்கும் ஆசிரியர்களுக்கும் பெரும் சவாலாக அமைகின்றன. இதனால் சிலர் பள்ளிக்கூடத்தில் இருந்து இடை நிறுத்தப்படுகிறார்கள் அல்லது வெளியேற்றப்படுகிறார்கள். வீட்டிலும் அமைதி குலைகிறது, அடிக்கடி வாக்குவாதங்கள் ஏற்படுகின்றன. சில சமயங்களில் கோபம் கொண்ட பெற்றோர்கள் இந்தக் குழந்தை களை அடிப்பதும் உண்டு.

எல்லாக் குழந்தைகளும், குறிப்பாக வளரிளம் பருவத்தினர், ஒரு கட்டத்தில் பிடிவாதம் பிடிப்பதும் எதிர் நடவடிக்கைகளில் ஈடுபடுவதும் இயல்பானதே. ஆனால் ஆட்டிசம், அறிவுத்திறன் குறைபாடு, கற்றல் குறைபாடு போன்ற வளர்ச்சிக் குறைபாடு உள்ள குழந்தைகளில் கீழ்ப்படிய மறுக்கும் போக்கு கூடுதலாகக் காணப்படுகிறது.

எதிர்ப்பு நடத்தைக்குப் பல காரணங்கள் வித்தாக அமைந்து விடுகின்றன. இவர்களின் குறைபாடுகளை மற்றவர்கள் புரிந்து கொள்ளத் தவறுவது ஒரு காரணமாம். விரக்தி, ஏமாற்றம், எரிச்சல் போன்ற உணர்வுகள் மேலோங்கும்போது அதைச் சரிவர எடுத்துக் கூற இயலாத காரணத்தினால் அறிவுத்திறன் குறைபாடு உள்ள குழந்தைகள் பணிய மறுக்கலாம் அல்லது எதிர்த்துப் பேசலாம். தமது விருப்பங்கள், தேவைகள், எண்ணங்கள் ஆகியவற்றை மற்றவர்களுக்குப் புரியும் வகையில் எடுத்துக் கூறுமளவுக்குப்

பேச்சுத் திறன் இல்லாது இருப்பதால் ஏற்படும் விரக்தி இவ்வாறான நடத்தைகளுக்கு வழி வகுக்கலாம். இவர்களது குறைபாடுகளை அறியாத ஆசிரியர்கள் இவர்களது ஆற்றலுக்கு அப்பாற்பட்ட காரியங்களைச் செய்ய சொல்லும்போது குழந்தைகள் பணிய மறுக்கலாம். இதை எதிர்ப்பு நடத்தை என ஆசிரியர்கள் தவறாகப் புரிந்துகொள்கிறார்கள். மற்றவர்கள் கூறுவதைச் சரிவரப் புரிந்து கொள்ள முடியாமையும் சில வேளைகளில் இம்மாதிரியாக நடத்தைக்கு ஒரு காரணமாக அமையலாம்.

ஆனாலும், மனவளர்ச்சிக் குறைபாடுகள் உள்ள சில குழந்தைகள் வேண்டுமென்றே பிடிவாதம் பிடிப்பதும் வாக்குவாதம் பண்ணுவதும் உண்டு. சில குழந்தைகளின் மனப்போக்கே *(temperament)* முரண்டு பிடிப்பதாகவும் கோபங்கொள்வதாகவும் இருக்கும். சில சமயங்களில் பெற்றோர்கள் தம்மை அறியாமல் நடத்தை சார்ந்த பிரச்சினைகளுக்கு வித்திடலாம். உளவியலாளர்கள் இதைக் கற்றுக்கொண்ட *(learned behaviour)* நடத்தை என்று கூறுவார்கள். அதாவது பெற்றோர்கள் இவர்களின் நடத்தையைச் சரிவரக் கையாள தவறுவதால் இவர்கள் தவறாக நடக்கக் கற்றுக்கொள்கிறார்கள். காட்டாக, சில பெற்றோர்கள் குழந்தைகளின் நன்நடத்தையைக் கண்டுகொள்வது இல்லை. அவர்கள் தவறாக நடந்துகொள்ளும்போது மட்டுமே அவர்கள் மேல் கவனம் செலுத்துகிறார்கள். எனவே, பெற்றோரின் கவனத்தைப் பெறக் குழந்தைகள் தாறுமாறாக நடந்து கொள்கிறார்கள். நாளடைவில் இது ஒரு பழக்கமாகி விடுகிறது.

நடத்தைப் பிறழ்வுகள்

இது சமூகக் கட்டுப்பாடுகளை மீறும் நடத்தைகளைக் குறிக்கும். மற்றக் குழந்தைகளோடு அடிக்கடி சண்டை போடுதல், ஒழுக்க மின்மை, பொய் சொல்லுதல், களவெடுத்தல், மூர்க்கத்தனம், ஏமாற்றுதல் ஆகியவற்றை இது உள்ளடக்கும். இவர்களில் பலர் அடிக்கடிக் கோபம் கொள்வார்கள். ஆத்திரத்தை அடக்க முடியாமல் ஆக்ரோஷமாக நடந்துகொள்வார்கள். இதனால் மற்றவர்களைத் தாக்குவது, பொருள்களை உடைப்பது போன்ற செயல்களில் ஈடுபடுவதுமுண்டு. வேறு சிலர் சட்டத்தை மீறி நடந்துகொள்கிறார்கள், குற்றச் செயல்களில் ஈடுபடுகிறார்கள். இளங்குற்றவாளிகளாகத் தண்டிக்கப்படுகிறார்கள்.

ஆபத்தான நடத்தைகள்

இவை மற்றவர்களுக்கோ தனக்கோ தீங்கு விளைவிக்கும் நடத்தை ஆகும். மற்றவர்களைத் தாக்குதல், காயம் விளைவித்தல்,

வன்முறை ஆகியவை இதில் அடங்கும். பெரும்பாலும் கடும் அறிவுத்திறன் குறைபாடு உள்ளவர்களே இம்மாதிரியாக நடந்து கொள்கிறார்கள். தன்னைத் தானே காயப்படுத்திக்கொள்வதும் ஆபத்தான நடத்தையாகக் கருதப்படும். சிலர் கூர்மையான கருவிகள், ஆயுதங்கள் ஆகியவற்றால் தன்னைத் தானே காயப்படுத்திக்கொள்வதும் உண்டு. கடுமையான அறிவுத்திறன் குறைபாடு உள்ளவர்களில் சிலர் இரத்தம் வழியும் வரை தம்மைக் கிள்ளிகொள்வதும் தலையைச் சுவரில் மோதிக்கொள்வதும் இவர்களைப் பராமரிப்பவர்களுக்குப் பெரும் சவாலாக அமைகின்றன.

நடத்தை சார்ந்த பிரச்சினையைச் சமாளிக்க அதை முறைப்படியாக ஆராய்ந்து சூழ்நிலையில் மாற்றங்களையும், பராமரிப்பு முறையில் மாற்றங்கள் செய்வதும் அவசியம். இது நடத்தைச் சீரமைப்புச் சிகிச்சை என்று அழைக்கப்படுகிறது (பார்க்க இயல் 13).

இயல் 10

கல்வியில் பின்தங்கிய குழந்தைகள் எல்லோரும் அறிவுத்திறன் குன்றியவர்கள் அல்ல

பொருளாதார, பண்பாட்டு ரீதியாக பிற்படுத்தப்பட்ட சமூகங்களில் உள்ள குழந்தைகள் கல்வியில் பின்தங்கி இருப்பார்கள். இது அறிவுத்திறன் குறைபாட்டினால் ஏற்படுவது அல்ல. வாய்ப்புக் குறைந்த இந்தக் குழந்தைகளை "மெதுவாகக் கற்பவர்கள்" என்று முத்திரையிடுவது தவறு.

பிற்காலத்தில் பெரும் சாதனையாளர்களாகப் பரிணமித்தவர்கள் பலர் ஆரம்பத்தில் "மெதுவாகக் கற்பவர்கள்" என்று முத்திரை குத்தப்பட்டுப் பள்ளிக் கூடங்களால் கைவிடப்பட்டவர்களே.

அறிவுத்திறன் குறைபாடு உள்ள குழந்தைகள் கல்வியில் பின்தங்கி இருப்பது உண்மையேயானாலும் கல்வியில் பின்தங்கி இருக்கும் குழந்தைகள் யாவருக்கும் அறிவுத்திறன் குறைபாடு இருப்பது இல்லை. ஒரு குழந்தை கல்வியில் பின்தங்கி இருப்பதற்குப் பல காராணங்கள் உள்ளன. சில சமயங்களில் அறிவுத்திறன் குறைபாடு இல்லாத குழந்தைகள் ஆசிரியர்களால் அறிவுத்திறன் குறைபாடு உள்ளவர்களாக (தவறாக) அடையாளம் காணப்படுகிறார்கள். இம்மாதிரியான அவசர முடிவுக்கு வருவது அந்தக் குழந்தைக்கு ஆசிரியர்கள் செய்யக்கூடிய மிகப் பெரும் தீங்காகும். அறிவுத்திறன்

குறைபாடு என்ற முத்திரை குத்தப்பட்டால் அதைக் களைவது கடினம். எனவே, ஒரு குழந்தைக்கு அறிவுத்திறன் குறைபாடு உள்ளது என்று கூறுமுன் குழந்தையைச் சரிவர மதிப்பீடு செய்வது முக்கியம். குழந்தைகள் படிப்பில் பின்தங்கி இருப்பதற்கு வேறு பல காரணங்கள் இருக்கலாம். இவற்றில் சில:

வாய்ப்புக் குறைந்த குழந்தைகள்: ஒரு குழந்தை படிப்பில் பின்தங்கி இருக்கிறது என்றால் அதற்கான காரணத்தைக் குழந்தையை மையப்படுத்தி மட்டும் பார்க்காது சமுதாயம், குடும்பம், கல்விக்கூடம் சார்ந்த பல காரணிகளிலும் தேட வேண்டும். தாழ் சமூகப் பொருளாதாரத் தகுதி *(low socio-economic status)* கொண்ட குடும்பங்களில் உள்ள குழந்தைகள் கல்வி பெறுவதில் பல இடர்ப்பாடுகள் உள்ளன. குடும்பத்துக்காக உழைக்க வேண்டிய நிர்ப்பந்தம் உள்ள குழந்தைத் தொழிளாலர்கள், ஆதரவற்ற குழந்தைகள் போன்ற வாய்ப்புக் குறைந்த குழந்தைகள் கல்வியில் பின்தங்கி இருப்பதில் வியப்பில்லை

சமூகத்தில் பொருளாதார ரீதியாகவும் பண்பாட்டு ரீதியாக வும் பிற்படுத்தப்பட்ட சமூகங்களில் உள்ள குழந்தைகள் கல்வியில் பின்தங்கி இருப்பதாக ஆய்வுகள் எடுத்துக்காட்டுகின்றன. ஏழ்மையும் சமூக ஒடுக்கு முறைகளும் இவர்கள் கல்வி பெறுவதை வெகுவாகப் பாதிக்கின்றன. இவர்கள் வாழும் சூழல்களில் கல்வி வாய்ப்பு குறைவாக இருப்பதோடு இவர்களுக்குள்ள பள்ளிக்கூடங்களும் தரம் தாழ்ந்தவைகளாகவே உள்ளன. இவர்கள் நடுநிலைக் கல்விக்காக நகர்ப்புறப் பள்ளிக்கூடங்களில் சேரும்போது படிப்பில் பின்தங்கியவர்களாக இருப்பதில் வியப்பில்லை. மேலும், அன்றாடம் உணவுக்கும் உடைக்குமே போராட வேண்டிய நிலையில் உள்ள குடும்பங்கள் குழந்தை களின் கல்வியை முக்கியமாகக் கருதுவது இல்லை. இவர்களின் பெற்றோர்கள் பிள்ளைகளைப் படிப்பிப்பதில் ஆர்வம் காட்டுவது இல்லை. இதேபோல, தமிழைப் பயிற்று மொழியாகக் கொண்ட பள்ளிக்கூடங்களில் இருந்து ஆங்கிலக் கல்வி கற்பிக்கும் பள்ளி களுக்குப் போகும்போது ஆரம்பத்தில் இவர்கள் பெருமளவு பின்தங்கி இருப்பார்கள். இதை அறிவுத்திறன் குறைபாட்டினால் ஏற்படும் பின்னடைவில் இருந்து வேறுபடுத்திப் பார்க்க வேண்டும்.

குடும்பம் சார்ந்த காரணங்கள்: குடும்பச் சண்டை சச்சரவுகள், பெற்றோரிடையே மணமுறிவு, குடும்ப வன்முறை போன்ற காராணங்களால் குழந்தைகள் உணர்ச்சி ரீதியாகப் பாதிக்கப்பட்டு அதனால் கல்வி பயில்வதில் இடர்ப்பாடுகள் ஏற்படுகின்றன. குழந்தைகள் கொடுமைக்கு ஆளாக்கப்படும்போதும் அவர்களின் கற்றல் திறன் பாதிக்கப்படுகிறது. இதேபோல, கல்வியின்

முக்கியத்துவத்தை உணராத படிப்பறிவற்ற பெற்றோர்கள், கடும் சிக்கல்கள் நிறைந்த குடும்பங்கள் ஆகியவை குழந்தைகள் கற்பதில் பல இடர்களை ஏற்படுத்துகின்றன.

மோசமான பள்ளிச் சூழலும் கற்பித்தலும்: பள்ளிக்கூடச் சூழல், கல்வித் திட்டம், ஆசிரியர்களின் கற்பிக்கும் திறன், மாணவ மாணவிகளுக்கும் ஆசிரியருக்கும் இடையேள்ள உறவு ஆகியவையும் குழந்தைகளின் கற்றல் திறனைப் பாதிக்கின்றன.

கற்பதில் ஆர்வமின்மை: சில குழந்தைகள் கல்வியில் ஆர்வம் காட்டுவது இல்லை. கூடா நண்பர்கள் வட்டம், படிப்பில் கவனம் செலுத்தாமல் மனம்போன போக்கில் நடந்துகொள்வது என்பன இவர்களைத் திசைத் திருப்புகின்றன. இதனால் கூர்மையான அறிவு இருந்தும் இவர்கள் குறை சாதனையாளர்களாகக் காணப் படுகிறார்கள்.

மேலே கூறப்பட்ட அனைத்துமே சிறு சிறு துளிகளாகச் சேர்ந்து பெரிய அளவில் பின்னடைவை உருவாக்கலாம். இவ்வாறான சமூகக் காரணிகளை எல்லாம் அலசி ஆராய்ந்த பின்னரே ஒரு குழந்தைக்கு அறிவுத்திறன் குறைபாடு உள்ளது என்று முடிவு செய்யலாம்.

கற்றல் குறைபாடுகள்: சில சமயங்களில் வாசிப்பதில் மட்டும் பின்தங்கியுள்ள குழந்தைகள், அதாவது கற்றல் குறைபாடு உள்ள குழந்தைகள் அறிவுத்திறன் குறைபாடு உள்ளவர்களாகத் தவறாக அடையாளம் காணப்படுவதுண்டு. கற்றல் குறைபாடு உள்ள குழந்தைகளில் வாசிப்பு, எண் எழுத்து ஆகிய கற்றல் திறன்களில் மட்டுமே குறைபாடு உள்ளவர்களாக இருப்பார்கள், மொழி, பேச்சு, உடல் இயக்கம் ஆகிவற்றில் எந்தப் பாதிப்பும் இருப்பது இல்லை (பார்க்க பாகம் 3).

'மெதுவாகக் கற்போர்': கைவிடப்பட வேண்டிய ஒரு சொற்றொடர்

மாணவ மாணவியரின் நுண்ணறிவு ஈவு 71க்கும் 84க்கும் இடைப் பட்டதாக இருக்கும்போது, அதாவது அறிவுத்திறன் குறைபாட்டின் கீழ் வரம்பான 70 புள்ளிகளுக்குச் சற்றுக் கூடுதலாகவும் 85 புள்ளிகளுக்குக் குறைவாகவும் இருக்கும்போது, இவர்களை மெதுவாய்க் கற்போர் (slow learners) என்று வகைப்படுத்தும் ஒரு போக்கு கல்விப் புலனில் காணப்படுகிறது. குறிப்பாக, இந்தியாவில் இந்த வழக்கம் பெருமளவு காணப்படுகிறது. ஆனால், இது அறிவுத்திறன் குறைபாட்டின் வரையறைக்கு முரணானது. ஏனென்றால், இவர்களுக்கு கற்றலைத் தவிர

வேறு செயலாக்கத் திறன் குறைபாடுகள் எதுவும் இருப்பது இல்லை. இவர்களை அடையாளப்படுத்துவதற்கு ஏதுவான வேறு அம்சங்களும் இல்லை. இதனால், அங்கீகரிக்கப்பட்ட வகைபாட்டு முறைமைகளில் மெதுவாய்க் கற்போர் என்ற வகை காணப்படுவது இல்லை.

மெதுவாய்க் கற்போர் பற்றி இந்தியாவில் நடத்தப்பட்டுள்ள ஆய்வுகள் திருப்திகரமாக இல்லை. சமுதாயத்தில் தாழ் நிலையில் உள்ளமை, பயில்மொழி வேற்று மொழியாக இருத்தல், ஆசிரியர்களால் விரும்பப்படாதவர்கள், நடத்தை சார்ந்த பிரச்சினைகள் உள்ள குழந்தைகள் எனப் பலதரப்பட்டவர்களை உள்ளடக்கியதே மெதுவாய்க் கற்போர் எனக் கூறப்படும் இந்தக் குழந்தைகள்[14]. சுமாரான அறிவுத்திறன் குறைபாடு உள்ளவர்களையும் மெதுவாய்க் கற்போர் என்று அழைக்கும் வழக்கமும் உண்டு. மெதுவாய்க் கற்போர் என்றும் மந்தமானவர்கள் என்றும் அடையாளம் காணப்பட்ட பலர் பிற்காலத்தில் உயர் வகுப்பில் வியக்கத்தக்க வகையில் முன்னேறி தேர்வுகளில் சாதனைகள் படைத்ததை மூத்த ஆசிரியர்கள் அறிவார்கள். பின் நாளில் பெரும் சாதனையாளர்களாகப் பரிணமித்தவர்கள் பலர் ஆரம்பத்தில் மந்தமானவர்கள் என்று பள்ளிக்கூடங்களால் கைவிடப்பட்டவர்களே (இதற்குப் பல தமிழ் எழுத்தாளர்களை அடையாளம் காட்டலாம்). எனவே, மெதுவாய்க் கற்போர் என்ற சொற்றொடரை ஆசிரியர் உலகம் முற்றாகக் கைவிடுவதே சிறந்தது.

இயல் 11

ஏன் ஏற்படுகிறது?

அறிவுத்திறன் குறைபாடு உள்ளவர்களில் மிகப் பெரும்பாலானோருக்கு, அதாவது சுமார் 80%க்கு எந்த மூளை சார்ந்த நோயும் இருப்பதில்லை.

அறிவுத்திறன் குறைபாடு உள்ளவர்களில் 20%க்கு மட்டுமே ஒரு மூளை சார்ந்த நோய் இருக்கும். மற்ற 80%த்தினருக்கு எந்த காரணமும் கண்டுபிடிக்க முடிவதில்லை.

சுமாரான அறிவுத்திறன் குறைபாடு உள்ளவர்களில் இனம் காணக்கூடிய எந்தக் காரணமும் கண்டுபிடிக்கப்படுவது இல்லை என்று முன்னர் கூறினோம் (இயல் 5). அதாவது சுமாரான அறிவாற்றல் குறைபாடு உள்ளவர்களில் (ஏறத்தாழ 85% பேருக்கு) ஏன் அறிவுத்திறன் குறைபாடு ஏற்படுகிறது என்று காரணம் கூற முடிவதில்லை. இதேபோல, மிதமான பாதிப்பு உள்ளவர்கள் சிலருக்கும் காரணம் என்று எதையும் திட்டவட்டமாகக் கூற முடிவது இல்லை. ஆனால் எஞ்சியுள்ள ஏறத்தாழ 20% பேருக்கு அறிவுத்திறன் குறைபாடு உண்டாவதற்கு மூளை வளர்ச்சியைப் பாதிக்கும் ஏதோ ஒரு அடிப்படைக் காரணம் அமைகிறது என்பதை ஆராய்ச்சிகள் எடுத்துக் காட்டுகின்றன[15].

வேறு வார்த்தைகளில் கூறுவதானால் 80% பேருக்கு முதல்நிலை அறிவுத்திறன் குறைபாடும் (primary intellectual disability), 20% பேருக்கு இரண்டாம் நிலை அறிவுத்திறன் குறைபாடும் (secondary intellectual disability) உள்ளது என்று கூறலாம். ஆட்டிசத்திலும் முதலாம் நிலை, இரண்டாம் நிலை என்ற இரு வகைகள் விவரிக்கப்பட்டன என்பதையும் ஆனால்

இந்த விகிதம் வித்தியாசமாக இருந்தது (90%; 10%) என்பதையும் நினைவுபடுத்திக் கொள்ளவும் (பார்க்க இயல் 9; வரைபடம் 1.4). அறிவுத்திறன் குறைபாட்டின் கடுமை கூடக் கூட மூளை சார்ந்த காரணங்கள் இருக்கக் கூடிய வாய்ப்பு அதிகமாகிறது. குறிப்பாக, கடும் அல்லது ஆழ்ந்த அறிவாற்றல் குறைபாடு உள்ளவர்களுக்கு மூளைச் சேதம் போன்ற ஒரு காரணம் அறிவுத் திறன் குறைபாட்டுக்கான அடிப்படைக் காரணமாக அமைகிறது.

மூளையின் வளர்ச்சி பல காரணிகளால் பாதிக்கப்படலாம். இந்தப் பட்டியல் நீளமானது. நூற்றுக்கணக்கான காரணங்களால் இம்மாதிரியான அறிவாற்றல் குறைபாடு ஏற்படலாம். மருத்துவ ஆய்விதழ்களும் நூல்களும் இந்த இரண்டாம் நிலை அறிவாற்றல் குறைபாடு பற்றியே பெரிதும் பேசுகின்றன. இந்தக் காரணங்களைப் பின்வரும் தலைப்புகளின் கீழ் ஒழுங்குபடுத்தலாம்:

மரபியல் சார்ந்த காரணங்கள்:

நொறுங்கக்கூடிய X நிறமூர்த்த நோய்த்தொகை *(Fragile x syndrome)*

மங்கொலிசம் என்று அழைக்கப்படும் டவுன் நோய்க்குறி *(Down syndrome)*

றெட் நோய்க்குறித் தொகுப்பு *(Rett syndrome)*

பலவித காரணங்களால் சிசு சரியான வளர்ச்சி அடையாமை.

மது சார்ந்த முதிர்மூலவுரு பாதிப்பு நோய்க் குறித்தொகுப்பு *(foetal alcohol syndrome)*

குழந்தை பிறக்கும்போது ஏற்படக்கூடிய காரணங்கள்

பிறக்கும்போது ஏற்படும் மூச்சுத் திணறல் *(neonatal asphyxia)*

மூளைச் சேதம், மூளையில் குருதிப்பெருக்கம்.

குழந்தை பிறந்து நான்கு வாரங்களுக்குள் ஏற்படக்கூடிய காரணங்கள்:

தாழ்பிறப்பு எடை கொண்ட குழந்தைகள் (2 கிலோவுக்குக் குறைய)

மூளையழற்சி (மூளைக் காய்ச்சல்), மூளைச் சவ்வு அழற்சி

குழவி மஞ்சள் காமாலை

வலிப்பு நோய்கள்

மூளை முடக்குவாதம் (3 மாதத்துக்குள்)

அடுத்து, அறிவுத்திறன் குறைபாட்டுக்குக் காரணமாக இருக்கும் இரண்டு நோய்களை சுருக்கமாகப் பார்ப்போம்.

மூளை முடக்குவாதம் (பெருமூளை வாதம்) (*cerebral palsy*)

இது சிசுப்பருவத்தில் மூளை பாதிக்கப்படைவதால் ஏற்படும் ஒரு வகை உடல் இயக்கக் குறைபாடாகும். பெருமூளையின் வளர்ச்சி தடைபடுவதனால் உண்டாவது பெருமூளை வாதம் என்றும் சாதாரண வழக்கில் மூளை முடக்குவாதம் என்றும் அறியப்படுகிறது. கருவில் அல்லது குழந்தை பிறந்த முதல் சில மாதங்களுக்குள் பெருமூளை சேதப்படுவதால் இது ஏற்படுகிறது. இதன் அறிகுறிகள் முதல் மூன்று மாதங்களலேயே தெரியவரும். இது பலவாறாக வெளிப்படும். சில குழந்தைகளுக்குத் தசைகள் மிக இறுக்கமாக இருக்கும் அல்லது அல்லது மிகவும் தளர்ந்து இருக்கும். நோயின் தாக்கம் ஒரே மாதிரியாக இருப்பது இல்லை. சிலருக்குக் கடுமையாகவும் வேறு சிலருக்கு மிக மிதமாகவும் இருக்கும். உடலில் ஒரு பாகத்தையோ பல பாகங்களையோ பாதிக்கலாம். பெருவாரியான குழந்தைகளுக்குக் கால்களின் தசைகள் பாதிக்கப்படுவதால் உட்காருவதும் நடப்பதும் கடினமாக இருக்கும். சிலருக்கு ஒரு கால் மட்டும் செயல் இழந்து இருக்கும் (*monoplegia*), வேறு சிலருக்கு இரண்டு கால்களும் பாதிக்கப்பட்டிருக்கும் (*diplegia*). வேறு சிலருக்கு உடலின் ஒரு பாதிச் செயல் இழந்து இருக்கும் (*hemiplegia*). இது குணப்படுத்த முடியாத ஒரு நோயாக இருந்தபோதிலும் இதனால் ஏற்படும் தாக்கம் கூடிக்கொண்டு போவது இல்லை.

பெருமூளை வாதத்தால் பாதிக்கப்பட்ட குழந்தைகளில் ஏறத்தாழ மூன்றில் ஒரு பகுதியினருக்கு அறிவுத்திறன் சாராசரி அளவாக இருக்கும். ஆனால் இன்னொரு மூன்றில் ஒரு பகுதி யினருக்கு மிதமான அறிவாற்றல் குறைபாடும், அடுத்த மூன்றில் ஒரு பகுதியினருக்குக் கடுமையான அறிவுதிறன் குறைபாடும் காணப்படும்[16]. கூடவே, சிலருக்கு வலிப்பு நோயும் ஏற்படுவதுண்டு.

வலிப்பு நோய்

சராசரியாக, இந்தியாவிலும் வேறு நாடுகளிலும் நூற்றில் ஒருவர் (1%) வலிப்பு நோயால் பாதிக்கப்படுகிறார். 'காக்காய் வலிப்பு' என்று அழைக்கப்படும் இந்த நோய் மூளையில் உண்டாகிற அதீத மின்அலைகளால் ஏற்படுகிறது. நரம்புகள் வழியாக உடல் உறுப்புகளுக்குக் கடத்தப்பட்டு நினைவு மாறுபட்டு, கைகால்கள் உதறத் தொடங்குகின்றன. இதைத்தான் 'வலிப்பு' என்கிறோம். இதில் பல வகை வலிப்பு நோய்கள் உள்ளன. ஆனால், 'வலிப்பு'

அல்லது இழுப்பு என்பது ஒரு நோயின் அறிகுறி மட்டுமே. பற்பல காரணங்களுக்காக ஒருவருக்கு இழுப்பு ஏற்படலாம். ஒருவருக்கு இரண்டு அல்லது மூன்று முறைகளுக்கு மேல் வலிப்பு ஏற்பட்டால் மட்டுமே இது "வலிப்பு நோய்" என்று அழைக்கப்படுகிறது.

ஒப்பீட்டளவில் அறிவுத்திறன் குறைபாடு உள்ளவர்களிடையே வலிப்பு நோய் கூடுதலாகக் காணப்படுகிறது. மேலும், வலிப்பு நோயின் விகிதாசாரம் அறிவுத்திறன் குறைபாட்டின் கடுமைக்கு ஏற்ப வேறுபடும். கடுமையான அறிவுத்திறன் குறைபாடு உள்ளவர்களுக்கு 25% என்ற அளவிலும், மிதமான அறிவுத்திறன் குறைபாடு உள்ளவர்களுக்கு 10% என்ற அளவிலும் ஏற்படும்[17].

வலிப்பு நோயில் பல வகை உள்ளன. இவற்றுள் பலர் அறிந்த காக்காய் வலிப்பு என்ற வகை மருத்துவத்தில் 'பரவிய வலிப்பு' *(generalised seizure)* என்று அறியப்படுகிறது. இந்த வகையான வலிப்பு ஏற்படும்போது கையும் காலும் சுண்டிச் சுண்டி இழுக்கும். கண்கள் மேலே சுழன்று, வாயில் நுரை தள்ளும். சில வேளைகளில் நாக்கு கடிபட்டு வாயிலிருந்து ரத்தம் வழியலாம். சுயநினைவை இழந்து தரையில் விழுவார்கள். சில நிமிடங்களில் பாதிக்கப்பட்டவர் கொஞ்சம் கொஞ்சமாக இயல்பு நிலைக்குத் திரும்பிவிடுவார். மூளையின் ஒரு பகுதியில் மட்டும் ஏற்படும் பாதிப்பால் வருவது 'பகுதியளவு வலிப்பு' *(partial seizure)*. பாதிக்கப்பட்டவர் சுய உணர்வை முற்றாக இழப்பது இல்லை. இவ்வகையான வலிப்பின்போது ஓரிரு நொடிகள் சுற்றுப்புறத்தில் நடப்பதை அறியாமல் அசைவற்ற நிலை வெற்றுப் பார்வையோடு இருப்பார்கள்.

வலிப்பு நோய்கள் மூளையின் மின் அலைகளைப் பதிவு செய்யும் ஈ ஈ ஜி எனப்படும் பரிசோதனையினால் அடையாளம் காணலாம். வலிப்பு நோயைக் கட்டுப்படுத்தப் பலவகையான மருந்துகள் உள்ளன.

இயல் 12

சிகிச்சை முறைகள்

ஒத்த வயதுக் குழந்தைகளோடு ஒப்பிடும்போது அறிவுத்திறன் குறைபாடு உள்ளவர்களுக்குப் பல வகையான சிறப்புத் தேவைகள் உள்ளன. இவர்களுக்குப் பல வல்லுநர்களின் பங்களிப்பு தேவைப்படும்.

அறிவுத்திறன் குறைபாடு உடைய குழந்தைகளுக்குப் பல வகையான சிறப்புத் தேவைகள் உள்ளன. இதில் கல்வி முதல் இடம் வகிக்கிறது. கூடவே, பேச்சுப் பயிற்சி, இயன்முறை சிகிச்சை, தொழில்வழிச் சிகிச்சை ஆகியவையும் தேவைப்படலாம்.

அறிவுத்திறன் குறைபாட்டைக் குணப்படுத்துவது பற்றிப் பேச அது ஒரு நோய் அல்ல; இதற்கு மருந்துகள் இல்லை. ஆனால் இவர்களுக்குச் சரியான ஆதரவும் முறையான பயிற்சியும் வழங்கப்பட்டால் இவர்களில் பெரும்பான்மையோர் நலமாக, இயன்ற அளவு பிறரைச் சார்ந்திராமல், சுயமாக வாழ இயலும்; சமுதாயத்துக்குத் தங்கள் பங்களிப்பை வழங்கவும் முடியும்.

ஒத்த வயதுக் குழந்தைகளோடு ஒப்பிடும்போது அறிவுத்திறன் குறைபாடு உள்ளவர்களுக்குப் பல வகையான சிறப்புத் தேவைகள் உள்ளன. இவர்களுக்குப் பல வல்லுநர்களின் பங்களிப்பு தேவைப்படும். அறிவுத்திறன் குறைபாட்டை அடையாளம் காண்பதும் மதிப்பீடு செய்வதும் குழந்தைநல மருத்துவர்களே என்பதை முன்னர் கூறினோம். வலிப்பு போன்ற நோய்கள் இருந்தால்

அவற்றுக்குத் தொடர்ந்து சிகிச்சை பெற வேண்டும். சில சமயங்களில் குழந்தை மனநல மருத்துவர் ஒருவரிடம் ஆலோசனை பெற வேண்டி வரலாம்.

மூளை முடக்கு வாதம் உள்ளவர்களுக்கும், உடலியக்க ஒருங்கிணைப்புப் கோளாறு உள்ளவர்களுக்கும் இயன்முறைச் சிகிச்சை *(physiotherapy)* அவசியம். இதில் தசைகளைச் சீர்படுத்தவும் உடம்பைத் திடப்படுத்தவும் பயிற்சிகள் அளிக்கப்படும். அதேபோல, புலனுணர்வு ம்ாறுபாடுகள் உள்ளவர்களுக்குத் தொழில்வழிச் சிகிச்சை *(occupational therapy)* இன்றியமையாதது. நடத்தை சார்ந்த பிரச்சினைகள் உள்ள குழந்தைகளுக்கு நடத்தைச் சீராக்கம் நல்ல பலனளிக்கிறது (பார்க்க இயல் 13). மன வளர்ச்சி குறைவின் காரணமாகப் பேச்சு மற்றும் மொழித் திறமை குறைவாக உள்ளவர்களுக்குப் பேச்சுப் பயிற்சி தேவைப்படும். வாழ்வியல் திறன்களும் கற்றுக் கொடுக்கப்பட வேண்டும். உதாரணமாக, பணத்தை முறையாகக் கையாளுவதிலும் போக்குவரத்து விதிகளைப் பின்பற்றுவதிலும் சிரமங்கள் இருக்கும் பட்சத்தில் இதை வயது வந்தவர்கள் கற்றுக் கொடுக்க வேண்டி வரும். பின்னாளில் திறமைக்கு ஏற்ற தொழில்களில் பயிற்சி பெற வசதிகள் செய்து கொடுக்கப்பட வேண்டும்.

இவ்வாறு, ஒரு குழந்தையைப் பராமரிக்கப் பல துறைசார் வல்லுநர்களின் பங்களிப்புத் தேவைப்படும். கூட்டாக செயல்படும்

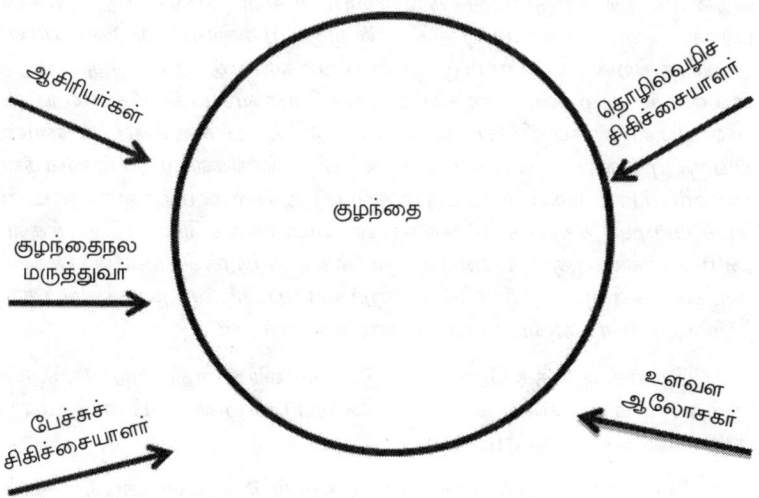

வரைபடம் 2.5: பல்புலமைக் குழு

போது இவை பல்புலமைக் குழுக்கள் என அழைக்கப்படு கின்றன (படம் 2.5). ஆனால், இம்மாதிரியான சேவைகள் அனைத்தும் எப்போதும் கிடைக்கப் பெறுவது இல்லை. எனினும், குழந்தையைப் பராமரிப்பதில் பங்கெடுக்கும் அனைவரும் ஒருங்கே செயல்படுவது அவசியம்.

மற்றக் குழந்தைகளோடு ஒப்பிடும்போது இவர்களுக்கு வயதுக்கு ஏற்ற முதிர்ச்சியின்மையினால் இவர்கள் இலகுவாக ஏமாற்றப்படுபவர்களாக இருப்பார்கள் என்பதைப் பெற்றோர்கள் உணர்ந்து இவர்ளைப் பாதுகாப்பதில் விழிப்புணர்வுடன் செயல்பட வேண்டும். குறிப்பாக, பெண் பிள்ளைகள் பாலியல் கொடுமைகளுக்கு ஆளாகலாம் என்பதை நினைவில் கொள்ள வேண்டும். எனவே, திறமையான கண்காணிப்பு அவசியம் என்பதை இங்கே வற்புறுத்திக் கூற வேண்டும்.

கடுமையான அறிவுத்திறன் குறைபாடு உள்ளவர்களுக்குப் பழக்கவழக்கங்களைக் கற்றுக்கொள்ளப் பயிற்சி அளிக்க வேண்டும். இவர்களை மேற்பார்வை செய்யவும் பாதுகாப்பாக வைத்திருக்கவும் காப்பகங்கள் தேவைப்படலாம்.

கல்வியின் முக்கியத்துவம்

இவ்வாறாக, அறிவுத்திறன் குறைபாடு உள்ளவர்களுக்குப் பல தேவைகள் இருந்தபோதும் இவர்களுக்கு இன்றியமையாத தேவையாக இருப்பது கல்வியே. கல்வி என்பதை அதன் பரந்த பொருளில் புரிந்துகொள்வது முக்கியம். கடுமையான அறிவுத்திறன் குறைபாடு உள்ளவர்களைத் தவிர்த்து, மற்ற எல்லாக் குழந்தைகளுக்கும் அத்தியாவசியத் தேவையாக விளங்குவது கல்வியே. எனவே, இதில் பள்ளிக்கூடங்களின் பங்கு முதன்மை பெறுகிறது. கல்வித்தளங்களில் பிள்ளைகள் பள்ளிப் பாடங்களை மட்டும் கற்பது இல்லை. மற்றவர்களுடன் பேசிப்பழகி சமூகத் திறன்களை வளர்த்துக்கொள்கிறார்கள், ஆசிரியர்களுக்குப் பணிந்து நடக்கக் கற்றுக்கொள்கிறார்கள், ஒழுக்கங்களைக் கற்றுக்கொள்கிறர்கள், தமக்குள் புதைந்திருக்கும் திறமைகளை அடையாளம் காண்கிறார்கள்.

இவர்களுக்குத் தேவைப்படும் கல்வியானது அறிவுத்திறன் குறைபாட்டின் கடுமைக்கு ஏற்ப வேறுபடும். இதைப் பின்வருமாறு சுருக்கமாகக் கூறலாம்:

- சுமாரான அறிவுத்திறன் குறைபாடு உள்ள குழந்தைகள் கற்கக் கூடியவர்கள். இவர்கள் சாதாரணப் பள்ளிகளில் கற்பதே சிறந்தது. ஆனால் சில சிறப்பு வசதிகள் செய்து

கொடுக்கப்பட வேண்டும்.

- மிதமான அறிவுத்திறன் குறைபாடு உள்ளவர்களுக்குக் கல்வியும் பயிற்சியும் முக்கியம். இவர்களுக்குச் சிறப்புப் பள்ளிகள் தேவைப்படும்.
- கடுமையான அறிவுத்திறன் குறைபாடு உள்ள குழந்தைகளுக்குப் பாடங்களைக் கற்றுக் கொடுப்பதைவிடத் தம்மைத் தாமே பராமரித்துக்கொள்ளக் கற்றுக்கொடுப்பது முக்கியத்துவம் பெறுகிறது. இவர்களுக்குக் காப்பகங்கள் தேவைபடலாம்.

ஆனால், நடைமுறையில் மேற்கூறிய கல்வி வசதிகள் எப்போதும் கிடைக்கப் பெறுவது இல்லை என்பதுதான் கசப்பான உண்மை.

மாற்றுத் திறனாளிகளான இந்தக் குழந்தைகளுக்குக் கூடிய வரை சாதாரணப் பள்ளிக்கூடங்களில் கல்வி பெற வேண்டும் என்பதே இந்தியா உட்பட எல்லா நாடுகளினதும் கல்விக் கொள்கையாக இருந்து வருகிறது. இதனால் அறிவுத்திறன் குறைபாடு உள்ள குழந்தைகள் மட்டுமின்றி மற்ற குழந்தைகளும் பயனடைகின்றன என்பதே ஆராய்ச்சிகள் கூறும் செய்தி[18]. அரசின் உள்ளடங்கிய கல்வி என்ற கொள்கையின்படி, கூடிய வரை எல்லாக் குழந்தைகளையும் சாதாரணப் பள்ளிகள் ஏற்று அவரவர்களுக்குத் தேவையான கல்வி வசதிகளைச் செய்து கொடுக்க வேண்டும். சுமாரான அறிவுத்திறன் குறைபாடு உள்ள குழந்தைகளுக்கு நிச்சயமாகச் சாதாரணப் பள்ளிக்கூடங்களில் கற்றுக்கொடுக்க முடியும். இதில் ஆசிரியர்கள் பின்பற்றக் கூடிய நடைமுறைகள் இயல் 14இல் தரப்பட்டுள்ளன.

ஆனால், இன்றைய நிலையில் சுமாரான அறிவுத்திறன் குறைபாடு உள்ள குழந்தைகளுக்குச் சாதாரணப் பள்ளிகளில் கல்வி பெறுவது அரிதாகவே உள்ளது. இதற்குப் பல காரணங்கள் உள்ளன. பெரும்பாலான பள்ளிகளில் சிறப்பு ஆசிரியர்கள் இல்லை, சிறப்புக் கல்விக்கான வசதிகளும் இல்லை. பயிற்சி பெற்ற சிறப்பு ஆசிரியர்களின் பற்றாக்குறை ஒரு தேசியப் பிரச்சினையாக உள்ளது. தனியார் கல்விக்கூடங்களோ இவர்களால் தமது தேர்வு அடைவுகள் குறைந்து போகும் என்ற காரணத்தினால் இவர்களை ஏற்றுக்கொள்வது இல்லை. எனவே, என்னதான் உள்ளடக்கிய கல்வி, எல்லோருக்கும் கல்வி என்று முழக்கமிட்டாலும் இவர்களுக்குத் தேவைப்படும் கல்வி பெரும்பாலும் கிடைக்கப் பெறுவது இல்லை என்பதுதான் நடப்பு நிலையாக உள்ளது. விளைவாக, சுமாரான அறிவுத்திறன்

குறைபாடு உள்ள குழந்தைகளில் பெரும்பான்மையானவர்கள் சிறப்புக் கல்விக்கூடங்களுக்கே போக வேண்டி உள்ளது.

சிறப்புப் பள்ளிகள்

சிறப்புப் பள்ளிகளில் ஒவ்வொரு வகுப்பிலும் மாணவர்களின் எண்ணிக்கை குறைவாகவே இருக்கும். அதாவது சிறு குழுக்களாக அவர்களுக்கும் கற்றுக்கொடுக்கப்படும்; ஆறு முதல் எட்டு மாணவர்கள் என்ற விகிதத்தில் வகுப்புகள் அமைந்திருக்கும். ஆசிரியர்களும் சிறப்புப் பயிற்சி பெற்றவர்களாக இருப்பார்கள். இம்மாதிரியான குழந்தைகளின் பிரச்சினைகளையும் அறிந்து வித்தியாசமான முறைகளில் கல்வி பயிற்றுவிப்பவர்களாக இருப்பார்கள். பொதுவாகக் கூறுவதானால், மிதமான அறிவுத் திறன் குறைபாடு உள்ள குழந்தைகளுக்குச் சிறப்புப் பள்ளிகள் தேவைப்படும். சிறப்புக் கல்வி பற்றிய கூடுதல் விவரங்களைப் பாகம் 4, இயல் 3இல் பார்க்கலாம்.

மிதமான அறிவுத்திறன் குறைபாடு உள்ளவர்களுக்குச் செயலாக்கத் திறன்களில் பெரும் குறைபாடுகள் காணப்படுவதால் அடிப்படை வாழ்வியல் திறன்களைக் கற்றுக் கொடுப்பதில் கவனம் செலுத்த வேண்டும். நண்பர்களுடன் பழகுவது, பணத்தைக் கையாளுவது, பொதுப் போக்குவரத்து வாகனங்களில் பயணம் செய்வது போன்ற மிகச் சாதாரணமான திறன்களைக் கூடச் சொல்லிக் கொடுக்க வேண்டி வரலாம்.

பயிற்சி மையங்களும் திறனுக்கு ஏற்ற பணிகளும்

மிதமான, அறிவுத்திறன் குறைபாடு உள்ளவர்களுக்கு அவர்களின் திறமைக்குத் தகுந்த வேலை வாய்ப்புப் பயிற்சி தேவை. பயிற்சி மையங்களில் மேற்பார்வையின் கீழ் அவரவர் திறனுக்கேற்ப பயிற்சிகள் அளிக்கப்படும். பின் ஒரு கண்காணிப்பாளரின் கீழ் பணியாற்றலாம். அச்சுத் தொழில், ஓவியம் வரைதல், அலுவலகங் களில் திறன்சாரா பணி போன்றவை இவர்களுக்கு ஏற்றவை. அதே சமயம் தனியொருவரின் திறன்களுக்கு ஏற்ற பணி, அப்பணிபுரிய தேவையான உதவி ஆகியவற்றைக் கண்டறிந்து முழுத்திறனை வெளிப்படுத்தும் விதமாகவும் வழிகாட்டவும் வேண்டும். சுயமாகப் பணிபுரியும் திறன் இல்லாதபோதிலும் பலர் வேறொருவரின் மேற்பார்வையின் கீழ் பணியாற்றக் கூடிய ஆற்றல் பெற்றவர்களாக இருப்பார்கள். தவிர, தனித்திறன்களை அடையாளம் கண்டு அவற்றை வளர்த்தெடுத்தால் இவர்களால் சமுதாயத்தில் நன்கு செயலாற்ற முடியும்.

இயல் 13

நடத்தைச் சீராக்கமும் புதுத் திறன்களைக் கற்றுக்கொடுத்தலும்

நடத்தைப் பிரச்சினைகளைச் சீராக்கவும் நன்நடத்தையை ஊக்குவிக்கவும் சில எளிய உளவியல் உத்திகள் உள்ளன. இவற்றை முறையாகவும் சீராகவும் கடைப்பிடிப்பதன் மூலம் நடத்தைப் பிரச்சினைகளைச் சீர்செய்ய முடியும்.

நடத்தைப் பிரச்சினைகள் உள்ள குழந்தைகளுக்கு எளிய நடத்தைச் சீராக்க முறைகளால் நன்நடத்தையைக் கற்றுக்கொடுக்கவும் தீய நடத்தைகளைக் களையவும் முடியும். ஆனால் இதை நடைமுறைப் படுத்த பெற்றோர்களும் ஆசிரியர்களும் நடத்தைச் சீராக்க வல்லுநர் ஒருவரிடம் ஆலோசனை பெறுவது நல்லது.

ஆட்டிசம், அறிவுத்திறன் குறைபாடு, கற்றல் குறைபாடு போன்ற மனவளர்ச்சிக் குறைபாடு உள்ள குழந்தைகளில் நடத்தைச் சார்ந்த பிரச்சினகள் பரவலாகக் காணப்படுகின்றன என்று முன்னர் கூறினோம். அதற்கான உளவியல் காரணங்களையும் விளக்கினோம். இந்த இயலில் குழந்தைகளின் நடத்தையைச் சீராக்கும் முறைகளை விவரிப்போம்.

குழந்தைகள் பிறந்து சில ஆண்டுகள் வரை எந்தவிதக் கட்டுப்பாடும் இல்லாத பிறவிகளாகவே இருப்பார்கள். தம் தேவைகளை அழுகையால் உணர்த்துவார்கள். அவர்களுக்கு விரக்தியைச்

சகித்துக்கொள்ளத் தெரியாது. நாளடைவில் சகிப்புத்தன்மையையும் நல்லொழுக்கத்தையும் படிப்படியாகக் கற்றுக்கொடுப்பவர்கள் பெற்றோர்களே. அதாவது குழந்தைகளைச் சமூகமயப்படுத்துவது பெற்றோர்களே. மனவளர்ச்சிக் குறைபாடு உள்ள சில குழந்தை களுக்குச் சரியான நடத்தையைக் கற்றுக்கொடுப்பது சற்றுக் கடினமாக இருக்கும். சிலருக்கு நடத்தைச் சார்ந்த பிரச்சினைகள் காணப்படலாம். இம்மாதிரியான நடத்தைகளை மாற்ற நடத்தைச் சீராக்கம் (behaviour modification/therapy) எனப்படும் சிகிச்சை முறை பயன்படுத்தப்படுகிறது.

நடத்தைச் சீராக்கம்

நடத்தைச் சீராக்கத்தை நான்கு கட்டங்களாகப் பிரிக்கலாம். முதன் முதலாக எந்த நடத்தையை (behaviour) மாற்ற விரும்புகிறோமோ அந்த நடத்தையைத் துல்லியமாக விவரித்துக்கொள்ள வேண்டும். உதாரணமாக, ஒரு பையன் அடிக்கடி கோபப்படுகிறான் என்று கூறுவது மட்டும் போதாது. கோபப்படும்போது என்ன செய்கிறான் என்பதைத் தெளிவாகக் கூற வேண்டும். "தரையில் விழுந்து அழுது ஆர்ப்பாட்டம் செய்கிறான். அது பத்து நிமிடம் வரை நீடித்தது" என்பது அந்த நடத்தையின் துல்லியமான விவரணம் ஆகும்.

அடுத்ததாக, அந்த நடத்தைக்கு முன் என்ன நடந்தது என்பதைக் குறித்துக்கொள்ள வேண்டும். இது முன்நிகழ்ச்சி (antecedent) என்று அழைக்கப்படுகிறது. மேலே கூறிய உதாரணத்தில், "அவன் இனிப்பைக் கேட்டான், நான் அதை இப்போது தர முடியாது என்று கூறினேன்" என்பது ஒரு தெளிவான முன்நிகழ்ச்சியாகக் கொள்ளலாம்.

மூன்றாவதாக, குறிப்பிட்ட அந்த நடத்தையின் விளைவு (consequence) என்னவாக இருந்தது என்பதை நடுநிலை நின்று விவரிக்க வேண்டும். மேலே கூறப்பட்ட உதாரணத்தில் இது, "நான் (அவன் தொல்லை பொறுக்க முடியாமல்) இனிப்பை அவனுக்குக் கொடுத்தேன்" என்பதாக இருக்கலாம்.

இம்மாதிரியாக ஒரு நடத்தையைக் கூறுபோட்டு ஆய்வு செய்வது நடத்தைப் பகுப்பாய்வு (behaviour analysis) என்று அழைக்கப்படுகிறது. கூடவே, எந்தச் சந்தர்ப்பத்தில் இது நடந்தது என்பதைக் குறித்துக்கொள்வதும் நல்லது. நடத்தைக் கோட்பாட்டின்படி ஒரு நடத்தைக்கு வலுவூட்டுவது அதனால் ஏற்படும் விளைவே. அந்த நடத்தையை ஒழிப்பதானால் நடத்தையினால் ஏற்படும் இந்த விளைவை மாற்றி அமைக்க

வேண்டும். மேலே கூறிய உதாரணத்தில் அந்தக் குழந்தைக்கு இனிப்பைக் கண்டிப்பாக கொடுத்திருக்கக் கூடாது. தொடர்ந்து இனிப்பைக் கொடுப்பதை மறுத்து வந்தால் அவனது இனிப்பு கேட்டு நச்சரிக்கும் நடத்தை குறைந்து போகும், நாளடைவில் அற்றுப் போகும்.

இதுவே நடத்தைக் கோட்பாடு கூறும் செய்தி. ஆனால் நடைமுறையில் பல சிக்கல்கள் தோன்றலாம். இம்மாதிரியான ஒரு முறையைச் செயல்படுத்தும்போது பெருவாரியான குழந்தைகள் ஆரம்பத்தில் கூடுதலாக அடம்பிடிப்பார்கள். விடாது பிடிவாதம் பிடித்தால் தாய் விட்டுக்கொடுப்பார் (இதுவே மேலே கூறப்பட்ட குழந்தைகள் கற்றுக்கொண்ட பாடம்) என்ற எண்ணத்தில் மிகையாக ஆர்ப்பாட்டம் செய்து பார்ப்பார்கள். எனவே நடத்தையானது தற்காலிகமாக மோசமடையும். ஆனால், பெற்றோர்கள் நடத்தைச் சீராக்க முறையைக் கறாராகக் கடைப்பிடித்தால் நாளடைவில் குழந்தையின் நடத்தையில் நல்ல மாற்றம் ஏற்படும்.

சில வேளைகளில் நடத்தைக்கு இட்டுச்செல்லும் முன் நிகழ்ச்சியையும் மாற்றப் பார்க்கலாம். இந்த உதாரணத்தில் முன்நிகழ்ச்சியாக அமைந்தது என்ன? குழந்தை இனிப்பைக் கண்டதே. எனவே, இனிப்பு உள்ள இடங்களுக்கு குழந்தையை அழைத்துப் போவதைத் தவிர்க்கலாம். எந்தச் சந்தர்ப்பத்தில் இம்மாதிரியாக குழந்தை நடந்துகொள்கிறது என்பதையும் ஆராய்ந்து பார்ப்பது முக்கியம். உதாரணமாக, தகப்பனார் இல்லாதபோது மட்டும் குழந்தை இம்மாதிரியான நடந்து கொள்கிறது என்று தெரியவரலாம். இது கூறுவது என்ன?

மேலே கூறியவை நடத்தைச் சீராக்கத்தின் அடிப்படைக் கொள்கைகள் மட்டுமே. எந்த ஒரு நடத்தைப் பிரச்சினையானாலும் அதை இந்தக் கோட்பாட்டின் அடிப்படையில் ஆராய்ந்து தேவையான மாறுதல்கள் செய்வதன் மூலம் நடத்தைப் பிரச்சினைகளை முற்றாக ஒழிக்க முடியும் என்பதே ஆராய்ச்சிகள் கூறும் செய்தி. ஆனால் நடைமுறையில் இது இத்தனை சுலபமானது அல்ல. பல சமயங்களில் நடத்தைச் சீராக்கத்தில் நிபுணத்துவம் பெற்ற ஒருவரின் ஆலோசனையும் ஆதரவும் தேவைப்படலாம். ஆனாலும் இதை நடைமுறைப்படுத்துபவர்கள் பெற்றோர்கள் அல்லது ஆசிரியர்களே. நடத்தைச் சீராக்கம் மிகுந்த திறனுள்ள ஒரு சிகிச்சை முறையாகக் கருதப்படுகிறது. அதன் அடிப்படைக் கொள்கைகளைப் புரிந்துகொண்டு கட்டுப்பாட்டுடன் செயல்பட்டால் ஆட்டிசம், அறிவுத்திறன் குறைபாடு, கற்றல் குறைபாடு போன்ற மனவளர்ச்சிக் குறைபாடு உள்ள

குழந்தைகளின் நடத்தைச் சீர்குலைவுகளைத் திருத்த இது நிறைவான பலனளிக்கிறது.

நன்னடத்தையை ஊக்குவித்தல்

கூடா நடத்தையில் மட்டும் கவனம் செய்வது போதாது. இது நடத்தைச் சிகிச்சையின் ஒரு பகுதி மட்டுமே. தீய நடத்தைகளைச் சீர்செய்யவும் அதே வேளையில் இணக்கமான நடத்தையை ஊக்குவிக்கவும் பெற்றோர்கள் கற்றுக்கொள்ள வேண்டும். பொதுவாகவே பெற்றோர்கள் குழந்தைகளின் தீய நடத்தையைச் சட்டெனக் கண்டுகொள்வார்கள், ஏதாவது நடவடிக்கையும் எடுப்பார்கள். ஆனால் குழந்தையின் நன்னடத்தைகளைக் கண்டுகொள்ளத் தவறிவிடுவார்கள். இதனால், நடத்தைச் சீராக்கத்தின் முதல் கட்டமாகப் பெற்றோர்கள் தங்கள் குழந்தைகளின் நன்னடத்தையை இனம் காணவும் அதை ஊக்குவிக்கவும் கற்றுக்கொள்ள வேண்டும். உதாரணமாக, ஓர் உறவினர் வீட்டில் ஒழுங்காக நடந்துகொண்ட ஒரு குழந்தைக்கு அதைச் சுட்டிக்காட்டிப் பாராட்டினால் அதுவே அந்தக் குழந்தையின் நன்னடத்தையை வலுவூட்டுவதாக அமையும். இவ்வாறு சில வாரங்கள் நன்னடத்தையை அடையாளம் கண்டு ஊக்குவித்த பின்னரே முதலில் கூறப்பட்ட தீய நடத்தைகளைச் சீராக்க நடவடிக்கைகள் எடுக்க வேண்டும்.

நன்னடத்தையை ஊக்குவிக்க பல வகையான வலுவூட்டிகள் உள்ளன. மேலே கூறியபடி பாராட்டு, தட்டிக்கொடுத்தல், அன்பான ஒரு அணைப்பு போன்றவை சில வேளைகளில் போதுமாக இருக்கலாம். சில சந்தர்ப்பங்களில் அன்பளிப்புகள் வெகுமதிகள் ஆகியவற்றை வலுவூட்டிகளாகப் பயன்படுத்தலாம்.

தீய நடத்தைக்குத் தண்டனைகள் வழங்குவதே குடும்பங்களில் அன்றாடம் காணப்படும் செயல்பாடு. தண்டனைகள் குழந்தைகளுக்கு நல்லொழுக்கத்தைக் கற்றுக்கொடுப்பது இல்லை. இதனால் பெற்றோரின் ஆத்திரம் குறைகிறதே தவிர நடத்தை சீராவது இல்லை. தவிரவும் குழந்தைகள் அச்சத்தால் தற்காலிகமாக் நல்லபடி நடந்துகொள்கின்றன. குழந்தைகள் பெற்றோர்களை நாளடைவில் வெறுக்கலாம்.

மேலே கூறப்பட்ட உத்திகளைத் தொடர்ச்சியாக நடைமுறைப்படுத்த வேண்டும். ஒரு நாள் நன்னடத்தைக்கு வெகுமதி அளித்துவிட்டு மறுநாள் கண்டும் காணாதது போல இருந்தால் நடத்தை மாறப்போவது இல்லை.

புதுத் திறன்களைக் கற்றுக்கொடுத்தல்

ஆட்டிசத்திலும் அறிவுத்திறன் குறைபாட்டிலும் புதிய திறன்களைக் கற்றுக்கொடுக்க மேலே கூறப்பட்ட நடத்தைச் சீராக்க வழிமுறைகள் பயன்டுத்தப்படுகின்றன. காட்டாக, தானாக உணவைக் கையால் எடுத்து உண்ணக் கற்றுக்கொடுக்கும்போது முதலில் அந்தச் செய்கையை உணவைக் கையால் அள்ளுதல், அதைச் சிந்தாமல் வாய்க்குக் கொண்டுபோதல், வாயுள் வைத்தல், சப்பி உண்ணுதல் என பல கட்டங்களாகப் பிரித்து முதல் கட்டத்தைச் செய்து காட்டி அதைக் குழந்தை சரிவரச் செய்தால் அதை வலுவூட்ட அந்தக் குழந்தைக்கு விருப்பமான வெகுமதி ஒன்றை வழங்கலாம். இதே மாதிரி ஒவ்வொரு கட்டத்தையும் நிறைவேற்றும்போது அதை வலுவூட்டலாம். ஆட்டிசத்தில் பேச்சுத்திறன் குறைவாக உள்ள குழந்தைகளுக்குப் பேசக் கற்றுக் கொடுக்கவும், பிற திறன்களை மேம்படுத்தவும் இந்த வழிமுறை பின்பற்றப்படுகிறது.

இந்த இயலில் கூறப்பட்டவை எளிய உதாரணங்களே. இங்கே கூறப்பட்ட நடத்தைச் சீராக்க முறைகளின் பயிற்சி பெற்றவர்கள் இதை நுட்பமான ஒரு சிகிச்சையாகப் பயன்படுத்தி வருகிறார்கள். இம்மாதிரியான சிகிச்சைமுறைகள் பயனளிக்கின்றன என்பதற்கு வலுவான ஆராய்ச்சிச் சான்றுகளும் உள்ளன[19].

இயல் 14

பெற்றோர்களுக்கும் ஆசிரியர்களுக்கும் சில உதவிக் குறிப்புகள்

அறிவுத்திறன் உள்ள குழந்தைகளின் பல திறன்கள் குன்றியிருக்கும் என்பதை உணர்ந்து பெற்றோர்களும் ஆசிரியர்களும் தங்கள் அணுகுமுறையை மாற்றிக்கொள்ளத் தயாராக இருக்க வேண்டும். அத்துடன், பெற்றோர்களின் எதிர்பார்ப்புகள் யதார்த்தபூர்வமாக இருக்க வேண்டும்.

அறிவுத்திறன் குறைபாடு உள்ள குழந்தைகளின் பாதிப்புகளை அறிந்து பெற்றோர்கள் தம் அணுகு முறையை மாற்றிக்கொள்ளத் தயாராக இருக்க வேண்டும். உங்கள் குழந்தை மற்ற குழந்தைகள் போல இல்லையே என்ற உங்கள் ஏமாற்றம், விரக்தி, ஏக்கம் ஆகியவற்றைக் குழந்தை மீது காட்டாதீர்கள். இவர்கள் மெதுவாகத்தான் கற்றுக்கொள்வார்கள் என்பதை நினைவில் கொள்ளவும்.

உங்கள் குழந்தைக்கு அறிவுத்திறன் குறைபாடு உள்ளது என்ற செய்தி பெற்றோருக்குப் பெரும் அதிர்ச்சியைத் தரலாம். அதை உள்வாங்கிச் செரித்துக்கொள்ளச் சிறிது காலம் போகும். இது எல்லா வளர்ச்சிக் குறைபாடுகளுக்கும் பொருந்தும் என்பதால் இதைப் பின்னர் விரிவாக ஆராய்வோம் (பார்க்க பாகம் 4). அறிவுத்திறன் குறைபாடு உள்ள ஒரு குழந்தையின் பெற்றோர்களுக்கும் ஆசிரியர் களுக்கும் சில எளிய ஆலோசனைகள் கூறுவதே இந்த இயலின் நோக்கம்.

முதலில் அறிவுத்திறன் குறைபாடு பற்றித் தகவல்களைத் தேடிப் பெற்றுக்கொள்ளுங்கள். இதே போன்ற பிரச்சினைகள் உள்ள குழந்தைகளின் பெற்றோர்களுடன் பேசிப் பாருங்கள். முன்னர் கூறியது போல, உங்கள் குழந்தைக்கு உள்ளது அறிவுத் திறன் குறைபாடு எத்தகையது, அதாவது முதல் நிலையைச் சேர்ந்ததா அல்லது இரண்டாம் நிலையைச் சேர்ந்ததா என்று முதலில் மருத்துவரிடம் கேட்டுத் தெரிந்துகொள்ளுங்கள். அடுத்து, அது எந்த வகையைச் சேர்ந்தது, சுமாரானதா, மிதமானதா, கடுமையானதா என்று அறிந்துகொள்ளுங்கள்.

அணுகுமுறை

மிகவும் முக்கியமாக, இவர்களின் குறைபாடுகளை உணர்ந்து பெற்றோர்கள் தங்கள் அணுகுமுறையை மாற்றிக்கொள்ளத் தயாராக இருக்க வேண்டும். அத்துடன், பெற்றோர்களின் எதிர்பார்ப்புகள் யதார்த்தபூர்வமாக இருக்க வேண்டும். எப்படி ஐந்து அடி உயரமான ஒரு மனிதன் தான் ஆறு அடி உயரம் இல்லையே என்று குறைபட்டுக்கொள்வதில் அர்த்தம் இல்லையோ அதேபோல அறிவுத்திறன் குறைபாடு உள்ள ஒரு குழந்தை மற்ற குழந்தைகள் போல் இல்லையே என்று கவலைப்படுவதில் நியாயம் இல்லை. குழந்தைக்கு உள்ள வளங்களைக் கொண்டு இயன்றவற்றை அடைவதும் திறன்களை வளர்த்தெடுப்பதுமே பெற்றோரின் முதன்மைக் குறிக்கோளாக இருக்க வேண்டும். இதையே வள்ளுவர் கூறுகிறார்:

பொறியின்மை யார்க்கும் பழிஅன்று, அறிவுஅறிந்து
ஆள்வினை இன்மை பழி. (குறள் 618).

[உடல் உறுப்பு, செயலற்று இருப்பது குறை ஆகாது. அறிய வேண்டியதை அறிந்து முயற்சி செய்யாது இருப்பதே குறை].

பொதுவாகவே, இந்தக் குழந்தைகளின் முன்னேற்றம் எல்லாத் திறன்களிலும் சற்று மெதுவாகத்தான் இருக்கும் என்பதை பெற்றோர்கள் உணர வேண்டும். சாதாரண விஷயங்களைக் கூட மெதுவாகவே கற்றுக்கொள்வார்கள், கற்றுக்கொண்டதை எளிதில் மறந்துவிடுவார்கள். அன்றாடச் செயல்களான பல் துலக்குதல், சுத்தம் பேணுதலானாலும் சரி, பள்ளிப் படிப்பானாலும் சரி, இவற்றை மெல்ல மெல்லவே கற்றுக்கொள்வார்கள். இதுவே அறிவுத்திறன் குறைபாட்டின் தன்மை. எனவே பொறுமையும் தொலைநோக்குப் பார்வையும் அவசியம்.

ஆனால் சிலவற்றை விரைவாகக் கற்றுக்கொள்ளக்கூடும். அதே நேரத்தில் வேறு சிலவற்றைக் கற்றுணர்வதில் தாமதம் ஏற்படலாம். இம்மாதிரி முன்னுக்குப் பின் முரணான ஆற்றல்

களைக் கண்டு பெற்றோர்கள் குழப்பமடையலாம். காட்டாக, சில குழந்தைகள் புதிய விளையாட்டு ஒன்றை விரைவாகக் கற்றுக்கொள்வார்கள், ஆனால் காலையில் கற்ற பாடத்தை மாலையில் மறந்துவிடுவார்கள். அதாவது கற்றல் என்பது எல்லா விஷயங்களிலும் ஒரே மாதிரியாக இருப்பது இல்லை. இதைப் பெற்றோர்கள் உணராமல் பொறுமை இழந்து இவர்களைக் குறை கூறலாம்.

இவர்களை மற்றக் குழந்தைகளுடன் ஒப்பிடுவதைத் தவிர்த்துக்கொள்ளவும். இவர்கள் தனித்துவமானவர்கள், சிறப்புக் குழந்தைகள் என்பதை நினைவில் கொள்ளவும். உங்கள் குழந்தை தன் வயதை ஒத்த ஏனைய குழந்தைகள் போல இல்லையே என்ற உங்கள் ஆதங்கத்தைக் குழந்தை மீது காட்டாதீர்கள். தம் குறைபாடுகளை உணர்ந்து ஏற்கனவே மனம் நொந்து இருக்கும் குழந்தைக்கும் குழந்தையிடம், “நீ அவன் போல இல்லையே” என்று கூறுவது வெந்த புண்ணில் வேல் பய்ச்சுவது போல இருக்கும். குழந்தையின் இடத்தில் உங்களை நிறுத்தி அவர்களின் உணர்வுகள் பற்றி எண்ணிப் பார்ப்பது பயனுள்ளதாக இருக்கும்.

உங்கள் குழந்தையின் கல்வியில் அக்கறை காட்டுங்கள். பள்ளியில் என்ன கற்கிறார்கள் என்பதை அறிந்துகொள்ளுங்கள். ஆசிரியருடன் இணக்கமான ஓர் உறவை வளர்த்துக்கொள்ளுங்கள். வீட்டில் எவ்வாறு நீங்கள் குழந்தைக்குக் கற்றுக்கொடுக்க முடியும் என்று அவரிடம் இருந்து கேட்டுத் தெரிந்துகொள்ளுங்கள். உங்கள் குழந்தைக்கு நீங்கள் ஒரு போதும் ஆசிரியராக முடியாது. ஆனால் குழந்தையின் படிப்பில் உதவ முடியும். ஆசிரியரின் ஆலோசனையின் பெயரில் செயல்படுங்கள். குழந்தைக்குக் கற்றுக்கொடுக்கும்போது ஆசிரியர்கள் பின்பற்றும் முறையையே கடைப்பிடிக்கவும். வீட்டுப் பாடங்கள் என்ன என்று அறிந்து அவற்றை ஒழுங்காகச் செய்ய உதவி செய்யுங்கள்.

வீட்டில் கற்றுக் கொடுக்க ஒரு குறிப்பிட்ட நேரத்தை ஒதுக்கவும். வயதுக்கு ஏற்ப, கற்றுக் கொடுக்கும் கால அளவு 15 முதல் 20 நிமிடங்களுக்கு மேல் இருக்கக் கூடாது. அந்தக் கால இடைவெளியில் முழுக்கவனத்தையும் குழந்தையிடம் செலுத்த வேண்டும், குழந்தை படிக்கும்போது குடும்பத்தில் வேறு ஒருவர் தொலைக்காட்சி பார்ப்பது போன்ற செயல்களில் ஈடுபடுவதைத் தவிர்க்கவும்.

ஆசிரியர்களுக்கு

அறிவுத்திறன் குறைபாடு உள்ளவர்களைக் கூடுமானவரை தம் வயதையொத்த சாதாரண மாணவர்களுடன் சேர்த்து

படிப்பிப்பதே சிறந்தது என்று முன்னர் கூறினோம். அதே வேளையில் இவர்களுக்குச் சில சிறப்புத் தேவைகளும் உள்ளன என்பதை உணர்ந்து கற்பிக்கும் முறையில் சில மாற்றங்களைச் செய்வதுகொள்வது பயன் தரும். எனவே:

- கற்றுக்கொடுக்கும் பாடத்தைச் சிறு சிறு படிகளாகப் பிரித்து வரிசைக் கிரமாக முறைப்படி கற்றுக்கொடுக்கவும், ஒரேயடியாகக் கூறி மாணவனைத் திணறடிக்க வேண்டாம்.
- கற்பிக்கும் பாணியை மாற்றி அமைக்கவும். செவிவழிக் கற்றலை விடச் செய்முறைக் கற்றல் இவர்களுக்கு உகந்தது.
- விளக்கப் படங்கள், கருத்துப் படங்கள், காணொளிகள் வழியாகக் கற்கும்போது அது நன்றாக மனதில் பதிகிறது. இது பார்வைக் கற்றல்.
- கற்றுக்கொடுக்கும் ஒரு பாடத்தின் முடிவில் அதன் முக்கிய அம்சங்களைச் சாரமாகச் சுருக்கிக் கூறுவது சிறந்தது.
- ஒரு விஷயத்தைக் கற்பித்தபின் மாணவர்கள் என்ன கற்றுக்கொண்டார்கள் என்ற பின்னூட்டம் பெறுவது நல்லது.
- சாதாரண மாணவர்களுக்குக் கற்பித்துப் பழக்கப்பட்ட ஆசிரியர்களுக்கு இவர்களின் சிறுசிறு சாதனைகள் கண்களுக்குப் படாது போகலாம். இவற்றை அடையாளம் கண்டு, உயர்த்திக் கூறி உடனடியாகப் பாராட்டுவது பயனுள்ள ஓர் உத்தியாகும்.
- திறமையும் முதிர்ச்சியும் உள்ள இணக்கமான இன்னொரு மாணவனுடன் இணைத்து வைப்பது *(pairing with a peer mentor)* ஏட்டுக் கல்விக்கு மட்டுமல்லாமல் சமூகத் திறன்களை வளர்த்தெடுக்கவும் உதவும் ஒரு நடைமுறையாகும்.
- மாணவர்களை அவர்களின் திறனுக்கேற்பத் தேர்ந்தெடுத்துச் சிறு குழுவாக (தேவைப்படும்போது ஒரு மாணவனுக்கு ஓர் ஆசிரியர் என்ற விகிதத்தில்) சில பாடங்களையாவது கற்பிப்பது பெருமளவு பயன் தரும் கற்பித்தல் முறையாகும்.

இயல் 15

நுண்ணறிவும் நுண்ணறிவு ஈவும்

[நுண்ணறிவு ஈவு பற்றியும் அதை அளவிடுவது பற்றியும் அறிந்துகொள்ள விரும்புகிறவர்கள் கவனத்துக்கு].

அன்றாட வழக்கில் அறிவுத்திறன் என்ற சொல் புத்திசாலித்தனம், மதிநுட்பம், விவேகம், புத்திக் கூர்மை என பொருள்படும். இது ஆளுக்கு ஆள் வேறுபடுகிறது என்பதை அறிவு மிகுந்தவர்களைக் கெட்டிக்காரன், புத்திசாலி, திறமைசாலி என்றும் அறிவு குறைந்தவர்களை மந்தம், மக்கு, புத்திமட்ட மானவன் போன்ற பெயர்களாலும் அழைக்கப் படுவதைக் கொண்டு அறிந்துகொள்ளலாம். ஒரு மக்கட் திரளின் உயரம் ஆளுக்கு ஆள் வேறுபடு வதைப் போல அறிவுத்திறனும் நபருக்கு நபர் வேறுபடும் (மக்களிடையே காணப்படும் இந்த வேறுபாடானது உளவியலில் "தனிநபர் வேறுபாடு" என்று அழைக்கப்படுகிறது).

உளவியளில் எல்லா அறிவுசார்ந்த செயல்பாடு களுக்கும் மூலாதாரமாக விளங்கும் அடிப்படைக் காரணி அறிவாற்றல் என்றும் நுண்ணறிவு (intelligence) என்றும் அழைக்கப்படுகிறது. நுண்ணறிவை எவ்வாறு அறிவியல் முறைமைகளுக்கு ஏற்றவாறு வரையறை செய்வது என்பது பற்றிக் கடந்த நூறு ஆண்டுக் காலமாக பல சர்ச்சைகளும் விவாதங் களும் நடைபெற்று வந்துள்ளன. ஏனென்றால் மனிதனின் பிற பண்புகளான உயரம், எடை, இரத்த அழுத்தம் ஆகியவற்றைப் போல நுண்ணறிவை நேரடியாக அளவிட முடியாது. இதன் காரணமாக நுண்ணறிவானது உளவியல் அறிஞர்களால்

பலவாறாக விளக்கப்பட்டுவரும் ஓர் ஆய்வுப் பொருளாக இருந்து வருகிறது. சிலர் அது ஒற்றைத் தன்மையானது என்றும் வேறு சிலர் அது பல (2 முதல் 16) கூறுகளை உள்ளடக்கியது என்றும் கருதுகிறார்கள். உளவியல் மாணவர்களுக்குப் பெரும் தலையிடியாக விளங்கும் இந்தக் கோட்பாடுகளை இப்போதைக்குத் தவிர்த்துக்கொண்டு அதை அளவிடும் அணுகுமுறையின்படி (psychometric approach) நோக்குவோம். இந்தக் கருத்துப்படி, நுண்ணறிவு என்பது பின்வரும் திறன்களைத் தழுவி அமைந்த ஓர் உளவியல் பண்பு என்று விளக்கப்படுகிறது[20]:

- தர்க்கரீதியாகச் சிந்தித்தல்
- ஆராய்ந்தறிதல்
- திட்டமிடுதல்
- பிரச்சினைகளுக்குத் தீர்வு காணல்
- தீர்மானித்தல்
- எண்ணக்கருக்களை விளங்கிக்கொள்ளல்
- கற்றல் திறன்கள்

இதுதான் நுண்ணறிவு என்றால் அதை எவ்வாறு அளப்பது என்ற கேள்வி அடுத்ததாக எழுகிறது. ஒருவரின் உயரத்தை மீட்டர் தடியைக் கொண்டு அளவிடுவது போல நுண்ணறிவை எளிதாக அளவிட முடியாது. மேலே கூறப்பட்ட திறன்களைக் கண்டறிய இதற்காக வடிவமைக்கப்பட்ட சில வினாக்களுக்கு அளிக்கும் விடைகளில் இருந்தும், இதற்காவே உருவாக்கப்பட்ட சில தேர்வுகளுக்கு விடையளிப்பதில் இருந்துமே கண்டறிய முடியும். காட்டாக, தர்க்கரீதியாகச் சிந்திப்பதை அளவிட எண் தொடர்களைக் கொடுத்து அடுத்து வரவேண்டிய எண்ணைக் கண்டுபிடிக்கச் சொல்லலாம், (உ–ம். 12, 13, 15, 18, 22, ____ (விடை: 27). இதேபோல, கருத்தியல் சிந்தனைத் (abstract thinking) திறனைக் கண்டறியப் பின்வரும் பொருள்கள் எவ்வாறு ஒன்றுடன் ஒன்று ஒத்திருக்கின்றன என்று கேட்கலாம்: திங்கள் – புதன் (விடை: வாரத்தின் நாட்கள்); பரிவு – பாசம் (விடை: உணர்ச்சிகள்); பலா – வாழை (விடை: மரங்கள் / தாவரங்கள்).

நுண்ணறிவு ஈவு *(Intelligence Quotient; IQ)*

இவ்வாறாக, மேற்கூறிய ஒவ்வொரு திறனையும் ஆராய ஒரு சோதனைக் கொத்து தேவைப்படும். இந்தச் சோதனைகள் தரப்படுத்தப்பட்டவையாக *(standardised)* இருப்பது முக்கியம். அதாவது, இந்தச் சோதனைகள் ஒரே மாதிரியாக வழங்கப்பட்டு ஒரே விதமாக மதிப்பிடப்பட வேண்டும். நூற்றுக்கணக்கான

துணைச் சோதனைகளை உள்ளடக்கியதுதான் ஒரு நுண்ணறிவுச் சோதனை.

இந்தச் சோதனைகள் ஒரு மக்கட் கூட்டத்துக்கு வழங்கப் பட்டால் அவர்கள் பெறும் புள்ளிகள் ஒரே மாதிரியாக இருக்காது. அதில் பெரும் வேறுபாடு காணப்படும். புள்ளியலில் இது பரவல் என்று அழைக்கப்படுகிறது. இந்த மூல மதிப்புப் புள்ளிகளில் (raw scores) இருந்து புள்ளிவிவர அட்டவணையின்படி தரப்படுத்தப்பட்ட புள்ளிகள் (standardised scores) கணிக்கப்படும். புள்ளியியலின்படி இயற்கைப் பண்புகளான உயரம், தலையின் சுற்றளவு போன்றவை இயற் பரவலாகவும் (normal distribution), அதன் வளைகோடு மணி வடிவில் (bell shaped curve) அமைவதாகவும் அறியப்படுகிறது. தற்போது பாவனையில் உள்ள நுண்ணறிவுச் சோதனைகள் வழியாகப் பெறப்படும் சோதனை மதிப்பு எண்களின் சராசரி 100 புள்ளிகளாக வரும்படி புள்ளியலில் வழியாக தரப்படுத்தப்பட்டுக் கணிக்கப்பட்டுள்ளது. இதுவே நுண்ணறிவு ஈவு (Intelligence Quotient; IQ) எனப்படும் எண்.

இதன்படி, மக்கட் தொகையில் 95% விகிதத்தினருக்கு நுண்ணறிவு ஈவு 70க்கும் 130க்கும் இடைப்பட்டதாக அமையும்; 2.5%க்கு நுண்ணறிவு ஈவு 130க்குக் கூடுதலாக இருக்கும். இவர்கள் மீதிறன் உள்ளவர்கள் என்று கருதப்படுகிறார்கள். காட்டாக, ஸ்டீபன் ஹாக்கிங் (Stephen Hawking) என்ற இங்கிலாந்தைச் சேர்ந்த கோட்பாட்டு இயற்பியலாளரின் நு.ஈ. 160 என்று கணிக்கப் பட்டுள்ளது. மறுமுனையில் 2.5% மக்களின் நுண்ணறிவு ஈவு 70க்குக் குறைவாக இருக்கும். இவர்களுக்கு அறிவுத்திறன் குறைபாடு இருக்க வாய்ப்புள்ளது. கூடவே வாழ்வியல் செயலாக்கத் திறன்களும் கணிசமாகக் குறைவாக இருக்கும் பட்சத்தில் இவர்களுக்கு அறிவுத் திறன் குறைபாடு உள்ளது என்று கூறலாம். தற்போதைய கருத்துப்படி ஒருவருக்கு அறிவுத்திறன் குறைபாடு உள்ளது என்பதை அடையாளம் காண நுண்ணறிவு ஈவை விட வாழ்வியல் திறன்களுக்கே கூடுதல் முக்கியத்தும் அளிக்கப் படுகிறது[21].

ஒரு காலத்தில் மன வயது, கால வயது என இருவகை வயதுகளைக் கொண்டு நுண்ணறிவு ஈவு கணிக்கப்பட்டது. நுண்ணறிவு ஈவு = (மன வயது ÷ கால வயது) x 100 என்ற சூத்திரத்தின் படி நு.ஈ. அளவிடப்பட்டது. ஆனால் 1986இல் இந்த வழிமுறை கைவிடப்பட்டு மேலே கூறப்பட்ட தரப்படுத்தப்பட்ட மதிப்பு எண்களைக் கொண்டே நுண்ணறிவு ஈவு அளவிடப்படுகிறது (ஆனாலும் பாடப் புத்தகங்களும் தேர்வுகளும் வழக்கொழிந்து போன இந்த நடைமுறையைக் கைவிடுவதாக இல்லை!)

நுண்ணறிவுச் சோதனைகள்

ஒருவரின் நுண்ணறிவை மதிப்பிடப் பல சோதனைகள் உள்ளன. இவற்றுள் வெஸ்லர் நுண்ணறிவு அளவுகோல்கள் (Weschler Intelligence Scales) செல்வாக்குப் பெற்று விளங்கி வருகின்றன[22]. இதில் முதிர் பருவத்தினருக்கும் குழந்தைகளுக்கும் வெவ்வேறான சோதனைத் தொகுதிகள் உள்ளன. இந்தச் சோதனைத் தொகுதியில் இரண்டு வகையான சோதனைகள் உள்ளன. ஒன்று, சொற் சோதனைகள் (verbal tests), மற்றது செயற் சோதனைகள் (non-verbal tests).

சொற் சோதனைகள் மொழியறிவை அடிப்படையாகக் கொண்டவை. சொற் சோதனைகள் சொல் வளம், மொழியைப் புரிந்துகொள்ளல், கணிதம் சார்ந்த வினாக்கள், ஒப்புமை போன்ற திறன்கள் ஒருவரின் வயதுக்கு ஏற்ப மதிப்பீடு செய்யப்படுகின்றன. சில மாதிரி வினாக்கள்:

- பின்வரும் சொற்களில் ஒத்தக் கருத்துள்ளவற்றைக் கீழ்க் கோடிடவும்: அன்பு, சினம், கரிசனை, நம்பிக்கை, பற்று (கருத்தியல் சிந்தனை.)

- காவல் துறையினர் ஏன் சீருடை உடுத்தியுள்ளார்கள்? (பொது அறிவு)

- ஒரு நத்தை 30 மீட்டர் ஆழமான கிணற்றில் அடியில் இருக்கிறது. அது ஒரு நாளில் 3 மீட்டர் ஏறி 2 மீட்டர் சறுக்கும். அவ்வாறாயின் அது கிணற்றின் விளிம்பை வந்தடைய எத்தனை நாட்கள் போகும்? (எண்ணறிவு).

செயற் சோதனைகளில் தர்க்கரீதியாகச் சிந்திக்கும் திறன், செயல் திறன் ஆகியவை மதிப்பிடப்படுகின்றன. இச்சோதனைகளுக்கு மொழி அறிவு தேவை இல்லை. இந்தத் தொகுதியில் பட நிரப்புச் சோதனை (picture completion test), அதாவது, பட வடிவங்களின் வரிசையில் விடப்பட்டுள்ள இடைவெளிகளைப் பொருத்தமாக நிரப்பக் கூடிய படத்தைக் கண்டுபிடித்தல், படங்களை வரிசைப்படுத்தல் (picture arrangement), (பார்க்க வரைபடம் 2.6), கொடுக்கப்பட்டுள்ள கன வடிவங்களைக் (cubes) கொண்டு குறிப்பிட்ட வண்ணக் கோலங்கள் அமைத்தல் (block design test) போன்ற சோதனைகள் உள்ளன. இந்தச் சோதனைகள் மொழிசார்ந்தவை அல்ல. படிப்பு, சமுதாய நடைமுறைகள் ஆகியவற்றுடன் தொடர்புடையவை அல்ல. எனவே, சொற் சோதனைகள் போலின்றி கற்றவர் கற்காதவர், ஆங்கில மொழி தெரிந்தவர் தெரியாதவர் என்ற பாகுபாடு இன்றி, எல்லாச் சமுதாயத்தினருக்கும் ஏற்றவை. இவை வெஸ்லர் நுண்ணறிவு

அளவுகோல்களின் ஒரு முக்கியப் பகுதியாகக் கருதப்படுகிறது. அதேபோல, ரேவன் என்பவரது செயற் சோதனைகள் குறிப்பிடத் தக்கவை. ரேவன் என்பார் உருவக்கிய முன்னேறும் உருவத் தொடர் சோதனை (Raven's Progressive Matrices) இத்தகைய ஒரு சோதனைத் தொகுதியாகும்.

வெஸ்லர் நுண்ணறிவு அளவுகோல்களைப் பயன்படுத்துவதில் உளவியலாளர்களுக்குப் பயிற்சி அளிக்கப்படுகிறது. இந்தச் சோதனைகளை உளவியலாளர்கள் மட்டுமே பயன்படுத்த முடியும். ஆனால் தற்போது மேலே கூறப்பட்ட ரேவன் செயற் சோதனையை ஆசிரியர்களும் பயன்படுத்த முடியும்[23]. அத்தோடு,

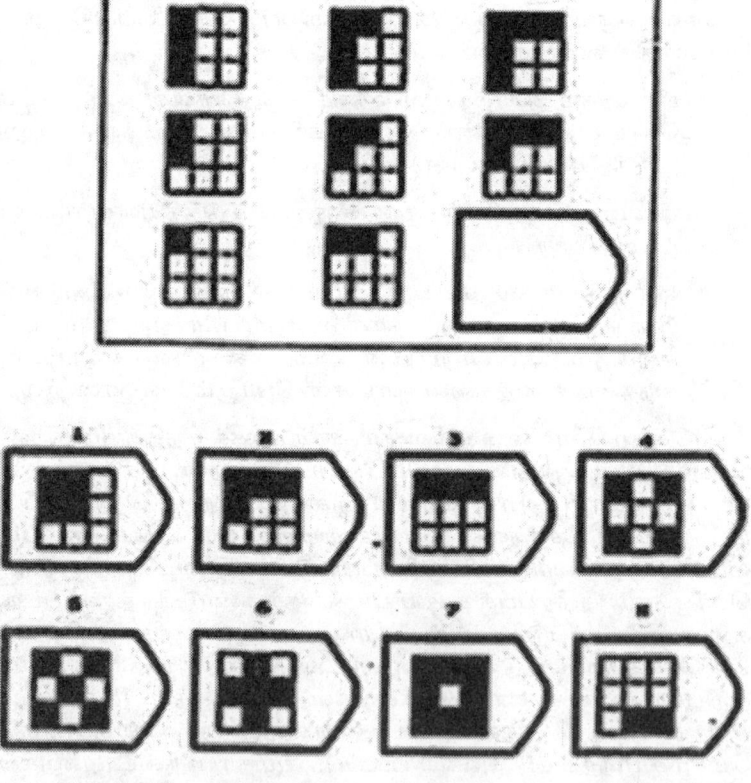

வரைபடம் 2.6: ரேவன் செயற்சோதனையில் உள்ள ஒரு வினா. கீழ் வரிசையில் உள்ள படங்களில் பொருத்தமான ஒரு படத்தைத் தேர்ந்தெடுத்து வெற்றிடத்தை நிரப்பவும்.

இப்போது இந்தியக் குழந்தைகளைக் கொண்டு தரப்படுத்தப்பட்ட ஒரு சோதனைக் கொத்தும் அண்மையில் வெளிவந்துள்ளது[24]. செயற் சோதனைகளுக்கு மொழி முக்கியமில்லை என்றபோதிலும் எல்லா நுண்ணறிவுச் சோதனைகளும் ஆங்கிலத்திலேயே உள்ளன என்பதை இங்கே சுட்டிக்காட்டுவது முக்கியம்.

நுண்ணறிவுச் சோதனைகளின் போதாமைகள்

நுண்ணறிவுச் சோதனையையும் அதிலிருந்து பெறப்படும் நுண்ணறிவு எண்ணையும் பயன்படுத்தும்போது அதில் பொதிந் துள்ள பலவீனங்களையும் கருத்தில் கொள்ள வேண்டும். ஒருவரின் அறிவுத்திறனை ஓர் எண்ணைக் கொண்டு விளக்குவதில் பல சங்கடங்கள் உள்ளன. நுண்ணறிவு என்பது ஒரே ஒரு பண்பு என்ற கருத்தைப் பல அறிஞர்கள் ஏற்பது இல்லை. நுண்ணறி வானது பன்முகப்பட்டது. மேலே கூறப்பட்ட அளிவீடு நுண்ணறி வின் ஒரு பகுதி மட்டும் அடங்கியுள்ளது என்பதைப் பலர் சுட்டிக்காட்டி வருகிறார்கள். பல அறிவுசார்ந்த திறன்கள் இதில் உள்ளடக்கப்படவில்லை. காட்டாக, நுண்ணறிவு ஈவுச் சோதனைகள் ஒருவரின் பட்டறிவை அளவிடுவது இல்லை; நடைமுறைக்குத் தேவையான பயன்பாட்டுத் திறன்களை *(practical intelligence)* அளவிடுவதாகவும் இல்லை. மற்றது, அவை அன்றாட வாழ்க்கைக்கு இன்றியமையாத மனஎழுச்சி சார்ந்த நுண்ணறிவு *(emotional intelligence)*, ஆக்கத்திறன் *(creativity)*, ஆகியவற்றைக் கணக்கில் கொள்ளவில்லை[24]. சமுதாயப் பண்பாட்டுக் காரணி களும் புறக்கணிக்கப்படுகின்றன.

மேலும், ஆசிரியர் பெற்றோர் போன்ற ஒருவரின் வழிகாட்ட லுடன் மாணவர்கள் தம் உள் ஆற்றல்களை எவ்வளவு எய்த முடியும் என்பதை இந்தச் சோதனைகள் தெரிவிப்பது இல்லை. அதிக அறிவார்ந்த மற்றவர் ஒருவரின் வழிகாட்டலின் மூலம் அறிவைப் பெருக்கிக்கொள்ள முடியும் என்று கல்வியாளர்களால் வெகு காலமாக ஏற்றுக்கொள்ளப்பட்ட பொருண்மையை இந்தச் சோதனைகள் கணக்கில்கொள்வதும் இல்லை[25].

இம்மாதிரியான காரணங்களால் நுண்ணறிவுச் சோதனை களுக்கு அளிக்கப்பட்ட முக்கியத்துவம் இப்போது முந்திய காலங்களைவிடக் குறைவாகவே உள்ளது. நுண்ணறிவு எண் வேதவாக்காகக் கருதப்படுவதும் இல்லை. எனவே, அறிவுத்திறன் குறைபாட்டில் செயலாக்கத் திறன்கள் என்று அறியப்படும் அன்றாட வாழ்க்கைக்குத் தேவையான வாழ்வியல் திறன்களை மதிப்பிடுவது இப்போது மிக முக்கியமாகக் கருதப்படுகிறது.

பயனுள்ள வலைத்தளங்கள்

American Association on Intellectual and Developmental Disabilities (https://aaidd.org/

Mencap (https://mencap.org.uk)

இங்கிலாந்தில் அறிவுத்திறன் குறைபாடு *learning disability* என்று அழைக்கப்படுகிறது என்பதைக் கவனிக்கவும்.

பாகம் 3

கற்றல் குறைபாடு

கற்றல் குறைபாடு, மிகச் சுருக்கமாக:

கற்பதற்கு அவசியமான வாசிப்பு, எண் எழுத்துத் திறன் ஆகியவற்றில், எந்த ஒரு வெளிப்படையான காரணமுமின்றி, (கற்கும் வாய்ப்பும் வசதியும் இருந்தும்) கணிசமான அளவு பின்தங்கி இருப்பதே கற்றல் குறைபாடுகளின் மையப் பண்பு. பேச்சு, அறிவுத்திறன் போன்ற பிற திறன்களில் இவர்களுக்கு எந்தக் குறைபாடும் இருப்பது இல்லை. கற்றல் திறன் களில் மட்டுமே பின்தங்கி இருப்பது இதை மற்ற வளர்ச்சிக் குறைபாடுகளில் இருந்து வேறுபடுத்திக் காட்டும் பண்பு.

கற்றல் குறைபாடுகளிடையே டிஸ்லெக்சியா என்று அழைக்கப்படும் வாசிப்புத் திறன் குறைபாடே மிகக் கூடுதலாகக் (80%) காணப்படுகிறது. இந்த வாசிப்புக் குறைபாட்டின் மைய குணாம்சம் எழுத்து வடிவில் உள்ள சொற்களை ஒலி பிரித்தும், அசை பிரித்தும் வாசிப்பதில் இடர்ப்பாடுகள் உள்ளமையே. நல்ல அறிவாற்றல் இருந்தும் வாசிக்கச் சிரமப் படுவது, தப்புத்தப்பாகச் சொற்களை வாசிப்பது, விரைவு குறைந்த வாசிப்பு, மிகையான எழுத்துப் பிழைகள் ஆகியவையே கற்றல் குறைபாட்டின் முக்கிய அடையாளங்கள். மூளை வளர்ச்சியின்போது வாசிப்புக்குத் தேவையான நரம்பு வலைப்பின்னல்கள் சரிவர செயல்படாததால் இந்தக் குறைபாடு ஏற்படு கிறது.

வாசிப்புக் குறைபாடு ஏறத்தாழ 10% குழந்தைகளில் காணப்படுகிறது. இது எல்லா மொழி பேசுபவர்களிலும் ஏறக்குறைய இதே அளவில் உள்ளது. இதைக் கண்டறிய மருத்துவச் சோதனைகள் எதுவும் இல்லை. மாறாக, சொல் வாசிப்புச் சோதனைகள் வழியாகவே இது அடையாளம் காணப்படுகிறது. இதற்கு மருந்துகள் இல்லை. இதை முழுமையாகக் 'குணப்படுத்த' இயலாவிட்டாலும் சிறப்பு வாசிப்புப் பயிற்சியின் வழியாக வாசிப்புத் திறனைப் பெருமளவு வளர்த்துத்தெடுக்க முடியும். எனவே, கல்விக் கூடங்களுக்கு இதில் ஒரு முக்கியப் பங்குண்டு. ஆனால் இதை அடையாளம் காணவும், வாசிப்புப் பயிற்சி வழியாகக் குறைதீர் கல்வி வளங்கவும் டிஸ்லெக்சியா பயிற்சி பெற்ற சிறப்பு ஆசிரியர்கள் தேவை.

வாசிப்புக் குறைபாடு உள்ள குழந்தைகளில் அரைவாசிப் பேருக்கு எண் கணித குறைபாடோ அல்லது எழுத்துக் குறைபாடோ கூடவே இருப்பதுண்டு. இதனால் இம்மூன்றும் கூட்டாகக் கற்றல் குறைபாடு என்று அறியப்படுகிறது. இது ஆட்டிசம், அறிவுத்திறன் குறைபாடு போன்ற, ஆனால் இவற்றில் இருந்து முற்றிலும் வேறுபட்ட, ஒரு மன வளர்ச்சிக் குறைபாடாகும்.

இயல் 1

ஜனகன்

ஜனகனுக்கு இப்போது வயது பதினொன்றாகிறது. ஆறாம் வகுப்புப் படிக்கிறான். அவனுக்குப் படிப்பு வராது என்று ஆசிரியர்கள் முடிவு கட்டிவிட்டார்கள். போதாதற்கு எதிர்த்துப் பேசுகிறான், ஆசிரியர்களை மதிப்பதில்லை என்ற முறைப்பாடுகள் வேறு. ஒரு முறை பள்ளிக்கூடம் மாற்றியாயிற்று. ஆனால் இந்தப் பள்ளிக்கூடத்திலும் அதே பிரச்சினை. இந்தப் பள்ளிக்கூடம் அவனுக்குப் பொருத்தமானதாக இல்லை என்று கூறி அவனை 'மந்த புத்தி' உள்ள பிள்ளைகள் கற்கும் பள்ளிக்கூடம் ஒன்றுக்கு மாற்றச் சொல்லித் தலைமை ஆசிரியைக் கூறுகிறார்.

அவன் வீட்டிலும் முரண்டு பிடிக்கிறான். குடும்பமே இரண்டு படுகிறது. அவனுக்குப் படிப்பு வரும், ஆனால் அவனுக்குப் படிப்பில் அக்கறை இல்லை என்பது அவன் தகப்பனாரின் அபிப்பிராயம். அவனுக்கு ஏதோ நோயோ மனக்கோளாறோ உண்டு என்பது அவன் தாயாரின் வாதம். பல மருத்துவர்களிடம் காட்டியாயிற்று. எக்ஸ்ரே, ஸ்கேன் என்று பல பரிசோதனைகள் பண்ணியாயிற்று. எந்த நோயும் இல்லை என்று மருத்துவர்கள் கூறிவிட்டார்கள்.

போதாததற்குப் பள்ளிக்கூடம் போகமாட்டேன் என்று அடம் பிடிக்கிறான். வற்புறுத்திப் பள்ளிக்கூடம் போக வைத்தால் வீட்டை விட்டு ஓடிப்போவேன் என்று பயமுறுத்துகிறான். இப்போது இரண்டு மாதங்களாகப் பள்ளிக்கூடம் போவதில்லை. வீட்டில் பாடம் சொல்லிக் கொடுக்க ஒரு ஆசிரியரை நியமித்தார்கள். ஒரு வாரத்தில் “இவனுக்குப் படிப்பு

வராது” என்று கூறி அவர் கைகழுவி விட்டார். இதனால் வீடே அல்லோல கல்லோலப்படுகிறது.

இனி என்ன செய்வதென்று தெரியாமல் குழம்பிப்போய் இருந்த நேரத்தில் யாரோ சொன்னார்கள் என்று ஒரு புதிய குழந்தைநல மருத்துவரைப் பார்க்க வந்தார்கள். இந்தப் பெண் டாக்டர் நடந்துகொண்ட முறையே வித்தியாசமாக இருந்தது. அவர் முதலில் முழுக் குடும்பத்தையும் வரச்சொன்னார். அவனுடன் அவன் பெற்றோரும் அவனது 9 வயது தங்கையும் அவரைப் போய்ப் பார்த்தார்கள். பிறப்பில் இருந்து இன்றுவரை அவன் வளர்ச்சியைப் பற்றி அவர் அக்கறையுடன் விசாரித்தார். பின் அவர் மதனைப் பலமுறை தனியே பார்த்தார். அவன் படித்த இரு பள்ளிக்கூட ஆசிரியர்களிடமும் தொலைபேசியில் பேசினார். அவர்களிடம் இருந்து அவனைப் பற்றி அறிக்கைகளையும் பெற்றுக்கொண்டார். பின், தன் முடிவைச் சொல்ல தயாரானார்.

“டாக்டர், ஜனகனுக்கு என்ன?” என்று பெற்றோர்கள் பதற்றத்துடன் கேட்டார்கள்.

“நீங்களே பாருங்கள்” என்று கூறிவிட்டு, அவர் ஜனகனிடம் பேசலானார்.

“நீ எந்தப் பள்ளிக்கூடத்துக்குப் போகிறாய்? எனக்குச் சொன்னதைச் சொல் பார்க்கலாம்” என்று ஆரம்பித்தார்.

“வ.உ.சி. நடுநிலைப் பள்ளி” என்றான் ஜனகன்.

“யார் இந்த வ.உ.சி? அவரைப்பற்றி உனக்கு என்ன தெரியும்?” என்று கேட்டார்.

கம்பீரமான குரலில் மதன் பேசத் தொடங்கினான். “அவர் பெயர் வ.உ. சிதம்பரம் பிள்ளை. அவர் தூத்துக்குடி ஒட்டப்பிடாரம் என்ற ஊரில் பிறந்தார். அவர் இந்திய நாட்டின் சுதந்திரத்துக்காகப் போராடினார். இங்கிலிஷ்காரனுக்குப் போட்டியாக உள்நாட்டு இந்திய கப்பல் கம்பனி ஒன்றைத் தொடங்கினார். இதனால் பிரித்தானிய அரசு அவருக்கு ஆயுள் தண்டனை விதித்தது. சிறையில் அவரைச் செக்கிழுக்க வைத்தது. அந்தச் செக்கு . . .”

“போதும், போதும்” என்று அவன் பேச்சை நிறுத்தினார் மருத்துவர். “இதை நீ எங்கே கற்றுக்கொண்டாய்?” என்று கேட்டார்.

“எங்கள் பள்ளிக்கூட விழாவுக்கு வந்திருந்த ஒரு பேச்சாளர் இதையெல்லாம் சொன்னார்” என்றான்.

மனவளர்ச்சிக் குறைபாடுகள் ⊚ 187 ⊚

அடுத்து அவர் அவனிடம் சில பொது அறிவுக் கேள்விகள் கேட்டார். டைனசோர் என்றால் என்ன? இப்போதைய இந்திய ஜனாதிபதி யார்? பிரான்ஸ் தேசத்தின் தலைநகரத்தின் பெயர் என்ன? புவி வெப்பமடைவதற்குக் காரணம் என்ன?

ஜனகன் துளியும் தயக்கமின்றி எல்லா கேள்விகளுக்கும் மடமடவென்று பதில் சொன்னான். ஒவ்வொரு கேள்விக்குப் பின்னும், "இதை எங்கே கற்றுக்கொண்டாய்?" என்றும் கேட்டார். இதற்கு அவன், "தொலைக்காட்சியில் பார்த்தேன்" என்று பதிலளித்தான்.

அடுத்து, அவர் சில காட்சி அட்டையை அவனிடம் கொடுத்தார். ஒவ்வொன்றிலும் தனிச் சொற்கள் கொண்டு இருந்தன. ஒவ்வொரு சொல்லாக வாசிக்கச் சொன்னார். ஆரம்பத்தில் இருந்த சொற்கள் எளிய சொற்களாக இருந்தன. 'விடை', 'காடு', 'படம்'. 'தரம்' என்ற முதல் எட்டுச் சொற்களை மட்டுமே அவனால் சரியாக வாசிக்க முடிந்தது. பின் வந்த சொற்கள் நீண்டவைகளாகவும் வாசிக்கக் கடினமாகவும் இருந்தன 'முன்புறம்', 'அடையாறு', 'வித்தியாசம்', 'கொற்றவன்' போன்ற சொற்களைத் தப்புத்தப்பாக வாசித்தான். மற்ற சொற்களை வாசிக்க முடியாது திணறினான்.

பின் ஜனகன் தன்னைப்பற்றி எழுதியிருந்த சில வாசகங்களை அவர்களுக்குக் காட்டினார். அவன் பல எழுத்துப் பிழைகளுடன் தப்புத்தப்பாக எழுதி இருந்தான் (படம் 3.1).

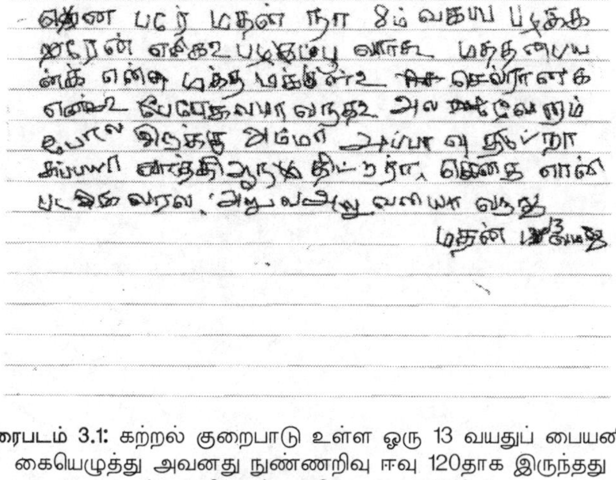

வரைபடம் 3.1: கற்றல் குறைபாடு உள்ள ஒரு 13 வயதுப் பையனின் கையெழுத்து அவனது நுண்ணறிவு ஈவு 120தாக இருந்தது (சராசரி நுண்ணறிவு ஈவு = 100).

அந்தப் பெண் மருத்துவர் ஜனகனின் பெற்றோரைப் பார்த்து, "இதைப் பார்த்தீர்களா? வ.உ.சியைப் பற்றி நிறையவே தெரிந்து வைத்திருக்கிறான். நல்ல புத்திசாலி. ஆனால் சாதாரணச் சொற்களை வாசிக்க முடியவில்லை, எழுத்துப் பிழைகள் இல்லாமல் எழுதவும் முடியவில்லை. அவன் பெற்ற அறிவு எதுவும் வாசித்துத் அறிந்துகொண்டது அல்ல. எல்லாம் கேள்வி ஞானம்.

"இதுதான் டிஸ்லெக்சியா எனப்படும் வாசிப்புக் குறைபாடு. இதைக் கற்றல் குறைபாடு என்றும் கூறுவார்கள். இதை உறுதி செய்ய இன்னும் சில பரிசோதனைகள் செய்ய வேண்டும். இது ஒரு நோய் அல்ல. ஒரு வளர்ச்சிக் குறைபாடு, அதுவும் வாசிப்பதில் மட்டுமே உள்ள குறைபாடு" என்றார்.

டிஸ்லெக்சியா என்றால் என்ன? அதன் குணாம்சங்கள் யாவை? என்பதை அடுத்த இயலில் பார்ப்போம்.

இயல் 2

டிஸ்லெக்சியா என்றால் என்ன?

சொற்களைப் பிழையின்றி வாசிக்க இயலாமையே டிஸ்லெக்சியாவில் உள்ள அடிப்படைக் குறைபாடு. டிஸ்லெக்சியாவில் வாசிப்புத்திறன் மட்டுமே குன்றி இருக்கும். டிஸ்லெக்சியாவில் காணப்படும் வாசிப்பு சார்ந்த பிரச்சினைகள் தனிச் சொற்களை வாசிப்பதிலேயே உள்ளது.

பேச்சுத் திறன், ஆக்கத் திறன் போலவே வாசிப்பும் மனித குலத்துக்கு மட்டுமே வாய்த்த பெரும் பேறு. கல்வி பெறுவதில் வாசிப்பு ஒரு முக்கிய இடம் வகிக்கிறது. வாசிப்பின் வழியாகவே தொடக்கத்தில் நாங்கள் பள்ளிப் பாடங்களைக் கற்றுக்கொள்கிறோம். பின், பல்கலைக்கழக இறுதித் தேர்வு வரையும், அதன் பின் பணியிடத்திலும் வாசிப்பு ஓர் இன்றியமையாத தேவையாக அமைந்துவிடுகிறது. படிப்பையும் தாண்டி, வாசிப்பில் தேர்ச்சி கொண்ட ஒருவனுக்குப் பல கதவுகள் திறக்கின்றன, அவன் வாழ்க்கை விரிந்துகொண்டே போகிறது. வாசிப்புத்திறன் பெற்ற நாங்கள் வாசிப்பின் முக்கியத்துவத்தை யோசித்தும் பார்ப்பதில்லை.

ஆனால் வாசிப்பதில் மட்டும் ஒரு குழந்தைக்குக் குறைபாடு இருக்கலாம் என்பதை ஏற்றுக்கொள்வதில் ஆசிரியர்கள் உட்பட பலருக்கு ஒரு தயக்கம் உண்டு. வாசிப்பதில் மட்டும் குறைபாடா என்று வியப்போடு கேட்கிறார்கள். படிப்பறிவு இல்லாதவர்களுக்கு மட்டுமே வாசிக்க முடியாமல் இருக்கும் என்ற ஒரு பாமரத்தனமான எண்ணமும் சிலருக்கு உண்டு. வாசிப்பும் படிப்பும் ஒன்றுதான் என்ற குழப்பமும் இதற்கு ஒரு காரணம். படித்தல் என்ற சொல் தமிழில்

சில சமயங்களில் வாசித்தலைக் குறிக்கப் பயன்படுத்தப்படுகிறது. ஆனால் படித்தல் என்பது கற்றல் என்றும் பொருள்படும். எனவே, வாசித்தல் வேறு படித்தல் வேறு. இவ்விரண்டையும் வேறுபடுத்திப் பார்ப்பது முக்கியம்.

எல்லா மொழி பேசும் குழந்தைகளிலும் டிஸ்லெக்சியா உண்டா?

உலக அளவில் நெடுங்காலமாக டிஸ்லெக்சியா என்ற மனவளர்ச்சிக் குறைபாடு பற்றி ஆராய்ச்சிகள் நடந்துவந்துள்ளன. விளைவாக, இப்போது டிஸ்லெக்சியா பற்றி அறிவியல் ரீதியாகத் தெரிய வந்துள்ள தகவல்கள் மிகப் பல. நூற்றுக்கணக்கான நூல்களும் ஆயிரக்கணக்கான ஆய்வுக் கட்டுரைகளும் வெளிவந்துள்ளன. டிஸ்லெக்சியா என்ற ஓர் மாதாந்த ஆய்வேடும் உண்டு. பெரும்பாலான ஆய்வுகள் ஆங்கில ஐரோப்பிய மொழி பேசும் குழந்தைகள் பற்றியே நடத்தப்பட்டுள்ளன. எனவே, இது வேறு மொழி பேசும் குழந்தைகளுக்குப் பொருந்துமா என்ற கேள்வி ஒரு காலத்தில் எழுப்பப்பட்டது.

டிஸ்லெக்சியாவுக்கும் லத்தீன்-உரோமானிய எழுத்துரு கொண்ட மொழிகளுக்கும் தொடர்பு இருக்கலாம் என்ற கருத்து ஒரு காலத்தில் நிலவி வந்தது. ஆனால், முற்றிலும் வித்தியாசமான எழுத்து முறைகளைக் கொண்ட சீன, யப்பானிய மொழி பேசும் குழந்தைகளிலும் டிஸ்லெக்சியா காணப்படுகிறது என்ற கண்டுபிடிப்பு இந்தக் கருத்தை முழுமையாக நிராகரிக்கக் காரணமாக இருந்தது[1]. இந்திய மொழிகளில் டிஸ்லெக்சியா பற்றிய ஆராய்ச்சிகள் குறைவாகவே உள்ளன. ஆனாலும் இந்திய மொழிகள் பேசும் குழந்தைகளிலும் டிஸ்லெக்சியா காணப்படுகிறது என்பதை இந்தியாவில் நடத்தப்பட்ட ஆராய்ச்சிகள் ஐயமற நிறுவியுள்ளன[2]. கன்னட மொழி பேசும் குழந்தைகளிடையே டிஸ்லெக்சியா பற்றிப் பல ஆராய்ச்சிகள் நடத்தப்பட்டுள்ளமையும் இதை உறுதிப்படுத்தியுள்ளது[3]. எனவே, டிஸ்லெக்சியா என்ற வாசிப்புக் குறைபாடு எல்லா நாடுகளிலும், எல்லா மொழிபேசும் இனத்தவர்களிலும் காணப்படுகிறது என்பதற்கு இப்போது வலுவான அறிவியல் சான்றுகள் உள்ளன.

டிஸ்லெக்சியா என்றால் என்ன?

சொற்களை வாசிக்கக் கற்றுக்கொள்வதே டிஸ்லெக்சியாவில் உள்ள அடிப்படைக் குறைபாடு. டிஸ்லெக்சியாவில் வாசிப்புத் திறன் மட்டுமே குன்றி இருக்கும். சமூகத் திறன்கள், பொது அறிவு, அறிவுத்திறன் ஆகியவற்றில் குறைபாடுகள் இருப்பதில்லை.

பாதிக்கப்பட்ட குழந்தைகள் பொதுவாகவே புத்திசாலிகளாகவும் திறமைசாலிகளாகவும் இருப்பார்கள். டிஸ்லெக்சியாவும் அறிவுத் திறன் குறைபாடும் வெவ்வேறான மனவளர்ச்சிக் குறைபாடுகள். பொதுவாக டிஸ்லெக்சியா உள்ள குழந்தைகளின் நுண்ணறிவு சராசரி அளவில் அல்லது அதைவிடக் கூடுதலாக இருக்கும். இயல் 1இல் கூறப்பட்ட ஜனகனின் நுண்ணறிவை முறையாகப் பரிசோதித்துப் பார்த்தபோது அவனது நுண்ணறிவு ஈவு (IQ) 130 புள்ளிகளாக இருந்தது (சராசரி நு.ஈ. = 100 புள்ளிகள்)!

வாசிப்பு என்று சொல்லும்போது பலவகையான வாசிப்பு சார்ந்த செயல்பாடுகள் உள்ளன. எழுத்தை அடையாளம் காண்பது முதல் ஒரு வசனத்தை, ஒரு நூலை வாசித்து விளங்கிக் கொள்வதுவரை எல்லாமே வாசிப்புதான். சங்கிலித் தொடர் போல அமைந்துள்ள இந்த வாசிப்புத் திறன்களில் டிஸ்லெக்சியா உள்ள குழந்தைகளின் இன்னல்கள் எந்த நிலையைச் சேர்ந்தவை? டிஸ்லெக்சியாவில் காணப்படும் வாசிப்பு சார்ந்த பிரச்சினைகள் தனிச் சொற்களை வாசிப்பதிலேயே உள்ளன. எனவே, ஒரு குழந்தைக்கு டிஸ்லெக்சியா உள்ளதா என்று சோதனை செய்யப் படும்போது தனிச் சொற்களை வாசிக்கச் சொல்ல வேண்டும். ஒரு வசனத்தை வாசிக்கச் சொன்னால் அதன் சூழலை அறிந்து சொற்களை ஊகித்துக் கூறி மழுப்பிவிடுவார்கள்.

வாசிப்புக் குறைபாட்டைத் தவிர இவர்களுக்கு வேறு மொழித்திறன் சார்ந்த பிரச்சினைகள் இருப்பது இல்லை. சிலருக்கு வாசிப்பதைப் புரிந்துகொள்வதில் சிரமங்கள் இருக்கலாம். ஆனால் பெரும்பாலானோருக்கு இதில் எந்த சிரமமும் இருப்பது இல்லை. இவர்கள் எழுத்திலும் பேச்சிலும் இலக்கணப் பிழைகளும் இருப்பதும் இல்லை.

டிஸ்லெக்சியாவை வரையறை செய்தல்

எனவே டிஸ்லெக்சியாவை வரையறை செய்யும்போது இந்தக் குறைபாட்டில் உள்ள இடர்ப்பாடுகள் சொல் மட்டத்திலேயே உள்ளன என்பதை அழுத்திக் கூறுவது முக்கியம். இன்னுமொன்று. இந்த வாசிப்புப் பிரச்சினைகள் அறிவுத்திறன் குறைபட்டினாலோ கல்வி பெறும் வாய்ப்புக் குறைவினாலோ ஏற்பட்டவை அல்ல. டிஸ்லெக்சியா என்ற குறைபாட்டுக்குத் தற்போது அறிவுத்துறையில் ஏற்றுக்கொள்ளப்படும் விளக்கம் பின்வருமாறு:

“ஒரு மனிதனின் வாசிக்கும் திறனைப் பாதிக்கும் மூளை சார்ந்த கற்றல் குறைபாடு டிஸ்லெக்சியா. இக்குறைபாடு உடையவர்கள் சாதாரண அறிவுக்கூர்மை பெற்றிருந்தும்

சொற்களை வாசிப்பதில் குறைவான திறனைப் பெற்றிருப்பர். முறையான கல்வி, போதுமான அளவு அறிவுக்கூர்மையும் குறைவற்ற சமூக கலாசாரப் பின்னணியும் பெற்றிருந்தும்கூட, ஒரு மொழியின் ஒலி வடிவத்தை அதன், வரி வடிவத்தோடு தொடர்பு படுத்திச் சாதாரண மனிதர்களைப்போல் விரைவாகவும் தவறின்றியும் வாசிக்க இயலாமையே 'டிஸ்லெக்சியா' என்று அழைக்கப்படும் வளர்ச்சிக் குறைபாடு[4].

ஒரு குழந்தையின் வாசிப்புத் தரத்துக்கும் ஏனைய திறன் களுக்கும் பெரும் வித்தியாசம் காணப்படுவதுதான் இந்தக் குறைபாட்டின் கண்கூடான அம்சம். நல்ல அறிவு இருந்தும் ஒரு மாணவன் வாசிப்பதில் பின்தங்கி இருக்கும் இந்த முரண்பட்ட தன்மைதான் டிஸ்லெக்சியாவின் முக்கிய அடையாளம்.

இங்கே குறிப்பிடப்பட்ட செய்திகள் இனிவரும் இயல்களில் விளக்கப்படும். சரி, டிஸ்லெக்சியாவைத் தமிழில் எப்படி அழைக்க லாம்? இதுவரை இது வாசிப்புக் குறைபாடு கூறப்பட்டது. ஆனாலும் டிஸ்லெக்சியா என்ற சொல் பலரும் அறிந்த ஒன்று. எனவே, இந்த நூலில், இது வாசிப்புக் குறைபாடு என்றும் டிஸ்லெக்சியா என்றும் அழைக்கப்படுகிறது.

வரலாறு

ஜெர்மன் கண் மருத்துவர் ருடால்டாஃப் பெர்லின் *(Rudolf Berlin)* என்பவரால் 1887இல் டிஸ்லெக்சியா என்ற சொல் முதன் முதலில் உருவாக்கப்பட்டது. அதன்பிறகு, 1896இல், அதாவது இன்றைக்கு 120 ஆண்டுகளுக்கு முன்னர், பிரிங்கிள் மோர்கன் *(Pringle Morgan)* என்னும் ஆங்கிலேய பொதுநல மருத்துவர் பிரிட்டிஷ் மருத்துவ இதழில் இதை விவரித்து எழுதினார். தான் பார்த்த பெர்சி என்ற ஒரு 14 வயது பையனைப் பற்றி அவர் பின்வருமாறு பதிவுசெய்தார்: "புத்திசாலியான இவன் நன்றாகப் பேசுவான். ஆனால் அவனுக்கு வாசிக்க மட்டும் இயலாமல் இருக்கிறது . . . இவன் எழுதும் சொற்களில் எழுத்துப் பிழைகள் மிகுதியாக உள்ளன. உதாரணமாக, *Percy* என்ற தன் பெயரை *Precy* என்றும் *carefully, peg* என்ற சொற்களை முறையே *carfuly, pag* என்றும் எழுதுகிறான் . . . அவனால் 7 என்ற எண்ணை வாசிக்க முடியும், ஆனால் அதையே ஏழு என்று சொல் வடிவில் எழுதினால் வாசிக்க முடியவில்லை. அவனுக்குக் கண் பார்வையில் கோளாறு எதுவுமில்லை" என்று மிகத் திருத்தமாகப் பதிவுசெய்தார்[5].

அன்று தொட்டு குழந்தை உளவியலில் அதிக அளவு ஆராயப்பட்ட ஓர் ஆய்வுப் பொருளாக டிஸ்லெக்சியா விளங்கி

வருகிறது. டிஸ்லெக்சியா சிக்கலான ஒரு கோளாறு. அதைத் தெளிவாகப் புரிந்துகொள்வது கடினம். மருத்துவர்களும் கல்விப்புலன் சார்ந்தவர்களும்கூடத் தவறாகக் கருத்துகளை முன்வைப்பதை இணையதளங்களில் காணக்கூடியதாக உள்ளது.

டிஸ்லெக்சியா உள்ளவர்களில் ஏறத்தாழ 50 முதல் 70 சதவிகிதத்தினருக்கு எண் கணிதம், கையெழுத்து ஆகிய கல்வித் திறன்களிலும் குறைகள் காணப்படுகின்றன. இவை முறையே டிஸ்கல்குலியா *(dyscalculia)* டிஸ்கிரபியா *(dysgraphia)* என்று வழங்கப்படுகின்றன. கூட்டாக இவை மூன்றும் கற்றல் குறைபாடுகள் *(learning disabilities; LD)* என்று அழைக்கப்படுகின்றன (காண்க வரைபடம் 3.2, பக். 202).

இயல் 3

டிஸ்லெக்சியாவின் மூன்று முக்கிய அடையாளங்களும் கற்றல் குறைபாட்டின் மூன்று கூறுகளும்

டிஸ்லெக்சியாவின் முக்கிய அடையாளங்கள் மூன்று: ஒன்று, சொற்களை வாசிக்கச் சிரமப்படுவதும் பிழையாக வாசிப்பதும். மற்றது, மெதுவாக, தடங்கித் தடங்கி வாசிக்கும் தன்மை, மூன்றாவதாக, எழுதும்போது ஏற்படும் எழுத்துப் பிழைகள்.

டிஸ்லெக்சியா ஒரு நோய் அல்ல; அது ஒரு வளர்ச்சிக் குறைபாடு. மூளையில் மொழித் திறனுக்கான பகுதிகள் முழுமையான வளர்ச்சி அடையாததால் ஏற்படும் ஒரு நரம்பியல் சார்ந்த வளர்ச்சிக் குறைபாடு. சொற்களை வாசிப்பதில் இடர்ப்பாடுகள் உள்ளமையே டிஸ்லெக்சியாவில் காணப்படும் முதன்மையான அம்சம். டிஸ்லெக்சியாவின் முக்கிய அடையாளங்கள் மூன்று. ஒன்று, சொற்களை வாசிக்கச் சிரமப்படுவதும் பிழையாக வாசிப்பதும். மற்றது, மெதுவாக, தடங்கித் தடங்கி வாசிக்கும் தன்மை, மூன்றாவதாக, எழுதும்போது ஏற்படும் எழுத்துப் பிழைகள்.

மூன்று அடையாளங்கள்

மேலே கூறப்பட்ட வாசிப்பு சார்ந்த பிரச்சினைகள் அறிவுத்திறன் குன்றி இருப்பதனால் ஏற்படும் பாதிப்பு அல்ல. குறைவான படிப்பு வசதியால்

உண்டாகும் பின்னடைவும் அல்ல. நல்ல அறிவு இருந்தும் போதுமான கல்வி பெற்றிருந்தும் வாசிப்பில் தன் வயதை ஒத்த சிறார்களை விட குறிப்பிடும்படியாக, அதாவது இரண்டு ஆண்டுகளாவது, பின்தங்கி இருப்பதுதான் டிஸ்லெக்சியாவின் பிரதான அறிகுறி. இவர்கள் வாசிப்பில் பலவகையான பிழைகள் இருக்கும். ஓர் எழுத்தை விட்டுவிட்டு வாசிப்பது (தகவல் → தகல்), ஓர் எழுத்துக்குப் பதிலாக வேறு ஓர் எழுத்தைப் புகுத்துவது (பகுப்பு → பருப்பு), ஒரு சொல்லுக்கு பதிலாக வேறு ஒரு சொல்லைப் பாவிப்பது (காற்று → காட்டு) போன்ற பல வாசிப்புப் பிழைகள் இருக்கும். சில சமயங்களில் ஒரு சொல்லை வாசிப்பது சிரமமாக இருந்தால் அதே பொருளுள்ள இன்னொரு சொல்லைப் பாவித்துச் சமாளிக்கப் பார்ப்பார்கள் (அதேவகையான → அதுபோல). இவர்கள் புதிய சொற்களைக் கற்றுக்கொள்ளச் சிரமப்படுவார்கள், ஒரு முறை கற்ற சொற்களை விரைவில் மறந்துவிடுவார்கள்.

விரைவாக வாசிப்பது இவர்களுக்குக் கைவராத கலை. டிஸ்லெக்சியா உள்ள ஒரு 10 வயதுப் பையனைப்பற்றி கூறும்போது, "ஒரு வரியை வாசிக்க இவனுக்கு ஒரு நாள் போகும்" என்கிறார் ஐந்தாம் வகுப்பு ஆசிரியர். "இதனால் வகுப்பில் அவனை நான் வாசிக்கச் சொல்வதே இல்லை. ஆனால் வாசிக்காமலே விஷயத்தைப் புரிந்துகொள்கிறான்" என்கிறார் அவர். வகுப்பில் மௌனமாக வாசிக்கச் சொன்னால் மற்றவர்கள் வாசித்து முடித்த பின்னும் இன்னும் இவர்கள் வாசித்துக்கொண்டு இருப்பார்கள். சிலர் நாலாம், ஐந்தாம் வகுப்பிலும் எழுத்துக் கூட்டி வாசிப்பார்கள், வாசிக்கும்போது திக்கித் திக்கி வாசிப்பார்கள். சொற்களைப் பிழைபிழையாக வாசிப்பார்கள். கடுமையான சொற்களை எழுத்துக் கூட்டி வாசிப்பார்கள். வயதுவந்த பின்னும்கூட விரைவாக வாசிக்கத் தடுமாறுவார்கள்.

டிஸ்லெக்சியா உள்ள பிள்ளைகளின் எழுத்தில் பலவகையான எழுத்துப் பிழைகள் காணப்படும். சில எழுத்துகளை விட்டுவிட்டு எழுதுவது, தவறான எழுத்தைப் பாவிப்பது போன்ற பிழைகள் காணப்படும். (படம் 3.1) தமிழில் எழுதும்போது எழுத்து வடிவங்களான விலங்கு, துணை எழுத்து, கொம்பு, சுழி ஆகியவற்றில் பிழைகள் காணப்படும் (உ–ம். வி → வ; கோ → கொ; கௌ → க). ஆங்கிலத்தில் எழுதும்போதும் இம்மாதிரியான எழுத்துப் பிழைகள் காணப்படும். *bat → bt; name → neme; flower → fewer).* தமிழில் குறில் நெடில் எழுத்துக்கள் தவறாக எழுதுவார்கள் (உ–ம். பா → ப). எழுத்துகளும் தாறுமாறாக இருக்கும். எழுதும்போது சொற்களில் எழுத்துகளின் வரிசைக் கிரமம் மாறி இருக்கும்

(உ.ம். பதக்கம் → பகத்கம்). ஸ், ஜ போன்ற கிரந்த எழுத்துக்கள் எழுதுவதும் இவர்களுக்குச் சிரமமாக இருக்கும். இடம் வலம் மாறி எழுதுவதுதான் ($b \rightarrow d$) டிஸ்லெக்சியாவில் உள்ள பிரதான எழுத்துப்பிழை என்ற தவறான ஒரு கருத்து பொதுவாக நிலவி வருகிறது. இதில் உண்மையில்லை. வளரும் பிள்ளைகள் பலர் இந்தத் தவறைச் செய்வதுண்டு.

கடுமையும் தனியாள் வேறுபாடும்

மற்ற வளர்ச்சிக் குறைபாடுகள் போலவே வாசிப்புக் குறைபாட்டிலும் அதன் கடுமை ஆளுக்கு ஆள் வேறுபடும். மனிதர்களிடையே குட்டையானவர்கள், உயரமானவர்கள் சுமாரான உயரம் கொண்டவர்கள் இருப்பதுபோல சிலருக்குக் கடுமையாகவும், சிலருக்கு மிதமாகவும், வேறு சிலருக்குச் சுமாராகவும் இருக்கும். அதாவது ஒரே வளர்ச்சிக் கோட்டில் அமைந்திருக்கும். எனவே, ஒரு குழந்தைக்கு வாசிப்புக் குறைபாடு உள்ளது என்பதை அறிந்து கொண்ட பின் அது எத்துணை கடுமையானது என்பதையும் தெரிந்துகொள்வது அவசியம். சுமாரான டிஸ்லெக்சியா உள்ள பலர் தமக்கு வாய்க்கப்பெற்ற அறிவுக் கூர்மையால் தானாக வாசிக்கக் கற்றுக்கொள்வார்கள். ஆனாலும், விரைவாக வாசிக்க முடிவதில்லை. அவ்வப்போது எண்களை மாற்றி எழுதுவார்கள், எழுத்துப் பிழைகளும் இருக்கும். குறிப்பாக, ஊர்களின் பெயர்கள், நபர்களின் பெயர்கள் போன்ற அன்றாட வழக்கத்தில் இல்லாத சொற்களை வாசிக்கச் சிரமப்படுவார்கள். ஆனால் சிலர் மருத்துவர்களாகவும் பேராசிரியர்களாகவும் அறிஞர்களாகவும் விளங்குகிறார்கள்.

கடுமையான வாசிப்புக் குறைபாடு உள்ளவர்களின் கதை வேறு. இவர்கள் தொடக்கப் பள்ளி முதல் வாசிப்பதில் மிகுந்த சிரமங்களை எதிர்கொள்கிறார்கள். பொருத்தமான கல்வி கிடைக்கப் பெறாததால் இவர்கள் பெரும் இன்னல்களுக்கு ஆளாகிறார்கள்.

வாசிப்பதில் இவர்களுக்கு உள்ள சிரமங்களை ஆசிரியர்களும் பெற்றோர்களும் படிப்பில் அக்கறையின்மை என்று தவறாக அர்த்தப்படுத்திக் கொள்வதுண்டு. சோம்பல், விளையாட்டுப் புத்தி, அறிவுக் கூர்மையின்மை என்று குறை கூறுவதும் உண்டு. அல்லது போகப்போகச் சரியாகிவிடும் என்று அலட்சியப்படுத்துகிறார்கள். மேலும், டிஸ்லெக்சியா பற்றிய விழிப்புணர்வு ஆசிரியர்களிடம் கூட குறைவாகவே உள்ளது. டிஸ்லெக்சியா என்று ஒன்று இல்லை, அது வெறும் கற்பிதம் என்று எண்ணுகிறவர்களும் உண்டு. இதனால் 120 ஆண்டுகளாக

அறியப் பெற்றிருந்தாலும் டிஸ்லெக்சியா பெரும்பாலும் கண்களுக்குப் புலப்படாத ஒரு குறைபாடாகவே இருந்து வருகிறது. ஆனால், பாதிக்கப்பட்டவர்கள் கல்வி இழக்கிறார்கள், வாழ்வியல் வாய்ப்புக்கள் கிடைக்கப் பெறாமல் சமுதாயத்தின் விளிம்புக்குத் தள்ளப்படுகிறார்கள். “இவனுக்குப் படிப்பு வராது” என்று தீர்மானிக்கப்பட்டுப் பலர் பள்ளியில் இருந்து விலக்கப்படுகிறார்கள். சிலர் குற்றச் செயல்களில் ஈடுபடுகிறார்கள். பள்ளி, குடும்பம் மற்றும் பணியிடத்தில் இவர்கள் பல்வேறு சிரமங்களை எதிர்நோக்க வேண்டியுள்ளது. சமுதாயமும் மனித வளத்தை இழக்கிறது. 2007ஆம் ஆண்டு வெளிவந்த ‘தாரே சமீன் பார்’ என்ற இந்திப் படம் டிஸ்லெக்சியாவை ஓரளவு இந்தியாவில் அறிமுகப்படுத்தியது.

மேலே கூறப்பட்ட மூன்று மொழிசார்ந்த பண்புகளே டிஸ்லெக்சியாவின் தனி அடையாளங்கள். ஆனால் இவற்றில் ஏற்படும் பாதிப்பு ஒவ்வொரு குழந்தைக்கும் ஒரே மாதிரியாக இருப்பதில்லை. காட்டாக, சிலருக்கு அடிக்கடி பாவிக்கப்படும் சிறு சிறு சொற்களை வாசிப்பதில் பிரச்சினையாக இருக்கலாம், ஆனால் நீண்ட சொற்களைப் பிரித்து வாசிக்க முடியுமாக இருக்கும். எனவே ஒவ்வொரு குழந்தைக்கும் உள்ள டிஸ்லெக்சியாவின் தன்மை ஆளுக்கு ஆள் வேறுபடும். இது தனியாள் வேறுபாடு *(individual variation)* என்று அழைக்கப்படுகிறது.

டிஸ்லெக்சியாவோடு அடிக்கடி ஒன்றிவரும் இரண்டு வளர்ச்சிக் குறைபாடுகள் உள்ளன. இவை எண்கணிதக் குறைபாடும் கைஎழுத்துக் குறைபாடும் ஆகும். பெருவாரியாக இவை மூன்றும் ஒரே குழந்தையில் காணப்படுவதால்தான் இது கற்றல் குறைபாடு என்று அழைக்கப்படுகிறது. இவற்றை டிஸ்லெக்சியாவில் இருந்து பிரித்துப் பார்க்க முடியாது. அடுத்து இந்த இரண்டு குறைபாடுகளைப் பற்றிப் பேசுவோம்.

இயல் 4

எண்கணிதக் குறைபாடும் கையெழுத்துக் குறைபாடும்

எண்கணிதக் குறைபாடு உள்ள குழந்தைகளுக்கு அடிப்படை கூட்டல், கழித்தல், பெருக்கல், வகுத்தல் போன்ற அடிப்படை கணிதத்தையும் மற்றும் கணித விதிகளையும் புரிந்துகொள்வதிலும் ஆற்றல் குன்றி இருக்கும். இது எண்களையும் கணக்குகளையும் வாசிக்க முடியாததால் ஏற்படுவது அல்ல.

உலகெங்கும் உள்ள குழந்தைகளில் ஏறத்தாழ 6% என்ற அளவில் எண்கணிதக் குறைபாடு காணப்படுகிறது என்பது ஆராய்ச்சியாளர்களின் ஒருமித்த கருத்து[6]. இந்தியாவில் செய்யப்பட்ட ஆராய்ச்சிகளும் இதையே கூறுகின்றன. காட்டாக, மைசூரில் நான்காம் வகுப்புக் குழந்தைகளிடையே நடத்தப்பட்ட ஆராய்ச்சியில் எண் கணிதக் குறைபாடு 5.9% ஆக இருந்தது குறிப்பிடத்தக்கது[7]. வாசிப்புக் குறைபாட்டை ஆராய்ந்த அளவுக்கு எண் கணிதக் குறைபாடு ஆராயப்படவில்லை என்றே கூறவேண்டும். எனவே, எண் கணிதக் குறைபாடு பற்றி நாம் அறிந்திருப்பது குறைவாகவே உள்ளது. எண் கணிதக் குறைபாடு ஆங்கிலத்தில் *mathematical disability* என்றும் *dyscalculia* என்றும் அழைக்கப்படுகிறது. இது பல கணிதம் சார்ந்த குறைபாடுகளை உள்ளடக்கும். எனவே இதன் பாதிப்பு குழந்தைகளிடையே பெருமளவு வேறுபடும்.

இந்தக் குறைபாடு உள்ள பலருக்கு எண்களையும் கணித விதிகளைப் புரிந்துகொள்ளும்

ஆற்றல் வெகுவாகப் பாதிக்கப்படுகிறது. இது எண்களையும் கணக்குகளையும் வாசிக்க முடியாததால் ஏற்படுவது அல்ல என்பதைக் கவனிக்கவும். எண்களின் தன்மையையும் சாதாரண கணக்கு விதிகளையும் புரிந்துகொள்வதில் சிரமங்கள் உள்ளமையே இந்தக் குறைபாட்டின் முக்கிய குணாம்சம். எண் கணிதக் குறைபாடு உள்ள 70%ருக்கு டிஸ்லெக்சியாவும் காணப்படும். ஏனையோருக்குத் தனித்தோ அல்லது வேறு சில குறைபாடுகளுடனோ ஒன்றி ஏற்படும்.

நேரம், தூரம், தொகை போன்றவற்றை மதிப்பிடுவது (estimation) இவர்களுக்குப் பெரும் பிரச்சினையாக இருக்கிறது. உதாரணமாக, ஒரு குவியலில் இத்தனைப் புத்தகங்கள் உள்ளன என்பதைத் தோராயமாக மதிப்பிடுவது, ஒரு பொருள் எவ்வளவு தூரத்தில் உள்ளது என்று கணிப்பது ஆகிய திறன்களில் தவறுகள் இருக்கும். சிலர் ஐந்தாம் வகுப்பிலும் விரல்களைக் கொண்டு கணக்குகள் செய்வார்கள். நினைவில் கொள்ள வேண்டிய சாதாரண எண்கணிதப் பொருண்மைகளை (number facts) தக்கவைத்துக்கொள்வதில் பெரும் சிரமங்கள் இருக்கும். ஏழு வயதுக் குழந்தைகூட சாதாரணமாக 3 + 5 = 8 என்ற கணிதப் பொருண்மையை ஞாபகத்தில் கொண்டிருக்கும். ஆனால் இந்தக் குழந்தைகளுக்கு இம்மாதிரியான எண்கணிதப் பொருண்மைகளின் நினைவுகளை மீட்டெடுப்பது பெரும் பிரச்சினையாக இருக்கலாம்.

எண்களை வரிசைப்படுத்திப் புரிந்துகொள்வதிலும் இடக் (place value) குழப்பங்கள் ஏற்படுகின்றன. எனவே, கணக்கை எழுதுவதிலும் கணிப்பதிலும் தவறுகள் உண்டாகின்றன. உதாரணமாக, 345 + 89 என்ற கூட்டல் கணக்கை வாய்மொழியாகச் சொன்னால், அதை எழுதும்போது பின்வருமாறு எழுதி விடை எழுதுவார்கள்:

$$\begin{array}{r} 345 \\ + 89 \\ \hline 1235 \end{array}$$

இவர்களுக்குக் குறுகிய கால நினைவாற்றல் குறைவாக இருப்பதால் சில கணக்குகள் செய்யும்போது அப்பட்டமான பிழைகள் ஏற்படுகின்றன. முன் என்ன செய்தோம் என்பதை மறந்து விட்டுத் தவறாகக் கணக்கைச் செய்து முடித்துவிடுகிறார்கள். காட்டாக, 26 x 4 என்ற கணக்கின் விடையை 84 என்று எழுதி விடுவார்கள். அதாவது, நான்கையும் ஆறையும் பெருக்கி வரும் 24இல் உள்ள 2ஐ மறந்துவிடுவார்கள்.

கணக்குகள் செய்வதற்கு அவசியமான கூட்டல், கழித்தல், பெருக்கல், வகுத்தல் போன்ற அடிப்படை ஆற்றல்களைக் கற்பதிலும் சிரமங்கள் காணப்படுகின்றன. சாதாரண குழந்தைகள் இலகுவாகக் கற்றுக்கொள்ளும் கணித விதிகளைப் புரிந்து கொள்ளவும் இவர்களுக்குப் பெரும் முயற்சி தேவைப்படும். பின்னங்கள், சதவிகிதம், தசம எண் ஆகியவற்றின் விதிகளைக் கற்றுக்கொள்வதில் பின்தங்கி இருப்பார்கள். சிலருக்கு மணக் கணக்கு வராது. பணத்தைப் பயன்படுத்துவதிலும் இவர்களுக்குச் சிரமங்கள் உண்டாகின்றன. இவர்கள் தம் வயதை ஒத்த மாணவர்களை விடக் கணிதத்தில் கணிசமான அளவு பின்தங்கி இருப்பார்கள்.

எண்கணிதக் குறைபாடு உள்ள ஒரு குழந்தைக்கு மேலே கூறப்பட்ட கணக்கு சார்ந்த அனைத்துக் குறைபாடுகளும் ஒருங்கே காணப்படுவது இல்லை. சிலருக்கு எண்கணிதப் பொருண்மை களை ஞாபகத்தில் வைத்துக்கொள்வதே முக்கியப் பிரச்சினையாக இருக்கும். வேறு சிலருக்கு இட மதிப்பீட்டு பிரச்சினைகள் இருக்கும், வேறு சிலர் கணித விதிகளைப் புரிந்துகொள்ளத் தவறுவார்கள். அதாவது, எண்கணிதக் குறைபாடு ஒற்றைத் தன்மையானது அல்ல. இதுவே ஆராய்ச்சிகள் கூறும் செய்தி[8]. இதன் தர்க்க பூர்வமான நீட்சி என்னவென்றால் இந்தக் குறைபாடு உள்ள ஒரு குழந்தைக்குக் கற்றுக்கொடுக்கும்போது அந்த குழந்தைக்கு உள்ள குறிப்பிட்ட எண்கணிதப் பிரச்சினைகளை அறிந்து அந்தத் திறனை மேம்படுத்துவதில் கவனம் செலுத்தப்பட வேண்டும் என்பதே.

கையெழுத்துக் குறைபாடு

கற்றல் குறைபாட்டின் மூன்றாவது கூறான கைஎழுத்துக் குறைபாடு *(disorder of written expression; dysgraphia)* என்பது எழுதும்போது எழுத்து வடிவத்தில் உண்டாகும் குறைகளைக் குறிக்கும். கைஎழுத்து என்பது எழுத்து உருவம், சொற்களின் அமைப்பு, வாசகம் என்ற மூன்று கூறுகளை உள்ளடக்கும். சொற் செயலிகள் பரவலாகப் பயன்படுத்தப்படும் இன்றைய கணினி யுகத்தில் கை எழுத்தின் முக்கியத்தும் ஓரளவு குறைந்துவிட்ட போதிலும் பள்ளிக்கூடங்களில் கையால் எழுதும் முறையே பயன்பாட்டில் உள்ளது; தேர்வுகளிலும் எழுத்து ஒரு முக்கிய இடம் வகிக்கிறது. விரைவாகவும் பிழையின்றியும் எழுதக் கற்றுக்கொண்ட ஒரு மாணவன் எழுதுவதைப்பற்றிச் சிந்திக்காமலே எழுதுகிறான். எழுதுவது என்பது மிதிவண்டி ஓட்டுவதுபோல அவனுக்குத் தன்னியக்கமாக (automatic) அமைந்துவிடுகிறது. எழுதுவதில் தன் முழு கவனத்தையும் செலுத்த வேண்டி இருந்தால் அவன் கவனம்

சிதறுகிறது, தான் கூற வந்த கருத்தை எடுத்துச் சொல்வதில் போதிய கவனம் செலுத்த முடிவதில்லை. எனவே, அவன் செயல்திறன் பாதிக்கப்படுகிறது.

மற்றது, எழுத்து, வாசிப்பு என்ற இரண்டுமே மொழி சார்ந்த திறன்கள். எழுத்துப் பயிற்சி மொழியை வாசிக்கக் கற்பதில் ஒரு முக்கியப் பங்கு வகிக்கிறது. அதாவது எழுதுவது வாசிக்கக் கற்றுக்கொள்வதற்குத் துணைசெய்கிறது. தொடக்கப் பள்ளியில் வாசிக்கக் கற்றுக்கொள்ளும் குழந்தைகள் எழுதக் கற்றுக்கொள்ளும்போது எழுத்தை அடையாளம் காணவும் ஒலிகளுடன் இணைத்துப் பார்க்கவும் பழகிக்கொள்கின்றன. எனவே, எழுதும் அறிவு (எழுத்தறிவல்ல) குழந்தைகளுக்கு அவசியமான ஓர் அடிப்படைத் திறனாகக் கருதப்படுகிறது.

இந்தக் கட்டத்தில் எழுதுவதற்கும் வாசிப்பதற்கும் உள்ள தொடர்பை வலியுறுத்தும் விதமாக செய்யப்பட்ட ஒரு பரிசோதனை பற்றிக் கூறுவது பொருத்தமாக இருக்கும். ஒரு வினைசார் காந்த ஒத்ததிர்வு வரைவுப் பரிசோதனையில் *(Functional magnetic resonance imaging; fMRI)* வாசிக்கவும் எழுதவும் தெரியாத ஐந்து வயதுக் குழந்தைகளுக்குக் கணினியில் காட்டப் பட்ட ஓர் எழுத்தை மூன்று மாதிரியாக எழுதிக்காட்டச் சொல்லப்பட்டது. ஒன்று கணினியில் தட்டச்சு செய்வது, மற்றது ஒரு வெற்றுத் தாளில் எழுதுவது, மூன்றாவதாகப் புள்ளிகளால் வரையப்பட்ட எழுத்தின் மேல் வரைவது *(tracing)*. மூன்றாவதாகக் கூறப்பட்ட செயலைச் செய்யும்போது வயதுவந்தவர்கள் வாசிக்கும்போதும் எழுதும்போதும் மூளையில் இயங்கும் அதே பகுதிகள் செயல்படுவதைக் காண முடிந்தது. மற்ற இரு பரிசோதனை நிலைகளிலும் இவ்வாறு இருக்கவில்லை. எழுதுவதற்கும் வாசிப்பதற்கும் உள்ள தொடர்பை இதிலிருந்து புரிந்துகொள்ளலாம்[9]. நமது முன்னோர் மணலில் விரலால் எழுதித் தமிழ் கற்றுக் கொடுத்தன் மகத்துவம் இப்போது புரியும்.

வளரும் குழந்தைகள் முதலில் கிறுக்கல், முழுக் கையாலும் பிடித்து எழுதுவது *(palmer grip)*, பார்த்து எழுதுவது போன்ற நிலைகளைத் தாண்டி பின் ஆசிரியர் கூறுவதைத் தாமாக எழுதக் கற்றுக்கொள்கிறார்கள். ஆரம்பத்தில் பாலர்கள் இரு கைகளையும் பாவிப்பர்கள். சுமார் ஐந்து வயதாகும்போது வலக்கை பாவனையாளர்களா அல்லது இடக்கை பாவனையாளர்களா என்பது திட்டவட்டமாகத் தெரியவரும். சுமார் 8 அல்லது 9 வயதாகும்போது எழுதுவது என்பது தன்னியக்கமாகிவிடுகிறது. இதுவே எழுதக் கற்றுக்கொள்வதன் வளர்ச்சிப் போக்கு. இனிக் கையெழுத்துக் குறைபாடு பற்றிப் பேசலாம்.

கையெழுத்துக் குறைபாடு உள்ளவர்களின் கையெழுத்து மோசமாக இருப்பதோடு அதன் நேர்த்தியும் வடிவமும் கெட்டிருக்கும். சொற்களை எழுதும்போது தாறுமாறாக எழுதுவது, இடம் விடாமல் ஒன்றோடொன்று இணைத்து எழுதுவது போன்ற பிழைகளும் காணப்படும் (படம் 3.1). எழுத்துகளின் அளவும் வடிவமும் மாறுபட்டுக் காணப்படும். வசனங்களை எழுதும்போது சொற்களை அழித்து அழித்துத் திருத்தி எழுதுவார்கள். எழுத்துகள் மிகப் பெரிதாகவோ, மிகச் சிறிதாகவோ இருக்கும். ஆங்கிலத்தில் எழுதும்போது பெரிய எழுத்துகளையும் சிறிய எழுத்துகளையும் குழப்பி மாற்றி மாற்றி எழுதுவார்கள். சிலர் எழுதுகோலை விரல்களால் மிகையாக அழுத்திப் பிடிப்பார்கள். எழுதும்போது நாற்காலியில் நெளிவார்கள். எழுதுவது பெரும் பிரயாசையாக இருக்கும். ஒரு வரி எழுதப் பல நிமிடங்கள் போகும்.

கற்றல் குறைபாடு, எண்கணிதக் குறைபாடு, கைஎழுத்துக் குறைபாடு ஆகிய இந்த மூன்று குறைபாடுகளும் பெரும்பாலும் ஒருமித்து வருவதால் இது கற்றல் குறைபாடு என்று வழங்கப் படுகிறது (வரைபடம் 3.2).

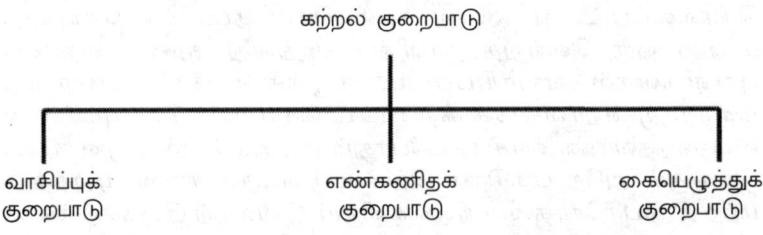

வரைபடம் 3.2: கற்றல் குறைபாட்டின் மூன்று கூறுகள்

இயல் 5

டிஸ்லெக்சியா எனப்படும் வாசிப்புக் குறைபாட்டின் அறிகுறிகள்

கரும்பலகையில் எழுதியதை வாசிக்க இயலாமை, தனது வகுப்புக்கும் கீழ் வகுப்புப் புத்தகங்களைக்கூட வாசிக்க இயலாமை, பேச்சுத் திறனுக்கும் வாசிப்புத் திறனுக்கும் இடையே உள்ள இடைவெளி ஆகியவை டிஸ்லெக்சியாவைக் கண்டுபிடிக்க உதவும் முக்கிய அறிகுறிகள்.

டிஸ்லெக்சியா குழந்தையின் வாசிப்புத்திறனை பாதிப்பதால், குழந்தையைப் பள்ளியில் சேர்த்த பின்பே இக்குறைபாடு பெரும்பாலும் தெரியவருகிறது. டிஸ்லெக்சியாவை 5 அல்லது 6 வயதில் அடையாளம் காண இயலும் என்று ஆராய்ச்சிகள் கூறுகின்றன[10]. ஆனாலும் வளர்ச்சியடைந்த நாடுகளும் கூட 6 அல்லது 7 வயதில்தான், அதாவது 2 அல்லது 3 ஆண்டுகள் தொடக்கப் பள்ளியில் படித்த பிறகுதான் அடையாளம் காணப்படுகிறது.

ஆரம்பத்தில் அரிச்சுவடியை, குறிப்பாக எழுத்துகளில் ஒலிப்பைக் கற்றுக்கொள்வதில் இவர்கள் கஷ்டப்படுவதுண்டு. அதேபோல பொருள்களின் பெயர்களைக் கூறுவதிலும் சிரமங்கள் காணப்படுவதுண்டு. சாதாரணமாக ஆரம்பத்தில் குழந்தைகள் மழலைப் பேச்சில் சொற்களை ஒலிப்பதில் சில குற்றங்கள் இருப்பது இயல்பே. ஆனால் டிஸ்லெக்சியா உள்ள குழந்தைகளில் இந்த

மழலைப் பேச்சு பல ஆண்டுகளாகத் தொடர்ந்து காணப்படும். ஆடு, மாடு போன்ற பெயர்களைக் கூட கற்றுக்கொள்ளச் சிரமப்படுவார்கள். எனவே, மழலைப் புத்தகங்களில் உள்ள படங்களைப் பார்த்து பெயர்களைக் கூறத் தாமதமாகும்.

எடுத்துக்காட்டாக, ஐந்து வயதுப் பையனுக்கு சிகப்பு நிற அட்டையைக் காட்டி அதன் நிறம் என்ன? என்று கேட்கவும் சொல்ல முடியாமல் தடுமாறினான். ஆனால் அங்கே இருந்த பல நிற அட்டைகளில் சிகப்பு அட்டையை எடுத்துக்காட்டு என்று சொன்னபோது அதைச் சரியாகச் சுட்டிக்காட்ட முடிந்தது. அதாவது நிறம் பற்றிய அறிவு இருந்தாலும் அதை பெயரிட்டுக் கூற (naming) முடியாமல் இருந்தது.

இவர்கள் மழலைப் பாடல்களைக் கற்றுக்கொள்வதில் பின்தங்கி இருப்பார்கள். ஒலி பேதங்களைப் புரிந்துகொள்வதில் உள்ள இடர்ப்பாடுகளே இதற்குக் காரணமாக உள்ளன. Rhyming என்று கூறப்படும் மழலைப் பாடல்களில் உள்ள எதுகை போன்ற ஒலி நயங்கள் இவர்களுக்குப் பிடிபடுவது இல்லை. பொதுவாக ஐந்து ஆறு வயதளவில் குழந்தைகளுக்குத் தமது பெயரை வாசிக்கும் ஆற்றல் பெற்றிருப்பார்கள். ஆனால், டிஸ்லெக்சியா உள்ள குழந்தைகளுக்கு இது கைவருவது இல்லை. பேச்சு வளர்ச்சியிலும் தாமதமதம் ஏற்படும்.

டிஸ்லெக்சியாவில் காணப்படும் சில ஆரம்ப அறிகுறிகள் (2 – 5 வயது)

- அரிச்சுவடியைக் கற்றுக்கொள்வதில் சிரமங்கள்.
- எதுகை மோனையுடன் (rhyming) 'நிலா நிலா ஓடிவா நில்லாமல் ஓடி வா' போன்ற பாலர் பாடல்களைக் கற்றுக்கொள்வதில் தாமதம்.
- பொருட்கள், நிறங்கள், எண்கள் ஆகியவற்றைப் பெயரிட்டுக் கூறுவதில் குழப்பங்கள்.
- கதைகளைக் கேட்பதில் விருப்பம் காட்டுவார்கள், ஆனால் தானாக வாசிப்பதில் சிரத்தை காட்ட மாட்டார்கள்.
- பிற குழந்தைகளோடு ஒப்பிடுகையில் தாமதமான பேச்சு வளர்ச்சி,
- வயதுக்குப் பொருத்தமற்ற மழலைப் பேச்சு
- குழப்பமாகச் சொற்களை ஒலிப்பது (வண்ணாத்துப் பூச்சி → பல்லாத்திப் பிச்சி)
- தன் பெயரின் உள்ள எழுத்துகளை அறிந்துகொள்ள முடியாமை

தொடக்கப் பள்ளியிலும் நடுநிலைப் பள்ளியிலும் (6 வயதுக்குப் பின்)

- வாசிப்பில் தனது வயதுக்குரிய நிலையை விட 2 வகுப்புகள் குறைவான வாசிப்புத் திறன்.
- மெதுவாக, தடங்கித் தடங்கி வாசிக்கும் தன்மை
- வகுப்பில் உரக்க வாசிப்பதில் சிரமங்கள்
- ஆசிரியர் கரும்பலகையில் (அல்லது வெண்பலகையில்) எழுதியதை வாசிப்பதில் சிரமங்கள்,
- வாய்மொழியாகப் பதில்கள் கூற முடிந்தாலும் எழுத்துருவில் உள்ளதை வாசித்துப் பதிலளிப்பதில் இடர்கள்.
- கடும் எழுத்துப் பிழைகள்
- இரண்டவது மொழி ஒன்றைக் கற்றுக்கொள்வதில் இடர்ப்பாடுகள்.
- அறிவுத் திறனுக்கும் வாசிப்புத் திறனுக்கும் இடையே காணப்படும் பெரும் வித்தியாசம்.

இவர்களுக்கு உள்ள குறைபாடுகள் தொடக்கப் பள்ளியில் துலக்கமாக வெளிப்படத் தொடங்கும். எழுத்துக்கும் ஒலிக்கும் இடையே உள்ள தொடர்பைப் புரிந்துகொள்வதில் உள்ள சிரமங்கள் தெரிய வரும். இரண்டு மூன்று ஒலிகளைக் இணைத்து சொற்களை உருவாக்கத் தடுமாறுவார்கள். எளிய, அடிப்படைச் சொற்களை வாசிக்கும்போது அவற்றைக் குழப்பிக்கொள்வார்கள். உதாரணமாக ‘பாட்டு’ என்ற சொல்லை ‘வாட்டு’ என்று வாசிப்பார்கள். எழுதும்போது பல எழுத்துக் குற்றங்கள் இருக்கும். வாசிப்பிலும் எழுத்திலும் பல பிழைகள் இருக்கும்.

இதுபோன்ற அறிகுறிகள் சாதாரணமாக வளரும் குழந்தைகளிடத்திலும் சில நேரங்களில் காணப்படலாம் என்பதையும் சுட்டிக்காட்ட வேண்டும். இவை தொடர்ந்து காணப்பட்டால் மட்டுமே இது வாசிப்புக் குறைபாடாக இருக்கக்கூடும் என்று எண்ணிப் வாசிப்புச் சோதனைகள் செய்ய வேண்டும்.

வயது போகப்போக இந்த மாணவர்கள் வாசிப்பில் பின்தங்கி இருக்கிறார்கள் என்பது தெரிய வரும். ஒன்றாம் வகுப்பிலிருந்து மூன்றாம் வகுப்புவரை வாசிப்பதில் எந்த முன்னேற்றமும் இல்லாமல் ஒரே அடைவு நிலையில் இருந்தால் அது டிஸ்லெக்சியா வாக இருக்கக் கூடும் என்ற ஐயம் ஆசிரியர்களுக்கு ஏற்பட வேண்டும். கரும்பலகையில் எழுதியதை வாசிக்க இயலாமை, தனது வகுப்புக்கும் கீழ் வகுப்புப் புத்தகங்களை

வாசிக்க முடியாமை, பேச்சுத் திறனுக்கும் வாசிப்புத் திறனுக்கும் இடையே உள்ள இடைவெளி போன்றவை டிஸ்லெக்சியாவைக் கண்டுபிடிக்க உதவும் முக்கிய அறிகுறிகள்.

இவர்கள் எழுதும் சொற்களில் எழுத்துக் குற்றங்கள் மலிந்திருக்கும். இதேபோல, இரண்டாவது மொழி ஒன்றைக் கற்றுக்கொள்வதில் பெரும் சிரமங்கள் ஏற்படும். இவர்கள் வாசிப்பதில் ஆர்வம் அற்றவர்களாக இருப்பதால் இவர்களது பிரச்சினை மேலும் மோசமாகிறது.

டிஸ்லெக்சியாவில் காணப்படும் வாசிப்புக் குறைபாடு வாழ்நாள் முழுவதும் நீடிக்கிறது. அதாவது டிஸ்லெக்சியா உள்ள குழந்தைகள் வளரும்போதும் டிஸ்லெக்சியா உள்ள வயதுவந்தவர்களாகவே இருப்பார்கள். ஆனாலும் முறைப்படியான கற்றல் முறைகள் வழியாக அதன் தாக்கத்தைப் பெருமளவு மட்டுப்படுத்த முடியும் என்று ஆராய்ச்சிகள் தெரிவிக்கின்றன. மிதமான டிஸ்லெக்சியா உள்ளவர்கள் வாசிக்கக் கற்றுக்கொள்வதுண்டு. ஆனாலும் புதுச் சொற்களை வாசிக்கத் திணறுவார்கள். வாசிப்பும் சரளமாக இருக்காது. படிவங்களை நிரப்புவதும், செய்தித் தாள் வாசிப்பதும் இவர்களுக்குப் பெரும் பிரச்சினையாக இருக்கும்.

இயல் 6

வாசிக்கத் தெரியாதவர்கள் எல்லோருக்கும் டிஸ்லெக்சியா உள்ளதா?

ஒரு மாணவன் வாசிக்கத் தடுமாறுகிறான், தப்புத் தப்பாக வாசிக்கிறான், அவன் எழுதும்போது எழுத்தில் பல பிழைகள் உள்ளன என்றால் அதற்கு டிஸ்லெக்சியாவைத் தவிர வேறு பல காரணங்கள் இருக்கக் கூடும் என்பதை மறந்துவிடக் கூடாது.

ஒரு மாணவனுக்கு வாசிப்புத்திறன் குன்றி இருக்கிறது என்றால் அது டிஸ்லெக்சியாவாகத்தான் இருக்கும் என்று உடனே முடிவு செய்துவிட முடியாது. வாசிப்புத்திறன் குறைவாக உள்ளமைக்குப் பறபல காரணங்கள் உள்ளன. அதில் டிஸ்லெக்சியாவும் ஒன்று.

குறைவான வாசிப்புத்திறனுக்கான காரணங்கள்

ஒரு மாணவன் வாசிக்கத் தடுமாறுகிறான், தப்புத்தப்பாக வாசிக்கிறான், அவன் எழுத்தும்போது பல எழுத்துப் பிழைகள் உள்ளன என்றால் அதற்கு டிஸ்லெக்சியாவைத் தவிர வேறு பல காரணங்கள் இருக்கக் கூடும். இவற்றை ஒவ்வொன்றாகக் குறிப்பிட்டுக் கூறுவோம்.

வாய்ப்புக் குறைந்த குழந்தைகள்: *வாசிப்பு ஒரு கற்றுக்கொண்ட பண்பு (பார்க்க இயல் 9). எனவே கல்வி வாய்ப்புக் குறைந்தவர்களுக்கு வாசிப்புத்*

திறன் குறைவாக இருப்பதில் வியப்பில்லை. பின்தங்கிய சமூகப் பொருளாதாரச் சூழ்நிலையால் பல குழந்தைகளுக்குப் போதிய கல்வி வாய்ப்புகள் கிடைப்பதில்லை. அத்தோடு, சமூகத்தில் தாழ்நிலையில் உள்ள குடும்பங்கள் குழந்தைகளின் படிப்பை முதன்மைப்படுத்துவது இல்லை. இதனால் இவர்களின் வாசிப்புத் திறன் அவர்கள் வயதை ஒத்த குழந்தைகளின் திறனை விடக் குறைவாக இருக்கலாம். இம்மாதிரியான வாய்ப்புக் குறைந்த குழந்தைகள் வாசிப்பில் பின்தங்கி இருப்பார்கள். இதேபோல, பள்ளிக்குக் கிரமமாக வரத் தவறும் குழந்தைகள், தரம் குறைந்த பள்ளிகளில் பயிலும் மாணவர்களும் வாசிக்கச் சிரமப்படலாம். இரண்டாம் மொழி ஒன்றைக் கற்றுக்கொள்ளும் குழந்தைகளும் வாசிப்பதில் மற்றவர்களை விட அந்த மொழியில் வாசிப்பதில் பின்தங்கி இருப்பார்கள்.

பார்வை மற்றும் செவிப் புலன் குறைபாடுகள்: வாசிக்கக் கற்றுக்கொள்வதில் பேச்சைக் கேட்பதும், எழுத்தைப் பார்த்து அடையாளம் காணுவதும் முக்கியப் பங்குவகிக்கின்றன. கண்பார்வையும் செவிப் புலனும் குன்றியவர்கள் வாசிக்கச் சிரமப்படுவார்கள் என்பது தெரிந்த ஒன்றே. ஆனாலும் மிதமான சில செவிப்புலன் குறைபாடுகள் அடையாளம் காணப்படுவது இல்லை. குறிப்பாக, குழந்தைகளில் பெருமளவில் காணப்படும் இடைச்செவி அழற்சி (otitis media) எனப்படும் நோயில் காதுகளின் இடைப்பாகத்தில் நீர் அல்லது சீழ் ஏற்பட்டுக் காதடைப்பு ஏற்படுகிறது. இதனால் காது கேட்பது குறைகிறது. வாசிக்கக் கற்றுக் கொள்ளும் பருவத்தில் இது ஏற்படுவதனால் பேச்சொலிகளைச் செவிப்புலன் வாயிலாகக் கேட்டறிவதில் உள்ள சிரமங்களால் வாசிப்புத் திறன் குறைகிறது. இதே போல கண்பார்வை மந்தமாக உள்ள குழந்தைகள் வாசிக்கச் சிரமப்படுவார்கள். எனவே, ஒரு குழந்தையின் வாசிப்புதிறன் குன்றி இருந்தால் பார்வையையும் கேட்கும் திறனையும் சோதித்துப் பார்ப்பது நல்லது.

செவிப்புலன் குன்றியவர்களில் வாசிப்புத் திறன் குன்றி யிருக்கும் என்பதைப் புரிந்துகொள்ளாததால் சிலர் தவறான தகவல்களை வெளியிடுகிறார்கள். காட்டாக, டிஸ்லெக்சியா பற்றிய ஒரு பிரசுரத்தில் மின்விளக்கு, திரைப்படக் கருவி போன்ற கருவிகளைக் கண்டுபிடித்த ஆக்கமேதை தொமஸ் எடிசன் (Thomas Edison) அவர் தாயாருக்கு எழுதிய கடிதத்தின் நகலைப் பிரசுரித்து அதில் பல எழுத்துப் பிழைகள் இருந்ததைக் குறிப்பிட்டு அவருக்கு டிஸ்லெக்சியாவால் பாதிக்கப்பட்டவர் என்ற கருத்தை முன்வைக்கிறது[11]. அறிவுக் கூர்மை உள்ளவர்களுக்கு

டிஸ்லெக்சியா பாதிப்பு இருக்கலாம் என்ற நல்லெண்ணத்துடன் கூறப்பட்டாலும் இந்தச் செய்தி தவறானது என்பதை சுட்டிக் காட்டுவது முக்கியம். எடிசன் வாழ்ந்த காலத்தில் *(1847 – 1931)* டிஸ்லெக்சியா அறியப்படவில்லை என்பது ஒருபுறமிருக்க, அவருக்குக் குழந்தைப் பருவத்தில் காதில் நோய் உண்டாகிக் காது கேட்கும் திறன் பாதிக்கப்பட்டிருந்தது என்பது அவரது வாழ்க்கை வரலாற்றை எழுதியவர்கள் கூறியுள்ளார்கள்[12]. இதிலிருந்து, அவர் எழுத்தில் காணப்பட்ட பிழைகள் டிஸ்லெக்சியாவால் ஏற்பட்டவை அல்ல, செவிப்புலன் பாதிப்பினால் ஏற்பட்டவை என்று ஊகிப்பது தவறாகாது.

அறிவுத்திறன் குறைபாடு: அறிவுத்திறன் குறைபாடு உள்ள குழந்தைகளும் வாசிப்பில் பின்தங்கி இருப்பார்கள் என்பதையும் கவனிக்கவும். ஆனால் இவர்களுக்குப் பேச்சு, உடல் இயக்கம் போன்ற மற்ற திறன்களும் குன்றியிருக்கும். நுண்ணறிவும் குறைவாக இருக்கும். எனவே, வாசிப்புத் திறன் குறைந்த குழந்தைகளின் எல்லாத் திறன்களையும் பரிசோதித்து மதிப்பீடு செய்வது முக்கியம். முன்னர் கூறப்பட்டது போல, அறிவுத்திறன் குறைபாடு உள்ள குழந்தைகளின் அன்றாட செயலாக்கத் திறன்கள் குன்றி இருக்கும். தானாக ஆடைகளை உடுத்திக்கொள்வது, பல் துலக்குவது போன்ற சுயபராமரிப்பும், வயதுக்கு ஏற்றபடி சுயாதீனமாக செயல்படுவதிலும் பின்தங்கி இருப்பார்கள். ஆனால் டிஸ்லெக்சியா உள்ள குழந்தைகளோ இம்மாதிரியான திறன்களில் எந்தக் குறைபாடும் இருப்பதில்லை. மாறாக, இம்மாதிரியான வாழ்வியல் திறன்களில் மிகையான ஆற்றல் பெற்றவர்களாக இருப்பார்கள். அறிவுத்திறன் குறைபாடு உள்ள குழந்தைகளையும் கற்றல் குறைபாடு உள்ள குழந்தை களையும் பிரித்து அறிய இந்தக் குணாம்சம் பெரும் பயனுள்ளதாக இருக்கும்.

அறிவுத் திறன் குறைபாடு உள்ள குழந்தைகளின் சில பெற்றோர்கள் தன் குழந்தைக்கு உள்ளது டிஸ்லெக்சியாதான் அறிவுத் திறன் குறைபாடு அல்ல என்று வாதிடுவது உண்டு. அவர்களைப் பொருத்தவரையில் டிஸ்லெக்சியா ஒரு கௌரவ மான குறைபாடாகக் கருதப்படுகிறது! எனவே, ஒரு மாணவனுக்கு வாசிப்புத் திறன் குன்றி இருந்தால் அது டிஸ்லெக்சியாவாக இருக்கலாம் என்று முடிவு செய்யுமுன் கீழ் உள்ள கேள்விகளை எழுப்பி அதற்கான விடை காணுவது அவசியம்:

- இதற்குக் கல்வி வசதிக் குறைவு காரணமாக இருக்கக் கூடுமா?

- பள்ளியில் வாசிப்புப் பயிற்சிக்கான வாய்ப்புகள் குறைவாக இருந்தது / இருப்பது காரணமாக அமையலாமா?
- குறைவான கண் பார்வை, செவிப் புலன் குறைபாடு எதுவும் உள்ளனவா?
- குறிப்பிட்ட அந்த மாணவனுக்கு அறிவுத்திறன் குறைந்து காணப்படுகின்றதா?

    இவை எதுவும் இல்லாத பட்சத்தில் டிஸ்லெக்சியாவுக்காகப் பரிசோதனைகள் மேற்கொள்ளப்பட வேண்டும். எனவே, அடுத்து டிஸ்லெக்சியாவை எப்படி அடையாளம் காணுவது என்பதைப் பார்ப்போம்.

இயல் 7

டிஸ்லெக்சியாவை அடையாளம் காண்பது எப்படி?

ஒரு குழந்தைக்கு டிஸ்லெக்சியா உள்ளது என்று உறுதிசெய்யப் பலவகையான வாசிப்புச் சோதனைகள் தேவை. இவற்றை ஆசிரியர்கள் பெரும் முயற்சியின்றிக் கற்றுக்கொள்ள முடியும். ஆனால் தற்சமயம் இவை தமிழில் இல்லை.

தலையை எக்ஸ்ரே பண்ணுவது, மூளையை ஸ்கேன் பண்ணுவது போன்ற நவீன தொழில்நுட்பப் பரிசோதனைகள் டிஸ்லெக்சியாவைக் கண்டுபிடிக்க உதவா. டிஸ்லெக்சியாவைக் கல்வி சார்ந்த வாசிப்புச் சோதனைகள் வழியாகவே அடையாளம் காணவும் மதிப்பீடு செய்யவும் முடியும். அதுவும் குறிப்பிட்ட ஒரு சோதனை வழியாக உறுதிசெய்ய முடியாது, அதாவது, டிஸ்லெக்சியாவுக்கு என்று முறைப்படியான தனி ஒரு சோதனை இல்லை. பலவிதமான வாசிப்புத் திறன் சோதனைகளைக் கொண்டே டிஸ்லெக்சியா ஒருவருக்கு உண்டு என்று உறுதிபடக் முடியும். அத்தோடு, வாசிப்பை சோதிக்கும்போது சொற்களை வாசிக்கச் சொல்ல வேண்டும். ஒரு வரியை அல்லது ஒரு பத்தியை வாசிக்கச் சொன்னால் அதை ஊகித்துக் கூறிவிடுவார்கள். டிஸ்லெக்சியாவில் உள்ள குறைபாடு சொல் மட்டத்திலேயே உள்ளது என்பதை மீண்டும் வலியுறுத்திக் கூறுவது முக்கியம்.

டிஸ்லெக்சியா ஒரு மொழி சாந்த குறைபாடு என்பதை நினைவுபடுத்திக்கொள்ளவும்.

டிஸ்லெக்சியா உள்ள குழந்தைகள் சொற்களில் உள்ள ஒலி களை அடையாளம் காணவும் அவற்றை எழுத்துகளுடன் தொடர்புபடுத்திப் பார்க்கவும் சிரமப்படு கிறார்கள். இதுவே டிஸ்லெக்சியாவில் உள்ள அடிப்படைக் குறைபாடு என்பதை முன்னமே கூறினோம். எனவே, அதன் வெளிப்பாடும் தாக்கமும் தீர்வும் மொழிக்கு மொழி வேறுபடும்.

இங்கேதான் ஒரு சங்கடமும் எழுகிறது. டிஸ்லெக்சியாவை அடையாளம் காணப் பயன்படுத்தப்படும் சோதனைகள் யாவும் ஆங்கில மொழியிலேயே உள்ளன. தமிழில் இதுவரை டிஸ்லெக்சிவுக்கான சோதனைகள் உருவாக்கப்படவில்லை என்பதுதான் வருந்தத்தக்க செய்தி. ஆங்கிலத்தில் உள்ள இச்சோதனைகள் தமிழ் கற்கும் குழந்தைகளுக்குப் பொருந்துமா என்ற கேள்வி இங்கே எழுகிறது. இவற்றைப் பயன்படுத்தும்போது நாம் மாணவனின் ஆங்கில அறிவைச் சோதிக்கிறோமா அல்லது டிஸ்லெக்சியாவோடு தொடர்புடைய வாசிப்புப் பிரச்சினை களைச் சோதிக்கிறோமா? இனி, ஆங்கிலத்தில் உள்ள சில சோதனைகளின் அடிப்படைகளைச் சுருக்கமாகப் பார்ப்போம்.

ஒரு மாணவனுக்கு டிஸ்லெக்சியா உள்ளது என்று உறுதி செய்ய பலவகையான வாசிப்புச் சோதனைகள் தேவை. இவற்றைப் பின்வருமாறு வரிசைப்படுத்தலாம்[13].

1. **முறைப்படியாக ஆராய்ச்சி செய்யப்பட்ட ஒரு தனிச்சொல் வாசிப்புச் சோதனை** *(single word reading test).* இதில் சொற்களின் பட்டியல் ஒன்று வாசிக்கக் கொடுக்கப்படும். இதன் ஆரம்பத்தில் உள்ள சொற்கள் எளிமையானவை யாகவும் அதன் பிறகு வரும் சொற்கள் ஒலிக்கக் கடுமை யானவையாகவும் இருக்கும். இதில் எத்தனை சொற்களைப் பிழையின்றி ஒருவர் வாசிக்கிறார் என்பதைக் கொண்டு அவரின் வாசிப்புத் திறனைக் கண்டறிய முடியும் (அட்டவணை 3.1; 3.3).

2. **போலிச் சொற்களைக் கொண்ட எழுத்துக் கோர்வைகளை வாசிக்கும் சோதனை** *(non-word reading test).* இதில் பொருளற்ற போலிச்சொற்கள் பல வாசிக்கக் கொடுக்கப்படும். ஒவ்வொரு போலிச் சொல்லும் எந்த ஒழுங்கும் இன்றிப் புனையப்பட்டது. இதை ஞாபக சக்தியைக் கொண்டு வாசிக்க இயலாது. ஒவ்வொரு ஒலியன் அல்லது அசையை வைத்தே ஒலிக்க வேண்டும். எழுத்து வடிவில் உள்ள சொற்களின் ஒலி பிரித்து அல்லது அசை பிரித்து வாசிக்கும்

திறனை இதிலிருந்து மதிப்பிட முடியும் (அட்டவணை 3.2; 3.4).

3. **பேச்சில் உள்ள ஒலிகள் (ஒலியன்கள்) பற்றிய விழிப்புணர்வை மதிப்பிடும் சோதனைகள்** *(tests of phonological awareness).* உ.ம். 'சதம்' என்ற சொல்லை 'ச' என்ற ஒலி இல்லாமல் கூறுதல்; 'மகுடம்' என்ற சொல்லை 'கு' என்ற ஒலியை அகற்றிக் கூறுதல்). இது ஒலியன்கள் பற்றிய விழிப்புணர்வை மதிப்பிட உதவும் ஒரு சோதனை. (அட்டவணை 3.5). இதேபோல, ஒலியன்களைப் புகுத்திக் கூறவும் மாற்றிக் கூறவும் சோதனைகள் உள்ளன.

4. **விரைவாக பெயரிடும் சோதனை** *(rapid naming test).* இதில் சில படங்களைக் காட்டி அவற்றின் பெயர்களை எவ்வளவு விரைவாகக் கூற முடிகிறது என்று கணிக்கப்படும். இவற்றைக் கூற எவ்வளவு நேரம் போகிறது என்று குறித்துக் கொள்ளப்படும்.

மேலே கூறப்பட சோதனைகள் அனைத்தையும் உள்ளடக்கிய வணிக சோதனைத் தொகுதிகள் வாங்கக் கிடைக்கின்றன. இந்தியக் குழந்தைகளைக் கொண்டு தரப்படுத்தப்பட்ட ஒரு டிஸ்லெக்சியா சோதனைத் தொகுப்பு ஒன்று அண்மையில் இந்தியாவிலும் வெளிவந்துள்ளது[14]. பெரும் முயற்சியின்றி இதைக் கற்றுக்கொள்ள முடிந்த இந்தச் சோதனைக் கொத்தைச் சிறப்பு ஆசிரியர்களுக்குப் பயன்படுத்த முடியும். ஆனால் இவை யாவும் ஆங்கிலத்திலேயே உள்ளன. நமது அயலவர்களான கன்னடர்கள் தம் மொழியில் ஒரு வாசிப்புச் சோதனைக் கொத்தை உருவாக்கியுள்ளார்கள்[15] (அட்டவணை 3.6). இதை வழியொற்றித் தமிழிலும் டிஸ்லெக்சியா சோதனைகளை உருவாக்கி முறைப்படியாக ஆய்வு செய்தால் மிகவும் பயனுள்ளதாக இருக்கும்.

முறையாகக் கற்றுப் பயிற்சி பெற்றவர்கள் மட்டுமே இச்சோதனைகளை நடத்தத் தகுதி பெற்றவர்கள். குழந்தை மனநல மருத்துவர்கள், குழந்தைநல மருத்துவர்கள், உளவியலாளர்கள், சிறப்பு ஆசிரியர்கள் ஆகியோருக்கு இந்தத் தகுதி உண்டு. ஆனால் அவர்களுக்கும் கூட சிறப்புப் பயிற்சி தேவை. மேலும், இச்சிறார்களை மதிப்பீடு செய்யும்போது ஆசிரியர்களும் மற்ற தொழில்சார் வல்லுனர்களும் இணைந்து செயல்பட வேண்டும். ஆனால் இன்றைய நிலையில் இவ்வாறு தகுதி பெற்ற சிறப்பு ஆசிரியர்களும் குழந்தைநல மருத்துவர்களும் மிகக் குறைவாகவே உள்ளனர்.

அட்டவணை 3.1 தனிச்சொல் வரிசை (இடமிருந்து வலம்)

படம்	கடுகு	புதன்	கட்டம்
கருடன்	பிறகு	முகடு	மூங்கில்
சுருக்கம்	புலமை	கட்டிடம்	காரணி
கற்றல்	மருதம்	கணினி	தராதரம்
பொறுப்பு	உயிரியல்	தம்பட்டம்	முக்கோணம்
சமாதானம்	கலைக்கூடம்	அஞ்ஞானம்	புறநானூறு

அட்டவணை 3.2 போலிச்சொல் வரிசை (இடமிருந்து வலம்)

பழ	கடுல்	சகும்	தவகு
தழடு	முவகும்	குவுடன்	கலகட
புனிரம்	மதபகு	வாகுவல்	நாறுசடம்
வமாதவள்	அகமுடுகல்	பிறடமனசு	மிளிரிடம்
விகசரமம்	படுவுழன்	கணகுபடர்	கரஞ்சோக்கம்
விகதடகபட	முமுடவகவிதவு	தபன்மெறிவாடு	வினபஞ்சமாகம்

அட்டவணை 3.3 Single word reading test

Tree	Little	Milk	Egg
Book	School	Sit	Frog
Playing	Bun	Flower	Road
Clock	Train	Light	Picture
Think	Summer	People	Something
Dream	Downstairs	Biscuit	Shepard

அட்டவணை 3.4 Non-word reading test

Aund	Clobe	Thunk	Wolt
Hign	Lised	Clead	Warg
Creath	Pockle	Brude	Louble
Hrought	Graud	Ubounse	Fizzlad
Buspense	Kolice	Brabble	Gright
Drazzled	Susbentend	Idlack	Whambe

அட்டவணை 3.5 ஒலியன்களை அகற்றி வாசிக்கும் சோதனை
(Phoneme deletion task)

பின்வரும் சொற்களை வாசிக்கச் சொல்லவும். பின் அடைப்புக் குறிகளில் உள்ள ஒலிகளை மாணவன் அகற்றிச் சொல்ல வேண்டும். (உ–ம்: "பகல் என்ற சொல்லில் உள்ள 'ப' என்ற ஒலியை அகற்றிச் சொல்லவும்")

(ப)கல்	(g)old
ப(ழ)க்கம்	p(l)ay
கடை(சி)	sea(t)
ஆ(சி)ரியர்	p(l)ay
உ(ழை)ப்பு	lo(ca)tion

மதிப்பீடு செய்வது

மேலே கூறப்பட்ட சோதனைகளைச் சிறப்பு ஆசிரியர்களால் செய்ய முடியும். ஆனால் இவர்கள் இம்மாதிரியான சோதனைகளில் பயிற்சி பெற்றவர்களாக இருக்க வேண்டும். இதேபோல பயிற்சி பெற்ற குழந்தைநல மருத்துவர்கள், குழந்தை மனநல மருத்துவர்கள், உளவள ஆலோசகர்கள், உளவியலாளர்கள் ஆகியோரும் இதைப் பயன்படுத்தலாம். டிஸ்லெக்சியாவை அடையாளம் காண பொதுவாக நுண்ணறிவுச் சோதனைகள் தேவைப்படுவது இல்லை.

ஒரு குறைபாட்டை அடையாளம் காணுவதும் அதை மதிப்பீடு செய்வதும் இரு வித்தியாசமான செயல்பாடுகள். ஒரு குழந்தைக்கு உள்ள டிஸ்லெக்சியாவை மதிப்பீடு செய்யும்போது அதன் கடுமை, அதனுடன் இணைந்துவரும் பிற குறைபாடுகள் ஆகியவற்றையும் கணக்கில் கொள்ள வேண்டும். டிஸ்லெக்சியாவின் கடுமை ஆளுக்கு ஆள் வேறுபடும் என்பதை முன்னர் கூறினோம். இந்த வகையில் இது ஆட்டிசம் மற்றும் அறிவுத்திறன் குறைபாடு போன்ற வளர்ச்சிக் குறைபாடுகளைப் போன்றது. ஒரு குழந்தையின் வாசிப்புத் திறன் எத்தனை வயதுக் குழந்தையின் வாசிப்பை ஒத்திருக்கிறது என்பதன் மூலம் டிஸ்லெக்சியாவின் கடுமையைத் தோராயமாக அறிந்துகொள்ளலாம். காட்டாக, ஒரு 10 வயதுப் பையனின் வாசிப்புத் திறன் ஒரு 6 வயதுக் குழந்தையின் வாசிப்பைப் போல இருந்தால் டிஸ்லெக்சியா கடுமையாக உள்ளது என்று பொருள்.

மேலும், கற்றல் குறைபாடுகளின் பிற கூறுகளான எண் கணிதக் குறைபாடு மற்றும் எழுத்துக் குறைபாடு உள்ளதா என்றும் தெரிந்துகொள்ள வேண்டும். இதன்பின், கற்றல் குறைபாடோடு இணைந்து வரக்கூடிய வளர்ச்சிக் குறைபாடுள்ளனவா என்பதையும் கண்டறிய வேண்டும். கூடவே, டிஸ்லெக்சியாவினால்

ஒருவருக்கு ஏற்பட்டிருக்கக் கூடிய உளவியல் தாக்கங்களை மதிப்பிட்டு அறிவதும் அவசியம்.

எனவே, ஒரு குழந்தைக்கு டிஸ்லெக்சியா உள்ளது என்பதை உறுதி செய்யப்பட்டப் பின் கீழ்க்காணும் வினாக்களுக்கு விடை காண வேண்டும்:

- டிஸ்லெக்சியாவின் கடுமையைக் குறைவாக உள்ளதா, மிதமாக உள்ளதா, தீவிரமாக உள்ளதா?
- டிஸ்லெக்சியாவோடு கற்றல் குறைபாடுகளின் வேறு கூறுகளான எண்கணிதக் குறைபாடும் எழுத்துக்குறைபாடும் எந்தளவுக்கு உள்ளன?
- கற்றல் குறைபாடோடு இணைந்து வரும் வேறு வளர்ச்சிக் குறைபாடுகள் ஏதேனும் உள்ளனவா?
- இந்த குழந்தைக்கு என்ன விதமான ஆதரவும் உதவிகளும் பள்ளிக்கூடத்தில் தேவை?
- பெற்றோர்கள் இந்த குழந்தைக்கு எவ்வாறு உதவ முடியும்?

அட்டவணை 3.6 கன்னட தனிச்சொற் சோதனைகள்

ದೃಷ್ಟಿ ಪದ–Sight Word Reading- A

ಮರ	mara	ಘಂಟೆ	gaṃṭe	ಭಯಂಕರ	bhayaṃkara
ವನ	vana	ಎಲ್ಲ	ella	ಉಪವಾಸ	upavāsa
ಊಟ	ūṭa	ಅಮ್ಮ	amma	ಗೌರವಿಸು	gauravisu
ಹಣ	haṇa	ಎಲ್ಲಿ	elli	ಅಪಘಾತ	apaghāta
ಆನೆ	āne	ದೊಡ್ಡ	doḍḍa	ಗಾಳಿಪಟ	gāḷipaṭa
ದಿನ	dina	ಸಣ್ಣ	saṇṇa	ಹಿಂಬಾಲಿಸು	hiṃbālisu
ಇದು	idu	ಬೆಟ್ಟ	beṭṭa	ಶುಭಸಮಾರಂಭ	śubhasamāraṃbha
ಅದು	adu	ಸಾಯಂಕಾಲ	sāyaṃkāla	ಅಂಗವಿಕಲತೆ	aṃgavikalate
ಕಾಲು	kālu	ದೇವತೆ	dēvate	ಪ್ರಕೃತಿ	prakṛti
ಗಿಡ	giḍa	ಬೇಸಿಗೆ	bēsige	ಕೊಲ್ಲುವ	kolluva
ನೀರು	nīru	ಛೀಮಾರಿ	chīmāri	ಆಲೋಚಿಸು	ālōcisu
ಗುರು	guru	ಜೇನುಹುಳು	jēnuhuḷu	ಅಸಂಖ್ಯಾತ	asaṃkhyāta
ಮಳೆ	maḷe	ಸೋಲಿಗರು	sōligaru	ನಿಸ್ಸಹಾಯಕ	nissahāyaka
ಕೋತಿ	kōti	ದಾರಿಹೋಕರು	dārihōkaru	ಕಂಗೊಳಿಸು	kaṃgoḷisu
ಬೇಕು	bēku	ಸೂರ್ಯ	sūrya	ಆಶ್ಚರ್ಯ	āścarya
ಹೇಗೆ	hēge	ಹತ್ತಿರ	hattira	ಸ್ವಾತಂತ್ರ್ಯ	svātaṃtrya
ತಾಯಿ	tāyi	ಪುಟ್ಟ	puṭṭa	ಪ್ರತಿಜ್ಞೆ	pratijne
ದೇಶ	dēśa	ಸುಮ್ಮನೆ	summane	ಧೈರ್ಯಶಾಲಿ	dhairyaśāli
ಮಾಡು	māḍu	ಧ್ವನಿ	dhvani	ಮೊಮ್ಮಕ್ಕಳು	mommakkaḷu
ಬಂತು	baṃtu	ಜ್ಞಾನ	jnāna	ಮುಖ್ಯೋಪಾಧ್ಯಾಯ	mukhyōpādhyāya
ಮೇಲೆ	mēle	ರಾಜ್ಯ	rājya	ಕೃತಜ್ಞತೆ	kṛtajnate
ಗಂಡು	gaṃḍu	ಎಷ್ಟು	eṣṭu	ಗ್ರಾಮಪ್ರದಕ್ಷಿಣೆ	grāmapradakśhiṇe
ನಂತರ	naṃtara	ಎರಡು	eraḍu	ಕರ್ತವ್ಯನಿಷ್ಠೆ	kartavyaniṣṭhe
ಸಂಜೆ	saṃje	ಸ್ಫೂರ್ತಿ	sporti	ಸ್ಪರ್ಶಜ್ಞಾನ	sparśajnāna

இயல் 8

ஏன் உண்டாகிறது?

டிஸ்லெக்சியா உண்டாவதில் மரபணுக்கள் ஒரு முக்கியப் பங்குவகிக்கின்றன. டிஸ்லெக்சியா வுக்கான பல மரபணுக்கள் அடையாளம் காணப்பட்டுள்ள போதிலும் இது மட்டுமே காரணம் என்று கூற முடியாது. இதுவரை அறியப்படாத வேறு காரணிகளும் மரபணுக்களுடன் சேரும் போதுதான் டிஸ்லெக்சியா உண்டாகிறது.

பல நாடுகளிலும் நடத்தப்பட்ட ஆராய்ச்சிகளின்படி டிஸ்லெக்சியா 5% முதல் 10% சிறார்களுக்கு உண்டு என்று அறியப்படுகிறது[18]. இந்தியாவில் நடத்தப்பட்ட ஆராய்ச்சிகள் குறைவு என்றாலும், கர்நாடகத்தில் 1,134 ஐந்தாம் ஆறாம் வகுப்பு மாணவர்களில் நடத்தப் பட்ட ஓர் ஆய்வு 11.2% பேருக்கு டிஸ்லெக்சியா காணப்பட்டது என்று கூறுகிறது[19].

இதை 5 விழுக்காடு என்று கொண்டாலும் 40 மாணவர்கள் உள்ள ஒரு வகுப்பில் 2 பேர், 2000 மாணவர்களைக் கொண்ட ஒரு பள்ளியில் 100 பேர் என்ற அளவில் டிஸ்லெக்சியா காணப்படும் என்று எதிர்பார்க்கலாம். டிஸ்லெக்சியா ஆண்களில் கூடுதலாகக் காணப்படுகிறது. இதில் ஆண்:பெண் விகிதம் 2:1ஆக உள்ளது.

ஏன் உண்டாகிறது?

டிஸ்லெக்சியா சில குடும்பங்களில் வழிவழியாக ஏற்படுகிறது. டிஸ்லெக்சியா உள்ள ஒரு பையனின் தந்தைக்கு ஒரு துண்டுப்பிரசுரத்தை ஒரு மருத்துவர் கொடுத்து வாசிக்கச் சொன்னபோது தான் தன் கண்ணாடியைக் கொண்டுவர மறந்துவிட்டதாகக் கூறினார்! டிஸ்லெக்சியா உள்ள ஒரு பையனின்

தகப்பனாருக்கு டிஸ்லெக்சியா இருக்கும் வாய்ப்பு 44% என்றும் தாய்க்கு 33% என்றும் ஆய்வுகள் எடுத்துக்காட்டியுள்ளன[20]. எனவே, இந்தக் குறைபாடு உண்டாவதற்கு மரபணுக்கள் ஓரளவு காரணமாக இருக்கின்றன என்று அறிய முடிகிறது. டிஸ்லெக்சியாவை உண்டுபண்ணும் மரபணுக்கள் சிலவும் அடையாளம் காணப்பட்டுள்ளன. ஆயினும் இந்த மரபணுக்கள் உள்ளவர்கள் எல்லோரும் பாதிக்கப்படுவது இல்லை. எனவே, சூழல் சார்ந்த வேறு காரணிகளும் காரணமாக இருக்கின்றன என்று கருதப்படுகிறது. ஆனால் தற்போது இது பற்றிய தெளிவு இல்லை. இந்த மரபணுக்கள் காரணமாகவும் மற்றும் அறியப் படாத பல காரணிகளின் தாக்கம் காரணமாகவும் ஆரம்பகால மூளை வளர்ச்சி பாதிக்கப்படுகிறது. இதனால் மொழிசார்ந்த உளவியல் படிமுறைகளில் சில குறைபாடுகள் ஏற்படுகின்றன.

கண் பார்வையில் உள்ள கோளாறு ஒன்றின் காரணமாக டிஸ்லெக்சியா ஏற்படுகிறது என்று முன்னொரு காலத்தில் பரவலாகப் பேசப்பட்டது. எனவே, பார்வைப் புலனைச் சீர் செய்ய நிறமூட்டப்பட்ட கண்ணாடிகள் பரிந்துரைக்கப்பட்டன. இதேபோல, புத்தகத்தின் பக்கங்களின் மீது வண்ண நெகிழ் தகடுகள் (coloured overlays) வைத்து வாசிப்பதால் டிஸ்லெக்சியாவிலிருந்து நிவாரணம் பெறலாம் என்ற கருத்தும் முன்வைக்கப்பட்டது. ஆனால் இந்தக் கூற்றில் எந்த உண்மையும் இல்லை என்று இப்போது ஐயமற நிறுவப்பட்டுள்ளது[21]. வாசிக்கும்போது கண்கள் சோர்வடையலாம் என்பது வேறு விஷயம்.

மூளையில் காணப்படும் மாறுபாடுகள்

மொழி சார்ந்த திறன்கள் யாவும் மூளையின் இடது கோளத்தில் அமைந்துள்ளன. அண்மைக் காலமாக மூளையைப் பிம்பப்படுத்திக் கற்றறிய எம் ஆர் ஐ எனப்படும் காந்த ஒத்ததிர்வு வரைவு போன்ற நவீனத் தொழில்நுட்பப் பரிசோதனைகள் பயன்படுத்தப்பட்டு வருகின்றன. இவற்றுள் வினைசார் காந்த ஒத்ததிர்வு வரைவுப் பரிசோனை (Functional magnetic resonance imaging; fMRI) எனும் நவீனப் பரிசோதனை முறையினால் ஒருவரை ஒரு செயலில் ஈடுபடச் சொல்லி அந்தச் சமயத்தில் மூளையின் எந்தெந்தப் பகுதிகள் செயல்படுகின்றன என்பதை அறிந்துகொள்ள முடிகிறது. இது ஒரு காணொளியைப் போல மூளையின் செயல்பாட்டைக் காட்ட வல்லது. காட்டாக, பெருவிரலை அசைக்கும்போது மூளையின் எந்தப் பாகம் செயல்படுகிறது என்பதை இந்தப் பரிசோதனையின் வழியாகக் கண்டறியலாம். எனவே, ஒரு சொற்பட்டியலை வாசிக்கும்போது மூளையில் இயங்கும் பகுதிகளைக் கண்டறிவது fMRI மூலம் சாத்தியமாகிறது.

இவ்வாறான ஆராய்ச்சிகள் சாதாரண (வாசிப்புக் குறைபாடு இல்லாத) குழந்தைகளில் நடத்தப்பட்டபோது, மூளையில் இடது

பக்கக் கோள மேற்பட்டையில் மூன்று பகுதிகள் செயல்படுகின்றன என்பது தெரியவருகிறது. ஒன்று மூளையின் முன்புறத்தில் (முன்மடலில்) உள்ளது. மற்றது மூளையில் நடுப்பகுதியில் (சுவர்மடலில்) உள்ளது. மூன்றாவது பகுதி மூளையில் பின்புறத்தில் (பிடரிமடலில்) பார்வைப் புலன் பகுதிக்கு அருகில் அமைந்துள்ளது. இவற்றுள் முதல் இரண்டு பகுதிகளும் பேச்சு மொழியைப் பகுத்தறியவும், மூன்றாவதான பின்புறப் பகுதி பார்வைச் சொற்களை அடையாளம் காணும் பகுதியாகவும் அறியப்படுகிறது (வரைபடம் 3.3 அ).

ஆனால், டிஸ்லெக்சியா உள்ள குழந்தைகள் வாசிக்கும்போது மூளையின் பின்புறத்தில் உள்ள பகுதியும் நடுப்பகுதியிலும் உள்ள மொழி சார்ந்த பகுதிகள் மிகக்குறைவாகச் செயல்படுகின்றன. அதே வேளையில் மூளையின் முன் முன்புறத்தின் இயக்கம் மிகையாகவும் உள்ளது என்று ஆராய்ச்சிகள் எடுத்துக்காட்டியுள்ளன[22] (வரைபடம் 3.3 ஆ). இந்த மிகைஇயக்கம் வாசிப்பதில் உள்ள சிரமத்தை ஈடு செய்ய மூளை மேற்கொள்ளும் முயற்சி என்று நம்பப்படுகிறது. இதிலிருந்து டிஸ்லெக்சியாவில் மூளையில் காணப்படும் அடிப்படைக் கோளாறு என்னவென்று தெரிய வந்துள்ளது.

வாசிப்பு ஒரு பெற்ற (கற்ற) பண்பாக இருப்பதால் வாசிக்கக் கற்கும்போது மூளையில் ஏற்கனவே உள்ள மொழிசார்ந்த நரம்புப் பின்னல்கள் வாசிப்புக்காகப் பயன்படுத்தப்படுகின்றன. வாசிக்க வாசிக்க இவை மேலும் மேலும் விருத்தி அடைகின்றன. ஆனால் டிஸ்லெக்சியா உள்ள குழந்தைகளில் இந்த வளர்ச்சி காணப்படுவது இல்லை. இன்னுமொன்று. சராசரிக் குழந்தைகள் வாசிக்கக் கற்றுக்கொள்ளும்போது தொடக்கத்தில் மூளையின் வலது கோளமே செயல்படுகிறது. போகப்போக வாசிப்பு சார்ந்த இந்த செயல்பாடு மூளையின் இடது கோளத்துக்கு இடமாற்றம் செய்யப்படுகிறது. ஆனால், டிஸ்லெக்சியா உள்ள குழந்தைகளின் இந்த இடமாற்றம் நடைபெறுவது குறைவாக உள்ளது. இதனால் இவர்கள் வாசிக்கும்போது மூளையின் இடது கோளம் செயல்படுவது குறைவாக உள்ளது, வலது கோளம் கூடுதலாகச் செயல்படுகிறது.

எனவே, டிஸ்லெக்சியா உண்டாவதற்கான காரணங்கள் என்ன என்று அறுதியாகக் கூற இயலாவிட்டாலும் அது ஏற்படக் காரணங்களாக உள்ள சங்கிலித் தொடரைப் பின்வருமாறு விளக்கலாம்: மரபணுக்களின் தாக்கம் → மூளையில் ஏற்படும் நுட்பமான மாறுபாடுகள் → மொழிசார்ந்த உளவியல் வளர்ச்சிக் குறைபாடுகள் → வாசிப்புக் குறைபாடு.

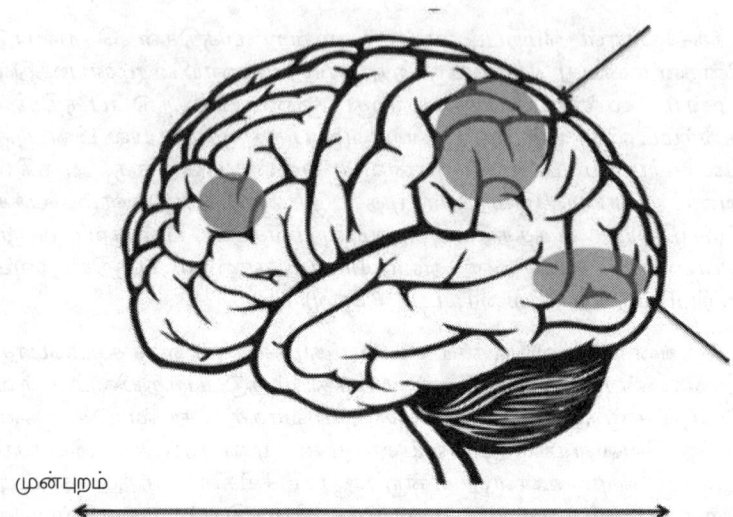

முன்புறம்

வரைபடம் 3.3 அ: சாதாரண குழந்தைகள் வாசிக்கும்போது செயல்படும் மூளையின் பகுதிகள் பின்புறத்திலும் நடுவிலும் உள்ள இரு மையங்கள் கூடுதலாகத் தூண்டப்படுகின்றன (அம்புக் குறிகள்). முன்மடலில் உள்ள பகுதி குறைவாகவே செயல்படுகிறது.

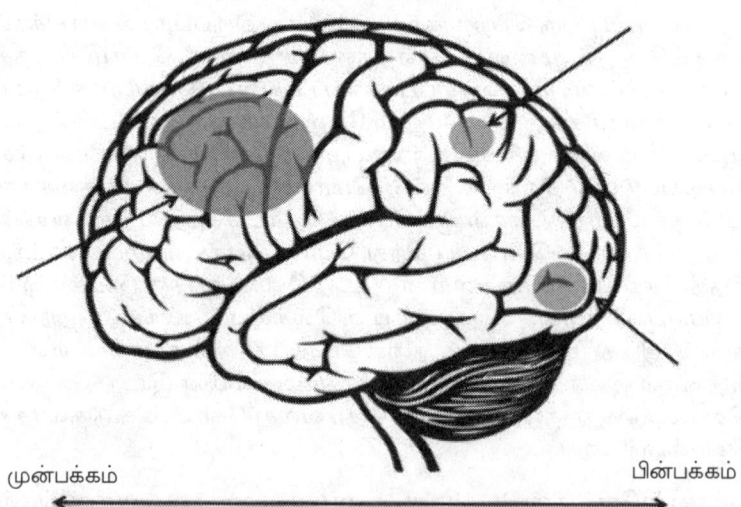

முன்பக்கம் — பின்பக்கம்

வரைபடம் 3.3 ஆ. டிஸ்லெக்சியா உள்ள குழந்தைகள் வாசிக்கும்போது மூளையின் பின்பக்கத்திலும் நடுப்பகுதியிலும் உள்ள மையங்கள் குறைவாக செயல்படுகின்றன. முன்மடலில் உள்ள பகுதி மிகக் கூடுதலாகச் செயல்படுகிறது (அம்புக் குறிகள்).

ஆதாரம்: *Shaywitz. BA. , Shaywitz. SE, Pugh KR et al. (2002)*

இயல் 9

குழந்தைகள் எவ்வாறு வாசிக்கக் கற்றுக்கொள்கின்றன?

வாசிப்புத்திறன் ஒரு பெற்ற பண்பு, இயல்பாக அமைந்த ஒரு பண்பல்ல. எனவே வாசிப்பைக் கற்றுக்கொடுக்க வேண்டும். டிஸ்லெக்சியாவில் உள்ள அடிப்படைப் பிரச்சினை மொழியில் உள்ள ஒலி(யன்)களை அடையாளம் காண்பதிலேயே உள்ளது.

கேட்டல், பேசுதல், வாசித்தல் மற்றும் எழுதுதல் என்பன மொழியின் அடிப்படைக் கூறுகளாகும். ஒரு மொழியில் புலமை உடையவர் என்பவர் இந்த நான்கு அடிப்படைக் கூறுகளிலும் தேர்ந்தவராக இருத்தல் வேண்டும்.

பேச்சு என்பது ஒரு பிறவிப் பண்பு. அது ஓர் உடன்பிறந்த திறன். அதாவது குழந்தைகளுக்குப் பேசக் கற்றுக்கொடுக்க வேண்டியதில்லை. குழந்தைகள் தானாகவே பேசக் கற்றுக்கொள்கின்றன. (இதேபோல, நடையும் ஓர் உடன்பிறந்த பண்பு. அமோசன் காடுகளில் வசிக்கும் சில ஆதிக்குடியினர் தம் குழந்தைகளைப் பிறப்பு முதல் தமது முதுகிலே சுமக்கிறார்கள். அவர்களுக்கு ஒரு வயது ஆகும்வரை நடக்கவிடுவது இல்லை[23]. ஆனாலும் எந்தப் பயிற்சியுமின்றி இந்தக் குழந்தைகள் தமக்கு ஒரு வயதாகும்போது தானாக நடக்க ஆரம்பிக்கின்றன. எனவே, பேசுவதும் நடப்பதும் மனித குலத்துக்கு இயல்பாக அமைந்த பண்புகள்.)

ஆனால், வாசிப்பு அப்படி அல்ல. அது இயல்பாக அமைந்த பண்பல்ல. அதாவது, வாசிப்பு தானாக வருவதில்லை, அதை முயன்று பெற வேண்டும். வாசிக்கத் தெரியாதவர்கள் எத்தனையோ பேர் உலகத்தில் இருக்கிறார்கள். ஆனால், பேசத் தெரியாதவர்கள் (பிறவியிலேயே பேச்சுத்திறன் அற்றவர்களைத் தவிர்த்து) உலகத்தில் இல்லை. எனவே வாசிப்பைக் கற்றுக்கொடுக்க வேண்டும். சுருங்கச் சொன்னால் வாசிப்புத்திறன் மனித குலத்தின் மரபணுக்களில் இல்லை.

உலகெங்கும் உள்ள எல்லா குழந்தைகளுக்கும் பிறந்த நாள் தொட்டு எல்லா மொழிகளில் உள்ள பேச்சு ஒலிகளையும் கற்றுக் கொள்ளும் ஆற்றல் உண்டு. ஆனால், நாள் போகப்போக இந்த ஆற்றல் குறைவடைகிறது. பத்து மாத அளவில் அவர்களால் தாங்கள் கேட்கும் மொழியில், அதாவது தனது தாய்மொழியில் உள்ள ஒலிகளை மட்டுமே உணர்ந்துகொள்ள முடிகிறது. முதல் பத்து மாதங்களில் தமக்குக் கேட்கக் கிடைக்காத மொழிகளின் ஒலிகளை உணர்ந்துகொள்ளும் திறனை குழந்தைகள் இழந்து விடுகின்றன. இதனால்தான் யப்பானியர்களால் 'ர' என்ற ஒலியை உச்சரிக்க முடிவதில்லை. ஏனென்றால் யப்பானிய மொழியில் 'ர' என்ற ஒலி இல்லை. அவர்கள் 'ர' என்ற ஒலியை 'ல' என்றே உச்சரிக்கிறார்கள். உதாரணமாக, ராதா என்ற பெயரை லாதா என்று உச்சரிக்கிறார்கள். இதே காரணத்தால்தான் வயது வந்தபின் இரண்டாம் மொழியாக ஆங்கிலம் கற்றவர்களின் ஆங்கில உச்சரிப்பு சுதேசிய ஆங்கிலேயர்களின் உச்சரிப்புப்போல இருப்பது இல்லை.

குழந்தைகளின் திறன் வளர்ச்சி

தமிழைத் தாய்மொழியாகக் கொண்ட குழந்தைகள் தங்களது சூழலில் தமிழைக் கேட்டு வளர்வதால் தமிழில் உள்ள ஒலிகளைக் கற்றுக்கொள்கின்றன. மற்ற மொழிகளில் உள்ள வேறு ஒலிகளைக் கேட்டுணரும் திறனை இழந்துவிடுகின்றன. அதே வேளையில் தொடக்கப் பள்ளியில் தாய்மொழியைக் கற்கும் போது வாசிப்பதிலும் எழுதுவதிலும் குழந்தை இலகுவாகத் தமிழ் மொழியில் புலமை பெற்றுவிடுகிறது.

பள்ளிப் படிப்பு முதல் மேல் படிப்புவரை வாசிப்புத் திறன் ஒரு அதிமுக்கியப் பாகம் வகிக்கிறது. இங்கேதான் டிஸ்லெக்சியா உள்ளவர்கள் பெரும் பின்னடைவைச் சந்திக்கிறார்கள். அவர்களின் எதிர்காலத்தைத் தீர்மானிக்கும் சக்தியாக டிஸ்லெக்சியா விளங்குகிறது. கூர்மையான அறிவு பெற்றிருந்தும் பலர் படிப்பிலிருந்து விலக நேரிடுகிறது. சிலர் உயர் படிப்பு

பெற்றாலும் வாசிப்பதில் உள்ள குறைபாடுகள் அவர்களின் ஆற்றல்களை மழுங்கச் செய்கின்றன. சிலர் திறன் சாராப் பணிகள் செய்யவேண்டிய கட்டாயத்துக்கு ஆளாகிறார்கள். சிலர் குற்றச் செயல்களில் ஈடுபடுகிறர்கள். சிறைச்சாலையில் உள்ள இளம் குற்றவாளிகள் பலர் டிஸ்லெக்சியா பாதிப்பு உள்ளவர்கள் என்று ஆராய்ச்சிகள் கூறுகின்றன[24].

மக்கள் பேசும் மொழி ஒலியன்களால் ஆனது. பேச்சுமொழி யின் அடிப்படைக் கூறு ஒலியன் *(phoneme)* ஆகும். ஒலியன்கள் சேர்ந்து அசைகளும் *(syllable)*, அசைகளின் சேர்க்கையால் சொற்களும் உருவாகின்றன. வாசிக்கக் கற்றுக்கொள்ளும் ஒரு குழந்தை முதலில் தனக்குக் கேட்கக் கிடைக்கும் மொழியின் பேச்சு வழக்கில் உள்ள சொற்களில் ஒலியன்களை அடையாளம் காண வேண்டும். ஆங்கிலத்தைக் கற்கும் குழந்தைகளுக்கு இந்தத் திறன் அதிமுக்கியமானது என்பது மொழியியல் ஆய்வாளர்களின் கருத்து[25]. எனவே, *cat* என்ற சொல்லைக் கேட்கும்போது அதில் அடங்கியுள்ள ஒலியன்களைக் கூறுபடுத்தி, */k/ ae/t/* என்று அறிய வேண்டும். அதே போல *ship* என்ற சொல்லைக் கேட்கும் குழந்தை அதை */sh/i/ p/* என்ற ஒலியன்களாகப் பிரித்து அறிய வேண்டும். இதுவே வாசிப்பின் முதல் கட்டம். ஒற்றர்களின் இரகசியக் குறிகளை அவிழ்ப்பது போல இதுவும் ஒரு குறி அவிழ்ப்பு *(decoding)* முறை. இந்தத் திறன் ஒலியன் விழிப்புணர்வு *(phonological awareness)* என்று அழைக்கப்படுகிறது. இது பேச்சு மொழியில் உள்ள ஒலியன்களைக் குறிக்கும் என்பதைக் கவனிக்கவும்.

அடுத்து, வாசிக்கும்போது ஒலியன்களை எழுத்துகளோடு பொருத்திப் பார்க்க வேண்டும். அதாவது எழுத்துக்கும் ஒலியனுக்கும் உள்ள தொடர்பைப் புரிந்துகொள்ள வேண்டும் *(phoneme-grapheme correspondence)* இது இரண்டாவது கட்டம். பின்னர், ஒலியன்களை இணைத்து அசைகளாகவும் தனிச்சொற்களாகவும் வாசிக்க வேண்டும். அதன்பின் சொற்களின் பொருளைப் புரிந்து கொள்ள வேண்டும். இதுவே வாசிக்கக் கற்றுக்கொள்வதில் உள்ள நேர்வழி. இவ்வாறாக, வாசிக்கக் கற்றுக்கொண்ட பின்தான் கற்பதற்காக வாசிக்க முடியும்.

டிஸ்லெக்சியாவில் உள்ள அடிப்படை வாசிப்புக் குறைபாடு

டிஸ்லெக்சியாவில் காணப்படும் அடிப்படைப் பிரச்சினை ஒலியன்களை அறிந்துகொள்ளும் முதல் கட்டத்தில்தான் உள்ளது என்பது ஐரோப்பிய மொழி ஆராய்ச்சிகள் திட்டவட்டமாக நிறுவியுள்ளன[26]. டிஸ்லெக்சியா உள்ளவர்களால் வாசிக்கும்போது மேலே கூறப்பட்ட நேர் வழியைப் பின்பற்ற முடிவதில்லை.

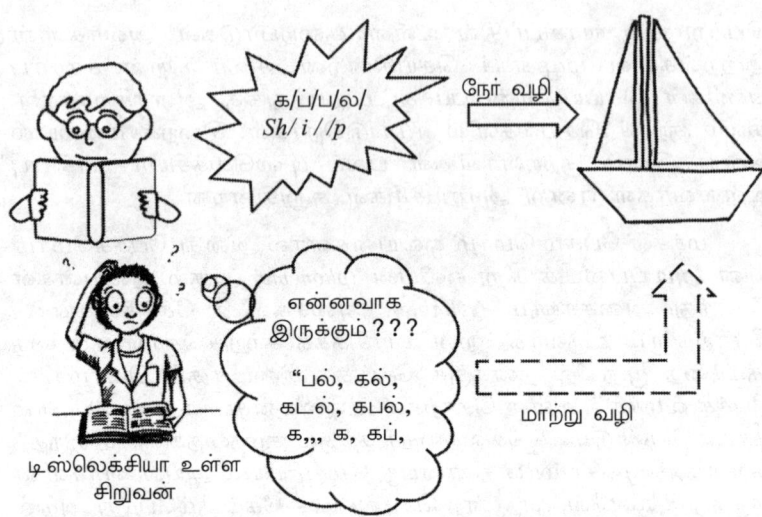

வரைபடம் 3.4: 'கப்பல்' என்ற சொல்லை வாசிக்கும் சிறுவன்: சொற்களை ஒலிகளாகப் பிரித்து வாசிக்கும் நேர்வழியை டிஸ்லெக்சியா உள்ள குழந்தைகளால் பின்பற்ற முடிவது இல்லை. எனவே, சொல் என்னவாக இருக்கும் என்று ஊகித்து வாசிக்கிறார்கள். இதனால், தடங்கித் தடங்கியும் பிழை பிழையாகவும் வாசிக்கிறார்கள்.

சொற்களை ஒலி பிரிக்கும்போது செயல்படும் மூளையின் பகுதி சரியாக இயங்குவதில்லை. எனவே, இவர்கள் மாற்று வழிகளைப் பின்பற்றுகிறார்கள். சொல்லில் உள்ள ஓரிரண்டு எழுத்துகளைக் கொண்டு மிகுதியை ஊகித்து வாசிக்கிறார்கள் (வரைபடம் 3.4). இவர்கள் புத்திக்கூர்மை உள்ளவர்களாக இருப்பதால் வாசிக்கும் வசனத்தின் சூழ்நிலையைக் கருத்தில் கொண்டு 'இந்தச் சொல் இதுவாகத்தான் இருக்கும்' என்று அனுமானித்து வாசிக்கிறார்கள். ஆனால் இதற்கு இவர்கள் கொடுக்கும் விலையோ பெரிது. இது தலையைச் சுற்றி மூக்கைத் தொடுவதற்குச் சமமானது. இதனால் தப்புத்தப்பாகவும், தடங்கித் தடங்கியும் வாசிக்கிறார்கள். வாசிப்பு சீராக இருப்பது இல்லை. எனவே வாசிக்கும்போதும் எழுதும் போதும் பிழைகள் மிகுதியாகக் காணப்படுகின்றன.

வகுப்பில் வாசிப்புப் பாடங்களின்போது இவர்களால் விரைவாக வாசிக்க முடிவது இல்லை. வாசிக்க மாற்று வழிகளைப் பின்பற்றுவதால் வாசிப்பு பெரும் அயர்ச்சி தருவதாக உள்ளது. வாசிப்பு அனுபவம் இவர்களுக்கு மகிழ்ச்சி தருவதில்லை. தேர்வுகளில் வினாக்களுக்கு விடை எழுத அதிக நேரம் தேவைப் படுகிறது. குறிப்பாக, பன்முகத் தெரிவு வினாக்கள் (Multiple choice questions) இவர்களுக்குப் பெரும் சவாலாக அமைகின்றன.

ஏனென்றால், இந்த வினாக்களைச் சந்தர்ப்பம் சூழ்நிலையைக் கொண்டு ஊகித்து வாசிக்க இயலாது.

வாசிப்பதைப் புரிந்துகொள்ளல்

வாசிப்பும் வாசிப்பதைப் புரிந்துகொள்வதும் இரண்டு வெவ்வேறான செயல்பாடுகள் என்பதைக் கவனிக்கவும். டிஸ்லெக்சியா உள்ளவர்களால் பெரும்பாலும் தாம் வாசிப்பதை புரிந்துகொள்ள முடியும். இவர்களுக்கு உள்ள குறைபாடு வாசிப்பதில்தான் உள்ளதே தவிர வாசிப்பதைப் புரிந்துகொள்வதில் அல்ல. ஆனால் சிலருக்கு டிஸ்லெக்சியாவோடு வாசிப்பதைப் புரிந்துகொள்ள இயலாத இன்னொரு குறைபாடும் இணைந்து காணப்படலாம்.

வாசிப்பு என்பது எத்துணைச் சிக்கலான செயல்பாடு என்பதை அநேகமானோர் அறியமாட்டார்கள். மேலும், வாசிப்பு ஒரு மொழி சார்ந்த செயல்பாடு. எனவே வாசிக்கக் கற்றுக்கொள்வது என்பது மொழிக்கு மொழி வேறுபடும் என்பது சொல்லாமலே விளங்கும். வாசிப்பில் ஒரு மொழியின் எழுத்து முறை ஒரு முக்கிய பங்குவகிக்கிறது. எனவே, உலக மொழிகளின் எழுத்து வகைகள் பற்றி அடுத்து அறிந்துகொள்வோம்.

இயல் 10

எழுத்தும் மொழியும்

[எழுத்து வகைகள், மொழியியல் கோட்பாடுகள் அகியவற்றைத் தெரிந்துகொள்ள விரும்புவர்களின் கவனத்திற்கு மட்டும்.]

ஆங்கிலம் ஒலியன் எழுத்து முறையைக் கொண்டது. தமிழ் பெரும்பாலும்அசை எழுத்து முறையைக் கொண்டது, ஆங்கிலம் ஒரு விநோத மான மொழி. அதில் ஒரு எழுத்தைப் பலவாறாக ஒலிக்கலாம். மாறாக, தமிழில் எழுத்துக்கும் ஒலிக்கும் உள்ள தொடர்பு நேரிடையானது. ஆனால் தமிழ் எழுத்து வடிவம் சிக்கலானது.

ஒலியைக் குறிக்கும் குறியீடு எழுத்து. உலகெங்கும் உள்ள மொழிகளின் எழுத்து முறைமையைக் *(ortho graphy)* கற்றறிந்தவர்கள் அவற்றை ஐந்து வகைகளாகப் பிரிக்கிறார்கள்:

- **ஓவிய எழுத்து** *(pictograph)*: இதில் ஒரு படம் ஒரு சொல்லைக் குறிக்கிறது. எகிப்திய பழம் பட எழுத்துகள் *(hieroglyphs)* இந்த வகையைச் சேர்ந்தவை.

- **கருத்தெழுத்து** *(logograph)*: இதில் ஒவ்வொரு பொருளுக்கும் ஓர் எழுத்து உண்டு. இதற்கு உதாரணமாகச் சீன மொழியைக் கூறலாம். இதனால், சீன மொழியில் ஏராளமான (50,000க்குக் குறைவில்லாத) எழுத்துகள் உள்ளன.

- **அசை எழுத்து** *(syllabary)*: இது அசைகளை அடிப்படையாகக் கொண்ட ஓர் எழுத்து முறை. எழுத்துகள் உருவாக்கும் அசைகளைக் கொண்டு

சொற்கள் ஒலிக்கப்படுகின்றன. யப்பானிய கானா எழுத்து முறை இத்தகையது.

- **அகர எழுத்து** *(alphabetic writing system)*: இந்த எழுத்து முறையில் பேச்சு மொழியில் உள்ள எல்லா ஒலியன்களும் சொற்பமான சில எழுத்துகளுக்குள் அடங்கும். இதைப் பின்னர் விளக்குவோம். உரோம (லத்தீன்) எழுத்துகளைக் கொண்ட ஆங்கிலம், ஜெர்மன், இத்தாலிய மொழிகள் அகர எழுத்து முறைமையைக் கொண்டவை.
- **அகர – அசை எழுத்து** *(alphasyllabary)*: இது கடைசியாகக் கூறப்பட்ட இரண்டு எழுத்து முறைமையைக் ஒருங்கே கொண்ட ஒரு எழுத்து முறை. அதாவது, சில சொற்கள் அசைகளின் அடிப்படையிலும் பிற சொற்கள் ஒலியன்களைக் கொண்டும் ஒலிக்கப்படுகின்றன. தமிழ் உட்பட, எல்லா இந்திய மொழிகளும் இந்த எழுத்து முறையைக் கொண்டவை.

அகர எழுத்து முறை

A,B,C,D என்பன எழுத்துகள், அவற்றுக்குரிய ஒலியன்கள் வேறு. முன்னர் கூறப்பட்டது போல, பேச்சு மொழியில் உள்ள *cat* என்ற சொல் */k/- /ae/ - /t/* என்ற ஒலியன்களால் ஆக்கப்பட்டது. அதேபோல, *ship* என்ற சொல்லை ஒலிக்கும்போது */sh/- /i/-/p/* என்று ஒலியன்கள் வாரியாகப் பிரித்து வாசிக்க வேண்டும். தற்போது ஆங்கிலம் ஒலியியல் அணுகுமுறை *(phonetic approach)* வழியாகத்தான் கற்றுக்கொடுக்கப்படுகிறது.

தமிழில் 'த' என்பதை நாம் ஓர் எழுத்தாக எழுதுகின்றோம். இந்தத் 'த' என்ற எழுத்து வடிவில் ஓர் எழுத்தாக இருந்தாலும் ஒலி வடிவில் இது 'த்', 'அ' என்ற இரண்டு எழுத்துகளால் ஆனது. இதனால் ஒலியன் எழுத்து முறையில் 'த' என்பதை எழுத வேண்டுமானால் /த்/ /அ/ என்றுதான் எழுத வேண்டும். பூனை என்ற சொல்லில் உள்ள ஒலியன்கள் பின்வருமாறு: /ப்/ /ஊ/ /ன/ /ஐ/. இவ்வாறு ஒலியன் எழுத்து முறையில் எழுதும் வழக்கம் தமிழில் இல்லை. மாறாக, ஆங்கில, ஜெர்மன், இத்தாலிய மொழிகள் ஒலியன் எழுத்து முறையில்தான் எழுதப்பெற்று வருகின்றன. இது அகர எழுத்து முறை *(alphabetic writing system)* என்று வழங்கப்படுகிறது.

தமிழ் எழுத்து முறை

தமிழ் பெரும்பாலும் அசை எழுத்து முறையைக் கொண்டது. 'அம்மா' என்ற சொல்லை /அம்/ /மா/ என்று அசை பிரித்து ஒலிக்க வேண்டும். 'பூனை' என்ற சொல் /பூ/ /னை/ என்று

அசை பிரிக்கப்படுகிறது. தமிழ்மொழி மரபில் "அகர முதல எழுத்தெல்லாம்" என்பது பின்வருமாறு அசை பிரிக்கப்படுகிறது: /அக/ /ர/ /முத/ /ல/ /எழுத்/ /தெல்/ /லாம்/.

ஆனாலும் சில தமிழ் எழுத்துகள் இரண்டு அல்லது மூன்று விதமாக ஒலிக்கப்படுகின்றன. காட்டாக, படம், கம்பம், என்ற இரண்டு சொற்களில் படம் என்ற சொல்லில் வருகிற 'ப' எழுத்து /p/ என்ற பேச்சொலியைக் குறிக்கிறது; கம்பம் என்ற சொல்லில் வருகிற 'ப' எழுத்து /b/ என்ற பேச்சொலியைக் குறிக்கிறது. அதாவது, ப என்ற எழுத்துக்குக் குறைந்தபட்சம் இரண்டு ஒலிகள் உள்ளன. இதேபோன்று க, ச, ட, த, ப, ற ஒலியன்களுக்கும் மாற்றொலிகள் உள்ளன. இவ்வாறு இவை வேறுபடுவதற்குக் காரணம், அவை வருகின்ற மொழிச்சூழல். எழுத்து வரும் இடத்தை அடிப்படையாகக்கொண்டு, நாம் ஒலியனின் எந்த மாற்றொலியைக் குறிக்கிறது என்பதைத் தெரிந்து கொள்ளலாம்.

எனவே, மேலே கூறப்பட்ட ஐந்து எழுத்து முறைமைகளில் தமிழானது அகர – அசை எழுத்து முறை என்ற பிரிவைச் சேர்ந்தது என்பது தெளிவு. இந்தி, வங்காள மொழி, மராத்தி போன்ற இந்திய மொழிகள் எல்லாம் அகர – அசை எழுத்து முறையைக் கொண்டவை. எல்லா இந்திய மொழிகளும் மற்றும் பர்மா, தாய்லாந்து போன்ற நாடுகளின் மொழிகளின் எழுத்துருவம் பிராமி எழுத்துமுறையில் இருந்து பெறப்பட்டவையே என்பது தான் இதற்குக் காரணம்.

முன்னொரு காலத்தில் தமிழ் கற்கும் குழந்தைகளுக்கு எழுத்தை மணலில் எழுதி அதை ஒலிக்கச் சொல்லிக் கொடுக்கப் பட்டது. தமிழை வாசிக்க ஆரம்பிக்கும் ஒரு குழந்தை முதலில் தமிழ் எழுத்துகளில் ஒலிப்பு முறையைக் கற்றுக்கொள்கிறது. பின் முழுச் சொற்களை எழுத்துக்கூட்டி சொல்லிக்கொடுக்கும் வாசிப்பு முறைதான் இன்றும் நடைமுறையில் உள்ளது. அதே போல குழந்தைகளும் புதிய ஒரு சொல்லை வாசிக்கும்போது அதை எழுத்துக் கூட்டி வாசிக்கும் பழக்கம் உள்ளது. நீண்ட சொற்களையும் செய்யுள்களையும் அசை பிரித்தும் வாசிப்பது வழக்கம்.

எந்த மொழியானாலும் ஒரு சொல்லைப் பல முறை கற்றறிந்த பின் அது முழுச் சொல்லாக குழந்தையின் நினைவில் பதிந்துவிடுகிறது. குறிப்பாக, அடிக்கடி பாவிக்கப்படும் சொற்களான, அந்த, இது, காகம் போன்ற குறுஞ்சொற்கள் முதல் புறநானூறு, நல்லெண்ணம், பல்கலைக்கழகம் போன்ற

நெடுஞ் சொற்களை அசை பிரித்து வாசிக்காமல் சொல்லைப் பார்த்தவுடன் முழுச் சொல்லையும் அடையாளம் கண்டு ஒலிக்க முடிகிறது. இவை பார்வைச் சொற்கள் *(sight words)* என்று அழைக்கப்படுகின்றன. ஆங்கிலத்திலும் *the, his, or, but* போன்ற ஏராளமான பார்வைச் சொற்கள் உள்ளன. நாளடைவில் குழந்தைகள் வளமான ஒரு பார்வைச் சொற்களஞ்சியத்தை உருவாக்கிக்கொள்கிறார்கள். இதனால் அவர்களால் விரைவாகவும் தங்குதடையின்றியும் வாசிக்க முடிகிறது. வாசிக்கக் கற்றுக் கொள்வதில் உள்ள வளர்ச்சிப்படிகள் இவை.

ஆங்கிலத்தை வாசிக்கக் கற்றுக்கொள்வது கடினமாக உள்ளது ஏன்?

எழுத்து வடிவில் உள்ள மொழியை ஒலிக்கும்போது எழுத்துக்கும் அதன் ஒலிக்கும் உள்ள ஒற்றுமையையும் கணக்கில் கொள்ள வேண்டும். தமிழ்ச் சொற்களில் உள்ள பெரும்பாலான எழுத்துகளை (மேலே கூறப்பட்ட விதிவிலக்குகளைத் தவிர) நேருக்கு நேராக ஒலிக்கிறோம். 'அ' என்ற எழுத்தின் ஒலிப்பு அம்மா, அவன், அறம், அகரம் என்ற சொற்களில் ஒரே மாதிரியாகவே இருக்கும், மாறுவது இல்லை. ஓர் எழுத்துக்கு ஓர் ஒலிப்புதான் இருக்கும். இம்மாதிரியான மொழிகள் ஆழமற்ற மொழிகள் *(shallow / transparent orthography)*, என்று அழைக்கப்படுகின்றன. அதாவது எழுத்துக்கும் அதன் உச்சரிப்புக்கும் உள்ள தொடர்பு நேருக்கு நேரானது என்று பொருள். இந்த வகையில் தமிழ் மொழியில் ஒலிப்புமுறை ஒழுங்கானது, ஆழமற்றது. பிரெஞ்ச், இத்தாலியன், ஜெர்மன் ஆகிய மொழிகளில் எழுத்துக்கும் உச்சரிப்புக்கும் ஒழுங்கான தொடர்பு உண்டு. இதேபோல, எல்லா இந்திய மொழிகளும் ஆழமற்றவை. எனவே, இந்த மொழிகளைக் கற்றுக்கொள்வது சுலபம் என்று கூறப்படுகிறது (கீழே பார்க்க).

ஆங்கிலம் ஒரு விநோதமான மொழி. அதில் எழுத்துக்கும் ஒலியனுக்கும் நேரிடையான தொடர்பு இல்லை. இது ஒரு ஆழமான *(deep/opaque)* எழுத்துமுறையைக் கொண்டது. காட்டாக, *cat* என்ற சொல்லில் உள்ள */c/* க என ஒலிக்கும். ஆனால் *cell* என்ற சொல்லில் உள்ள */c/* யை செ என ஒலிக்க வேண்டும். இதேபோல, *pin* என்ற சொல்லில் உள்ள *i* என்ற எழுத்தின் ஒலிப்பும் *pint* என்ற சொல்லில் உள்ள *i* என்ற எழுத்தின் ஒலிப்பும் வித்தியாசமானவை. எனவே, ஒரு எழுத்தைப் பலவாறாக ஒலிக்கலாம். ஆங்கிலத்தில் 26 எழுத்துகளும் 40 ஒலியன்கள்களும் உள்ளன. '*a*' என்ற எழுத்தைக் குறைந்தபட்சம் எட்டு விதமாக

ஒலிக்கலாம். ஆங்கிலத்தில் உள்ள 40 ஒலியன்களை ஏறத்தாழ 1,120 விதமாக உச்சரிக்கலாம்![27] ஆங்கிலம் அதன் உச்சரிப்பைப் பொறுத்தவரையில் ஒரு ஆழமான மொழி. ஆங்கிலத்தை வாசிக்கக் கற்பது கடினமாக இருப்பதற்கு இதுதான் காரணம்.

தமிழை வாசிக்கக் கற்றுக்கொள்வது சுலபமா?

தமிழ் பெரும்பாலும் ஒரு அசை மொழி என்றும் ஆழமற்ற ஒலிப்பு முறையைக் கொண்டது என்றும் முன்னர் கூறினோம். தமிழ் எழுத்துகளில் ஆங்கிலத்தில் உள்ள மாதிரியான ஒலி பேதங்கள் இல்லை. எனவே, பெருமுயற்சி இல்லாமலே குழந்தைகள் தமிழை வாசிக்கக் கற்றுக்கொள்ளும் என்று வாசகர்கள் கருதலாம்.

ஆனால் உண்மை அதுவல்ல. தமிழ் எழுத்துரு சிக்கலானது. மொத்தம் 247 எழுத்துகள் தமிழ் மொழியில் உள்ளன (கன்னடத்தில் 474 எழுத்துகள் உள்ளன!). ஸ, ஜ, போன்ற பல கிரந்த எழுத்துகளும் உள்ளன. 12 உயிர் எழுத்துகளும் 18 மெய் எழுத்துகளும் உள்ளன. தமிழ் எழுத்து வடிவங்கள் சிக்கலானவை. கீழ் விலங்கு (அ → ஆ),மேல் விலங்கு (ச → சி), சுழிமேல் (ச → சீ) கொம்பு (ச → செ) இரட்டைக் கொம்பு (ச → சை), இணையெழுத்து (ப → பா) போன்ற பல குறியீட்டுப் புள்ளிகள் (diacritic marks) உள்ளன. ர—ற, ல—ள—ழ, ந—ன—ண என்ற வேறுபாடுகளும் (மயங்கொலிகள்) உண்டு. இதைத் தவிர, வல்லெழுத்துகள் மிகும் இடங்கள், மிகா இடங்கள் எனப் பல விதிகள் உள்ளன. மேலும் குறில் நெடில் எழுத்துகள் இருப்பதால் எழுத்துக் குற்றங்கள் ஏற்படும் வாய்ப்பு அதிகமாக உள்ளது. (தொல்காப்பியத்தில் எழுத்து பற்றி ஓர் அதிகாரமே உண்டு!). இதனால் தமிழை வாசிக்க ஆரம்பிக்கும்போது குழந்தைகளுக்கு அது கடினமாகவே உள்ளது. குறிப்பாக, தமிழைப் பிழையின்றி எழுதுவது சராசரிக் குழந்தைக்கும் ஒரு சவாலாகவே உள்ளது.

மற்றது, ஆங்கிலம் போலல்லாமல் தமிழ் ஓர் இரட்டை வழக்குமொழி (diglossia). தமிழில் பேச்சுவழக்கு, எழுத்துவழக்கு என்று இரண்டு வழக்குகள் நிலவுகின்றன. பேச்சுவழக்கு வட்டாரம் சார்ந்து மாறுபடுகிறது. வாசிக்கக் கற்றுக்கொள்ளும்போது குழந்தைகள் தமக்குப் பழக்கமான வீட்டு வழக்கு மொழியையும் தமிழ் எழுத்து மொழியையும் வேறுபடுத்திப் பார்க்க வேண்டும்.

ஆங்கில வாசிப்பு முறையை ஆராய்ச்சி செய்த அளவுக்குத் தமிழ் உட்பட இந்திய மொழிகளில் வாசிப்பு பற்றிய ஆராய்ச்சி செய்யப்படவில்லை. ஆனாலும், மேலே கூறப்பட்ட காரணங் களால் தமிழை வாசிக்கக் கற்றுக்கொள்வது அவ்வளவு இலகு வானது அல்ல என்பது தெரியவரும். ஆங்கிலம் கற்றுக்கொள்ளும்

ஆங்கில அல்லது அமெரிக்கக் குழந்தைகள் இரண்டாம் மூன்றாம் வகுப்பிலே வாசிப்பில் கணிசமான அளவு தேர்ச்சி பெற்றுவிடுகின்றன, ஆனால் கன்னட மொழியை வாசிக்கக் கற்றுக்கொள்ளும் குழந்தைகள் வாசிப்பில் தேர்ச்சி பெற ஒன்பது வயதாகிறது என்று ஓர் ஆராய்ச்சி கூறுகிறது[28].

இங்கே ஒரு கேள்வி எழுகிறது. தமிழை வாசிப்பது இத்துணை கடினமானது என்றால் (சிலர் தமிழை வாசிக்கக் கற்றுக்கொள்வது சிரமமானது அல்ல என்று விவாதிக்கலாம்), தமிழ்ப் பேசும் குழந்தைகளில் டிஸ்லெக்சியா கூடுதலாக உள்ளதா? தமிழ்ப் பேசும் குழந்தைளின் வாசிப்பு வளர்ச்சியையும் அதன் குறைபாடு பற்றியும் இதுவரை எந்தவிதமான ஆராய்ச்சிகளும் நடத்தப்படவில்லை. மேலே கூறியது போல, கன்னட மொழி பேசும் குழந்தைகளில் டிஸ்லெக்சியா பற்றி ஓரிரு ஆய்வுகள் உள்ளன. தமிழகத்தில் கல்வியாளர்களும் ஆசிரியர்களும் அவர்கள் அனுபவத்தின்படி தமிழ்ப் பேசும் குழந்தைகளில் டிஸ்லெக்சியா காணப்படுகிறது என்று கூறுகிறார்கள். இந்தக் குழந்தைகளின் எழுத்தில் பல விதமான எழுத்துப் பிழைகள் இருப்பதாகக் கூறுகிறார்கள். டிஸ்லெக்சியா பற்றித் தமிழில் உள்ள கட்டுரைகளும் புத்தகங்களும் ஆங்கிலம் கற்றுக்கொடுப்பதைப் பற்றித்தான் பேசுகின்றன!

இயல் 11

டிஸ்லெக்சியா உள்ள குழந்தைகளுக்கு வாசிக்கக் கற்றுக்கொடுத்தல்

டிஸ்லெக்சியா உள்ள குழந்தைகளுக்குச் சிறப்பு வாசிப்புப் பயிற்சிகள் தேவை. வாசிப்பு கற்றுக் கொடுக்கும் முறைகளில் ஒலிவழி கற்றல் முறையே சிறந்தது. இவை பயிற்சி பெற்ற சிறப்பு ஆசிரியர்களால் நடத்தப்பெற வேண்டும்.

டிஸ்லெக்சியா ஒரு கல்வி சார்ந்த குறைபாடாக இருப்பதால் அதற்கான நிவாரணம் வாசிப்பை முறையாகக் கற்றுக்கொடுப்பதிலேயே தங்கியுள்ளது. எனவே, இதில் பள்ளிக்கூடங்களும் ஆசிரியர்களும் முக்கியப் பங்குவகிக்கிறார்கள். ஒரு குழந்தைக்கு டிஸ்லெக்சியா உள்ளது என்று உறுதிசெய்த பின் என்ன கல்வி முறை தேவைப்படும் என்பதைக் கோடிட்டுக் காட்டுவதே இந்த இயலின் குறிக்கோள்.

"நீ கற்றுக்கொடுப்பது மாணவனுக்குப் புரிய வில்லை என்றால், அதைப் புரியும்படி கற்றுக்கொடு" என்று கல்விப் புலனில் ஒரு சொல்வழக்கு உண்டு. டிஸ்லெக்சியாவில் காணப்படும் மொழிசார் குறைபாடுகளை முறையான வாசிப்புப் பயிற்சி யினால் கணிசமான அளவு நிவர்த்தி செய்ய முடியும் என்பதே நாம் முதலில் தெரிந்துகொள்ள வேண்டிய நற்செய்தி[29]. ஆனால், டிஸ்லெக்சியா உள்ள மாணவர்களுக்கு வாசிப்பை வழக்கமான முறையில் கற்றுக்கொடுப்பதில் பயன் இல்லை, அதை வேறுவிதமாகக் கற்றுக்கொடுக்க வேண்டும்.

டிஸ்லெக்சியா உள்ள ஒரு குழந்தைக்கு வாசிப்புப் பயிற்சி தேவை என்பது வெளிப்படை. ஆனால், சராசரி மாணவர்களுக்குப் பயன்படுத்தப்படும் கற்பித்தல் முறையை டிஸ்லெக்சியா உள்ள மாணவர்களுக்குப் பயன்படுத்திக் கற்பிப்பதால் நன்மை பெற முடியாது. அதாவது மும்முரமாகப் பல மணித்தியாளங்கள் வழமையான முறையில் கடும் வாசிப்புப் பயிற்சி அளித்தால் மட்டும் போதாது. வாசிப்பை வேறு விதமாகக் கற்றுக்கொடுக்க வேண்டும். டிஸ்லெக்சியாவில் உள்ள அடிப்படைக் குறைபாடு ஒரு சொல்லில் உள்ள ஒலியன்களைப் பிரித்துப் பார்க்க இயலாமையே. எனவே, இது முறைப்படியாக, நுணுக்கமாகக் கற்றுக்கொடுக்கப்பட வேண்டும்.

டிஸ்லெக்சியா உள்ள ஒரு குழந்தைக்கு வாசிப்பு கற்றுக் கொடுப்பதில் உள்ள அடிப்படைகள் விதிகளை ஆராய்ச்சிகள் தெளிவுபடுத்தியுள்ளன[30]. இந்த ஆராய்ச்சி முடிவுகளைப் பின் வருமாறு தொகுத்துச் சொல்லாம்:

- வாசிப்புக்கான குறுக்கீடுகள் (reading interventions) இளம் பிராயத்தில் இருந்தே அமுல்படுத்தப்பட வேண்டும். அதாவது, வாசிப்புப் பயிற்சிகளைக் கூடிய சீக்கிரம் ஆரம்பிக்க வேண்டும்.

- வாசிப்பு கற்றுக்கொடுக்கும் முறைகளில் மேலே கூறப்பட்ட ஒலிவழிக் கற்றல் முறைகளே சிறந்தவை.

- வழக்கமான பாடங்களைக் கற்றுக்கொடுக்கும் அதே வேளையில் ஒலிவழி கற்கும் முறையைப் பின்பற்றி சிறப்பு வாசிப்புப் பயிற்சிகள் வழங்கப்பட வேண்டும்.

- இதைத் தனி வகுப்புகளாக ஒவ்வொரு நாளும் 6 முதல் 8 மாணவர்களுக்கு நடத்த வேண்டும். வாசிப்புச் சார்ந்த வீட்டுப் பாடங்கள் கொடுக்கப்பட வேண்டும்.

- சிறப்பு வாசிப்பு வகுப்புகளை டிஸ்லெக்சியா பயிற்றுவிப்பு முறைகளில் பயிற்சி பெற்ற சிறப்பு ஆசிரியர்களால் நடத்தப் பெற வேண்டும்.

- இதைச் சாதாரணப் பள்ளிக்கூடங்களில் நடைமுறைப் படுத்துவதே சிறந்தது.

இவை ஆராய்ச்சிக் கண்டுபிடிப்புகள். இதை நம் நாடுகளில் நடைமுறைப்படுத்துவதில்தான் சிக்கல்கள் உள்ளன. இனி, இவற்றை விரிவாகப் பார்ப்போம். வாசிக்கக் கற்றுக்கொடுப்பதில் பலவகை அணுகுமுறைகள் உள்ளன. ஒன்று ஒரு சொல்லை அதன் ஒலியன்களாகப் பிரித்து ஒலிக்கும் முறை. மற்றது, ஒரு

சொல்லை அசைகளாகப் பிரித்து வாசிக்கும் முறை. மூன்றாவது, ஒரு சொல்லை முழுச்சொல்லாகவே உச்சரிக்கும் முறை. ஒலியன்களை அடையாளம் காணவும் அதன் வழியாக வாசிக்கக் கற்றுக்கொடுக்கும் முறையே இன்று ஆங்கிலத்திலும் ஐரோப்பிய மொழிகளிலும் கற்றுக்கொடுக்கும்போது பின்பற்றப்படுகிறது.

ஒலியன்கள் பற்றிய விழிப்புணர்ச்சியைக் கற்றுக்கொடுத்தல்

எனவே, டிஸ்லெக்சியா உள்ளவர்களில் ஒலியன்கள் பற்றிய விழிப்புணர்வை மேம்படுத்தப் பல முனைப்புகள் தேவை. உதாரணமாக, சொற்களில் உள்ள ஓரிரு ஒலியன்களைத் தவிர்த்து அந்தச் சொல்லை ஒலிப்பது (உ–ம். *play* என்ற சொல்லை *l* என்ற ஒலி இல்லாமல் உச்சரிப்பது), ஒலியன்களைச் சொற்களில் புகுத்தி உச்சரிப்பது (உ–ம். *wild* என்ற சொல்லில் முதல் எழுத்தின் ஒலிக்குப் பதிலாக இடத்தில் *m* என்ற ஒலியைப் புகுத்தி *mild* என்று ஒலிப்பது) போன்ற பயிற்சிகளைக் குறிப்பிடலாம். தொடக்கப் பள்ளியில் இந்த மாதிரியான வாசிப்புப் பயிற்சிகள் டிஸ்லெக்சியா உள்ள குழந்தைகளுக்கு ஒவ்வொரு நாளும் முறையாக 15 நிமிடங்களுக்குச் சொல்லிக் கொடுக்கப்படுகின்றன.

கூடவே, ஆங்கிலம் கற்கும்போது அடிக்கடி பாவிக்கப்படும் பார்வைச் சொற்களான *at, but, any, by, as, the* போன்ற நூறு இருநூறு குறுஞ்சொற்களைச் சேகரித்து அவற்றைப் படிப்படியாக மனனம் செய்வது பெரும் பயனுள்ளதாக இருக்கிறது. இவற்றைக் காட்சி அட்டைகளில் (*flash cards*) எழுதி எழுத்துக்கூட்டி வாசிக்காமல் அட்டையைப் பார்த்து ஆசிரியர் சொல்ல அதைக் குழந்தை திருப்பிச் சொல்ல வேண்டும். பின் அவற்றை மனனம் செய்ய வேண்டும். அதன்பின் அந்த சொல்லைக் கொண்டு வசனங்கள் அமைத்துப் பழக வேண்டும். ஆங்கிலத்தில் *Dolch sight words* என்ற 220 சொற்கள் கொண்ட சொற்தொகுதி வயதுக்கு ஏற்றவாறு மனனம் செய்ய உதவும் வகையில் ஒழுங்கு செய்யப்பட்டுள்ளது[31]. ஆங்கில வாசிப்புப் புத்தகங்களிலும் செய்தித் தாள்களிலும் உள்ள 50% சொற்கள் இதில் அடங்கும் என்று கூறப்படுகிறது.

ஆங்கிலம் கற்றுக்கொடுக்கும்போது சொற்களின் ஒலிப்பு விதிமுறைகளைக் கற்றுக்கொடுக்க வேண்டும். காட்டாக, பல சொற்களின் கடைசியில் *e* சேரும்போது அந்த வார்த்தையில் உள்ள உயிர் எழுத்தின் ஒலி நீண்டு ஒலிக்கும் (உ–ம். *on/one, us/use, hat/hate, tap/tape, at/ate*) இது *magic e spelling rule* என்று அழைக்கப்படுகிறது. இதேபோல, *c* யைத் தொடந்து *e, i, y*, என்ற எழுத்துகள் வந்தால் *c* அது 'சி' என்ற மென்மையான ஒலியை

ஏற்கும் (உ—ம். *cell, civil, cyclone; c becomes soft c when followed by e, i or y*). இந்த விதிமுறைகளை உதாரணங்களோடு விளக்கும்போது அவர்களால் எளிதில் புரிந்துகொள்ள முடிகிறது.

இவை ஆங்கிலம் கற்றுக்கொடுக்கும் வழிமுறைகள் என்பதைக் கவனிக்கவும். இந்திய மொழிகளில் எழுத்துகளின் ஒலிப்பைத் தொடக்கத்திலேயே கற்றுக்கொடுப்பது முக்கியமாகக் கருதப் படுகிறது. தமிழ் எழுத்துகள் ஒழுங்கான ஒலிப்பு முறையைக் கொண்டிருப்பதால் தமிழ் எழுத்துகளை ஒலிவழி கற்பிப்பதே சிறந்தது என்று கருதப்படுகிறது.

பிறகு, அடிக்கடி பயன்படுத்தப்படும் பார்வைச் சொற்களை (உ—ம். இந்த, அது, சில, அவன், பாடம்) விரைவாக அடையாளம் காண மாணவர்களுக்குப் பயிற்சி அளிக்கப்பட வேண்டும் (*word drill*). இவ்வாறு சொல் வளத்தைப் பெருக்கப் பயிற்றுவிக்க வேண்டும். இதை ஒரு ஒழுங்கின்படி முறைப்படியாக நடைமுறை படுத்துவது முக்கியம்.

கூடவே, எல்லாப் பாடங்கள் கற்றுக்கொடுப்பதிலும் சில வித்தியாசமான அணுகுமுறைகளைக் கடைப்பிடித்தால் இந்த மாணவர்கள் விரைவாகக் கற்றுக்கொள்கிறார்கள் என்று ஆராய்ச்சிகள் எடுத்துக்காட்டுகின்றன. பல்புலன்வழி கற்றுக் கொடுப்பது பயனுள்ளது. எழுத்தை மட்டும் ஆதாரமாகக் கொள்ளாமல் வரைபடங்கள், காணொளிகள், கலந்தாய்வுகள், செய்முறை அனுபவம் போன்ற கற்றல் முறைகள் மூலம் இவர்கள் பெரும் பலனடைகிறார்கள்.

நடைமுறைப்படுத்தல்

இந்த இடத்தில் மலேசியாவைச் சேர்ந்த முனைவர் முல்லை இராமையா தயாரித்துள்ள கற்பித்தல் முறையைச் சுட்டிக் காட்ட வேண்டும். இது டிஸ்லெக்சியா உள்ளவர்களுக்கான முழுமையான ஒரு பாடத் திட்டம். ஒலிவழி கற்றலே வாசிப்புக் குறைபாட்டுக்குச் சிறந்தது என்ற அறிவியல் கோட்பாட்டின் அடிப்படையில் தயாரிக்கப்பட்ட இந்த முறையில் ஆசிரியர் வழிகாட்டி நூல், மாணவர்களின் பயிற்சிகள், ஒலிகளைக் கற்பதற் கான படங்களுடன் கூடிய காட்சி அட்டைகள், அசைகளைக் கற்பதற்கான மின் அட்டைகள், இன்ன பிற வழிமுறைகள் உள்ளன. தமிழகத்தில் காணக் கிடைக்காத தமிழ்ப் பயிற்று முறைகளை ஈடு செய்யும் வகையில் டிஸ்லெக்சியா உள்ளவர்களுக்குத் தமிழ் வாசிப்பு கற்பிக்க முல்லை இராமையா மேற்கொண்டுள்ள இந்த முன்னெடுப்பு பாராட்டப்பட வேண்டியது; பரவலாக அறியப்படவும் வேண்டிய ஒன்று. இதனால் டிஸ்லெக்சியா உள்ள

மாணவர்கள் பெரிதும் பயன் பெறுவர் என்பதில் ஐயமில்லை (முனைவர் முல்லை இராமையாவின் ஒலிவழி கற்பித்தல் முறையின் விவரங்களை *nodmalaysia.org* என்ற இணையத்தளத்தின் வாயிலாக அறியலாம்).

ஆனால், இவற்றை நடைமுறைப்படுத்தச் சிறப்புப் பயிற்சி பெற்ற ஆசிரியர்கள் தேவை. இது சிறப்புக் கல்வி *(special education)* என்றும் குறைதீர் கல்வி *(remedial education)* என்றும் அழைக்கப்படுகிறது (சிறப்புக் கல்வி பற்றிய பாகம் 4, இயல் 3இல் விவரிக்கப்படும்). வளர்ச்சி பெற்ற நாடுகளில் இம்மாதியான பயிற்சி சாதாரண பள்ளிக்கூடங்களிலேயே வழங்கப்படுகிறது. டிஸ்லெக்சியா உள்ள குழந்தைகளை சாதாரண பள்ளிக்கூடங்களில் கற்பிப்பதுவே சிறந்தது என்பது உலகமெங்கும் உள்ள கல்வியாளர்களின் ஒருமித்த கருத்து[32]. இதனால் டிஸ்லெக்சியா உள்ள குழந்தைகளும் மற்ற பிள்ளைகளும் பயனடைகிறார்கள் என்பதற்கு ஆராய்ச்சிச் சான்றுகள் உள்ளன. மேலும், டிஸ்லெக்சியா உள்ள மாணவர்கள் ஒதுக்கப்படுவதையும் இதனால் தடுக்க முடியும்.

சிறப்புப் பயிற்சிகள்

நடுநிலைப் பள்ளியிலும் மேல்நிலைப் பள்ளியிலும் டிஸ்லெக்சியா உள்ள மாணவர்களுக்குத் சிறப்பு வாசிப்புப் பயிற்சி வகுப்புகள் வழங்கப்பட வேண்டும். இவர்களுக்கு வாசிப்புப் பயிற்சி அளிக்கச் சிறப்பு வளம்மிகு வகுப்புகள் *(resource rooms)* தேவை. இதில், ஒவ்வொரு நாளும் ஒரு கால அட்டவணையின்படி 6 அல்லது 8 மாணவர்கள் கொண்ட சிறு குழுக்களுக்குச் சிறப்பு பயிற்சி பெற்ற ஆசிரியர்களால் முறைப்படியாக 30 அல்லது 45 நிமிடங்கள் வாசிப்பு கற்றுக்கொடுக்கப்படுகிறது. இம்மாதிரியான முன்னெடுப்புகளை இந்தியாவில் சில அரசுப் பள்ளிக்கூடங்களில் நடத்தி வெற்றியும் பெற்றுள்ளன. இது பற்றி ஆய்வுகள் சில நடத்தப்பட்டு ஆய்விதழ்களில் பதிவுசெய்யப்பட்டுள்ளன. உதாரணமாக, குல்கார்னி என்ற குழந்தைநல மருத்துவர் தலைமையில் மும்பையில் உள்ள சில கல்விக்கூடங்களில் இந்த முறை வெற்றிகரமாக நடைமுறைப்படுத்தப்பட்டது[33]. இது போன்ற ஆய்வுகள் தமிழகத்தில் நடைபெற்றதாகத் தெரியவில்லை.

எண்கணிதக் குறைபாட்டிலும் கணிதம் கற்றுக்கொள்ளச் சிறப்பு முறைகள் உள்ளன. பொதுவாக, இந்தியாவில் கணிதம் கற்றுக் கொடுக்கும்போது மனனம் செய்யும் முறையே பின்பற்றப்படுகிறது. எண்கணிதக் குறைபாடு உள்ள மாணவர்களுக்கு இது பெரும் சவாலாக அமைகிறது. கணக்குச் சொல்லிக் கொடுப்பதில் எந்த மாதிரியான பயிற்சிமுறை குழந்தைகளுக்கு ஏற்றது என்பது

குறித்துப் பல ஆராய்ச்சிகள் உள்ளன. இதில் *CRA* முறை என்று ஒன்று உண்டு[34]. இதில் மூன்று கட்டங்களாகக் கணிதம் கற்றுக் கொடுக்கப்படுகிறது. இந்தியாவில் நடத்தப்பட்ட ஓர் ஆய்வில் எண்கணிதக் குறைபாடு உள்ள ஐந்தாம் ஆறாம் வகுப்புக் குழந்தைகளுக்கு இந்த முறையில் கற்றுக்கொடுக்கப்பட்டது. முப்பது சிறப்புப் பயிற்சி வகுப்புகளுக்குப் பின் இவர்களில் குறிப்பிடத்தக்க முன்னேற்றம் காணப்பட்டது[35]. இதேபோல, கணினியைப் பாவித்து எண்கணிதக் குறைபாடு உள்ள குழந்தை களுக்குக் கணக்குக் கற்றுக்கொடுக்கும் கணிப்பொறி நிரல்கள் *(computer programmes)* பல உள்ளன[36].

தற்போது தமிழ்நாடு உட்படப் பல மாநிலங்களில் டிஸ்லெக்சியா உள்ள மாணவர்களுக்குத் தேர்வு எழுதும்போது சில வசதிகள் செய்து கொடுக்கப்படுகின்றன. தேர்வு எழுதக் கூடுதல் நேரம் வழங்குவது, எழுத்துப் பிழைகளைக் கவனத்தில் கொள்ளாமல் புள்ளிகள் வழங்குவது, இரண்டாவது மொழி ஒன்றைக் கற்பதில் இருந்து விலக்கு அளிக்கப்படுவது போன்ற சில ஏற்பாடுகள் செய்து கொடுக்கப்படுகின்றன. ஆனால் இது மட்டும் டிஸ்லெக்சியா உள்ள மாணவர்களுக்குப் போதுமானதல்ல. இது இவர்களது அடிப்படைக் குறைபாட்டை நிவர்த்தி செய்ய முயற்சி செய்யாமல் வெறும் மேற்பூச்சு பூசுவதாகவே உள்ளது.

இம்மாதிரியான கல்விமுறை வெற்றிபெற முழுக் கல்விக் கூடமும், அதாவது சிறப்பு ஆசிரியர் மட்டுமின்றி எல்லா ஆசிரியர்களும் மாணவர்களும், டிஸ்லெக்சியா விழிப்புணர்ச்சி பெற்றதாக இருப்பது அவசியம். இந்தப் பள்ளிக்கூடங்கள் டிஸ்லெக்சியா தோழமையுள்ள பள்ளிகள் *(dyslexia friendly schools)* என்று அழைக்கப்படுகின்றன. அதாவது, முழுக் கல்விக்கூடத்திலும் ஒரு பண்பாட்டு மாற்றம் தேவை.

இந்த இயல் டிஸ்லெக்சியா உள்ள குழந்தைகளின் கல்வித் தேவைகளை ஆராய்ச்சிகளின் அடிப்படையில் பெறப்பட்ட ஆதாரங்களுடன் கோடிட்டுக் காட்டியது. ஆனால், இவை நமது கல்விச்சாலைகளில் கிடைக்கப் பெறுகிறதா என்பதே நாம் எதிர்கொள்ளும் மிகப்பெரும் கேள்வி. இதற்கான உள்ளமைப்பும் பயிற்சி பெற்ற ஆசிரியர்களும் உள்ள ஒரு சூழ்நிலை இன்னும் உருவாகவில்லை என்பதும் டிஸ்லெக்சியா உள்ள குழந்தைகளுக்கு அடிப்படைக் கல்வி வசதிகளை அரசு வழங்கத் தவறுகிறது என்பதுதான் கசப்பான உண்மை. அரசும் அரசு சார்ந்த கொள்கை வகுப்பவர்களுமே இதற்குப் பதில் கூற வேண்டும்.

இயல் 12

வயதுவந்தவர்களில் டிஸ்லெக்சியா

சிலர் டிஸ்லெக்சியாவால் ஏற்படும் இடர்களைத் தமது புத்திக்கூர்மையால் வெற்றிக்கொள் கிறர்கள். ஆனாலும் விரைவாக வாசிப்பதும் புதிய சொற்களை வாசிப்பதும் பெரும் போராட்ட மாகவே இருக்கும்.

இதுவரை டிஸ்லெக்சியா ஒரு குறைபாடாகவே பார்க்கப்பட்டது. டிஸ்லெக்சியா உள்ள சிறுவர் சிறுமியரிடையே பல ஆற்றல்களும் வலிமைகளும் தேங்கிக் கிடப்பதுண்டு. இயல்பாகவே டிஸ்லெக்சியா உள்ளவர்கள் மதிநுட்பம் மிக்கவர்களாகவும் படிப்பில் ஆர்வம் உள்ளவர்களாகவும் இருப்பார்கள். பெரும்பான்மையானவர்களின் நுண்ணறிவு ஈவு சராசரியைவிடக் கூடுதலாக இருக்கும். விஷயங்களை விரைவாகக் கிரகித்துக்கொள்ளும் ஆற்றலும், ஒரு விஷயத்தை முழுமையாக அணுகி ஆராய்ந்தறியும் திறமையும் பெற்றவர்களாக இருப்பார்கள். தாம் மேற்கொண்ட காரியத்தில் தம்மை முழுமையாக ஈடுபடுத்திக்கொள்வதாலும் கடுமையாக உழைப்பதாலும் வாழ்க்கையில் பல சாதனைகளைப் புரிய முடிகிறது.

எனவே, டிஸ்லெக்சியா உள்ளவர்கள் ஓரளவு வாசிக்கக் கற்றுக்கொண்டால் பிற்காலத்தில் உயர் சாதனையாளர்களாக விளங்க முடியும். சிலர் மிகுந்த ஆக்கத்திறனும் படைப்பாற்றலும் கொண்டவர்களாகவும் விளங்குகிறார்கள். பல எழுத்தாளர்களுக்கும் நட்சத்திரக் கலைஞர்களுக்கும்

டிஸ்லெக்சியா உள்ளதாகக் கூறப்படுகிறது. இதேபோல, கணினித் துறையில் டிஸ்லெக்சியா உள்ள பலர் பணிபுரிகிறார்கள். குறிப்பாக, வன்பொருள் தொழில்நுட்பத் துறை டிஸ்லெக்சியா உள்ளவர்களுக்கு ஏற்றதாக உள்ளது. இவர்கள் கையேட்டை வாசிக்காமலே கணினிகளைப் பழுதுபார்க்கும் கைத்திறன் பெற்றவர்களாக இருக்கிறார்கள்.

பலர் டிஸ்லெக்சியாவால் ஏற்படும் இடர்களைத் தமது புத்திக்கூர்மையால் வெற்றிக்கொள்கிறார்கள். நேர்வழியாக வாசிக்கச் சங்கடப்படும் இவர்கள் வேறு வழிகளால் கற்றுக் கொள்கிறார்கள். டிஸ்லெக்சியா உள்ள மருத்துவ மாணவன் ஒருவன் பாடப்புத்தகத்தின் பக்கங்களின் ஓரத்தில் படங்கள் வரைந்து கற்கும் வழக்கத்தைக் கொண்டிருந்தான். அவன் புத்தகத்தில் நூற்றுக்கணக்கான வரைபடங்கள் இருந்தன. எல்லாம் அவன் வரைந்த படங்கள்!

கடுமையான வாசிப்புக் குறைபாடு தொடக்கப் பள்ளிப் பருவத்திலேயே தெரியவரும் (ஆனால் நம் நாட்டில் டிஸ்லெக்சியா பற்றிய விழிப்புணர்வு குறைவாக இருப்பதால் இது தெரிய வருவது இல்லை. அல்லது இவர்களுக்குப் படிப்பு வராது என்று ஆசிரியர்கள் முடிவு செய்துவிடுகிறார்கள்). ஆனால் டிஸ்லெக்சியா மிதமாக உள்ளபோது வயதுவந்தபின்தான் இதை அவர்கள் உணர்கிறார்கள். வயதுவந்தவர்களில் காணப்படும் அறிகுறிகள் பின்வருமாறு:

- விரைவாக வாசிப்பதில் சிரமங்கள்
- ஒரே மாதிரியான சொற்களை வாசிப்பதில் குழப்பங்கள்
- கணினி, அலைபேசி போன்ற தொழில்நுட்ப சாதனங்களின் கையேடுகளை வாசிப்பதில் சிரமங்கள்
- எண்களை எழுதுவதில் தவறுகள் (உ—ம். 36742 → 36472)
- எழுத்துப் பிழைகள்
- புதிய சொற்களை (உ—ம். ஊர் பெயர்கள்) வாசிப்பதில் சிரமங்கள்
- படிவங்களைப் பூர்த்தி செய்வதில் சிரமங்கள்
- அறிக்கைகள் போன்ற ஆவணங்களை அவையின் முன் வாசிப்பதில் சங்கடங்கள்

வளர்ச்சி அடைந்த நாடுகளில் பல்கலைக்கழகங்களிலும் உயர் கல்வி நிறுவனங்களிலும் டிஸ்லெக்சியா உள்ள மாணவர்களுக்கு

பல உரிமைகள் வழங்கப்படுகின்றன. இது குறித்து ஆலோசனை பெறும் வசதிகளும் உள்ளன.

வயதுவந்தவர்கள் தமக்கு டிஸ்லெக்சியா உள்ளதா என்பதை சில வினாக்களுக்கு விடையளிப்பதன் மூலமாக அறிந்து கொள்ளலாம் (அதாவது, இதை வாசிக்க முடியுமானால்!). கீழ் காணப்படும் பத்துக் கேள்விகளில் பெரும்பான்மையானவற்றுக்கு ஒருவர் 'ஆம்' என பதிலளித்தால் அவருக்கு டிஸ்லெக்சியா இருக்க வாய்ப்புண்டு. எனவே, முறையான வாசிப்புச் சோதனைகள் செய்து பார்ப்பது நல்லது.

வயதுவந்தவர்களுக்கான டிஸ்லெக்சியா வினாக்கள்

1. வாசிக்கும்போது ஏறக்குறைய ஒரே மாதிரியாக ஒலிக்கும் சொற்களில் அடிக்கடி குழப்பம் ஏற்படுகிறதா (உ–ம். சாதனை– வேதனை; brake - broke)?

2. உங்களால் மற்றவர்களைப் போல விரைவாக வாசிக்க முடியவில்லையா?

3. சில பொருட்களின் பெயர்களைக் கூறும்போது சொல் தடுமாற்றங்கள் ஏற்படுவதுண்டா?

4. எழுத்து வடிவத்தில் உள்ள ஒரு வாசகத்தைப் புரிந்துகொள்ள அதைத் திரும்பத் திரும்ப வாசிப்பது உண்டா?

5. எண்களை எழுதும்போது (உ–ம். தொலைபேசி எண்) அடிக்கடி பிழைகள் ஏற்படுவது உண்டா?

6. எழுதும்போது பல எழுத்துப் பிழைகள் ஏற்படுவது உண்டா?

7. ஒரு பத்தியை அல்லது அறிக்கையை உரக்க வாசிக்கச் சங்கடப்படுகிறீர்களா?

8. உங்களுக்குப் பரிச்சயம் இல்லாத நீண்ட சொற்களை, உதாரணமாக ஒரு புது ஊரின் பெயரை, வாசிப்பது சிரமமாக உள்ளதா?

9. படிவங்களைப் பூர்த்தி செய்வதில் சிரமங்கள் உண்டா?

10. உங்கள் தாய் தந்தையரில் ஒருவருக்கு வாசிப்புக் குறைபாடு உண்டா?

இயல் 13

பெற்றோர்களுக்குச் சில ஆலோசனைகள்

வாசிப்புக் குறைபாடு உள்ள குழந்தைகளுக்கு வீட்டில் வாசிப்புப் பயிற்சி அளிப்பது அவசியம். இது உங்கள் விருப்பத் தேர்வு அல்ல. ஆனால், ஆசிரியர் கற்றுக்கொடுக்கும் அதே வாசிப்புப் பயிற்சி முறையைக் கடைப்பிடிப்பது முக்கியம்.

டிஸ்லெக்சியா உள்ள குழந்தைகளின் பெற்றோர்கள் எதிர்கொள்ளும் இன்னல்கள் எண்ணற்றவை. இன்றைய நிலையில் டிஸ்லெக்சியா உள்ள குழந்தைகளுக்கும் இளையோருக்கும் தமிழ்நாட்டில் படிப்பு வசதிகள் அரிதாகவே உள்ளன. சராசரிக் குழந்தைகளுக்குச் கற்றுக்கொடுக்கும் முறைகள் வழியாக டிஸ்லெக்சியா உள்ளவர்களுக்குக் கற்றுக் கொடுப்பதில் எந்தப் பயனும் இல்லை என்று முன்னர் குறிப்பிட்டோம். எனவே இவர்களுக்குச் சிறப்புக் கல்வி அவசியமாகிறது (பார்க்க பாகம் 4).

வழமையாகக் கற்றுக்கொடுக்கும் முறைகளுக்கு மாற்றாக, வித்தியாசமான முறையில் கற்றுக் கொடுப்பதே சிறப்புக் கல்வி எனப்படும் பயிற்று முறை. எந்தக் குறைபாட்டுக்கு எந்தப் பயிற்சி முறை பயனளிக்கிறது என்ற ஆராய்ச்சிக் கண்டுபிடிப்புகளின் அடிப்படையில் இவை உருவாக்கப்படுகின்றன. இதைப் பெரும்பாலும் சாதாரணப் பள்ளிக்கூடங்களில் வழங்குவதே சிறந்தது என்பது கல்வியாளர்களில் ஒருமித்த கருத்து[37]. சிறப்புக் கல்வியைச் சாதாரணப் பள்ளிக்கூடங்களில் வழங்க முடியும், வழங்க வேண்டும் என்பதைக்

குறித்துக்கொண்டு பெற்றோர்கள் வீட்டில் செய்யவேண்டியது என்ன என்பதைப் பற்றி அடுத்துக் காண்போம்.

வீட்டில் கற்றுக்கொடுப்பது எப்படி?

உங்கள் குழந்தை வாசிக்கக் கற்றுக்கொடுப்பதில் உங்களுக்கும் ஒரு முக்கியப் பங்கு உண்டு. வீட்டிலும் வாசிப்பு கற்றுக்கொடுப்பதால் உங்கள் குழந்தையின் வாசிப்புத் திறனை விரைவாக வளர்தெடுக்க முடியும். டிஸ்லெக்சியா உள்ள குழந்தைகள் பொதுவாகவே வாசிக்க விரும்புவது இல்லை, கூடியவரை வாசிப்பதைத் தவிர்ப்பார்கள். மற்ற சிறார்கள் போலப் புனைகதைகளையும் சஞ்சிகைகளையும் வாசிப்பதில் விருப்பம் காட்ட மாட்டார்கள். இதனால் அவர்களின் வாசிப்பு மேலும் பாதிக்கப்படுகிறது.

இளம் குழந்தைகளுக்கு ஆரம்பத்தில் நீங்கள் வாசித்துக் காட்டலாம். பின் குழந்தையை வாசிக்கச் சொல்லலாம். கூடியவரை படங்களுடன் கூடிய புத்தகங்களைத் தேர்ந்தெடுங்கள். இளம் குழந்தைகளுக்குப் படங்களுடன் கூடிய கதைகளில் விருப்பம் காட்டலாம். இது வாசிக்கும் ஆர்வத்தைத் தூண்டுவதாக இருக்கும். நடுநிலைப் பள்ளி வயதில் குழந்தைகளுக்கு எது ஆர்வமாக இருக்கிறதோ அதைப்பற்றி வாசிப்பது சுவாரசியமாக இருக்கும். உதாரணமாக, கிரிக்கெட்டில் ஆர்வம் உள்ள ஒரு பையன் அப்போது நடந்துகொண்டிருக்கும் போட்டியைப் பற்றி நாளிதழில் வாசிப்பதில் ஆர்வமாக இருப்பான். வாசிப்பு மகிழ்ச்சி தருவதாக இருக்க வேண்டுமே ஒழிய அயர்ச்சி அளிப்பதாக இருக்கக் கூடாது. சொற்களை அட்டைகளில் எழுதிச் சீட்டாட்டம் போல விளையாடுவது, கேலிச் சித்திரங்கள் (cartoons) மூலம் வாசிப்பை மேம்படுத்துவது போன்ற உத்திகள் குழந்தைகளுக்கு ஏற்றவை.

டிஸ்லெக்சியா உள்ள குழந்தைகள் பள்ளியில் சிறப்புக் கல்வி பெற்றாலும் அவர்களுக்கு ஒழுங்காக வீட்டிலும் கற்றுக் கொடுப்பது முக்கியம். பெரும் செலவில் சில பெற்றோர்கள் தம் பிள்ளைகளைச் சிறப்புக் கல்விக் கூடங்களுக்கு அனுப்பி வைப்பதால் வாசிப்பைப் பள்ளிக்கூடத்தில் மட்டும் கற்றால் போதுமானது என்று நினைப்பதுண்டு. ஆனால் வாசிப்புக் குறைபாடு உள்ள குழந்தைகளுக்கு வீட்டில் வாசிப்புப் பயிற்சி அளிப்பது அவசியம். இது உங்கள் விருப்பத் தேர்வு அல்ல. இவை வீட்டுப் பாடங்கள் அல்ல என்பதையும் கவனிக்கவும். இவை ஆசிரியரின் வழிகாட்டுதலின்படி நீங்களாக உருவாக்கிய 'பாடங்கள்'.

பெற்றோர்கள் ஒருபோதும் தமது குழந்தைகளுக்குக் கல்வி போதிக்கும் ஆசிரியர்களாக இருக்க முடியாது. ஆனாலும், தன் குழந்தையின் வாசிப்பை மேம்படுத்தப் பெற்றோர்கள் பெருமளவு உதவி புரிய முடியும். ஆனால், ஆசிரியர் கற்றுக்கொடுக்கும் அதே வாசிப்புப் பயிற்சி முறையைக் கடைப்பிடிப்பது முக்கியம். இதை ஆசிரியரிடம் இருந்து அறிந்து அதே வழியைப் பின்பற்ற வேண்டும். வாசிப்பு முறைமை மாறுபடக் கூடாது. வாசிப்புப் பொருள் வேறுபடலாம், ஆனால் கற்பிக்கும் முறை மாறக்கூடாது.

இதை ஒரு ஒழுங்குமுறையின்படி செய்வதும் முக்கியம். வீட்டில் ஒவ்வொரு நாளும் (சனி ஞாயிறு தவிர்த்து) மாலையில் வாடிக்கையாக வயதுக்கு ஏற்ற அளவு வாசிப்பு கற்றுக்கொடுக்க 15 அல்லது 20 நிமிடங்கள் ஒதுக்கி வைக்கவும். பள்ளிக்கூடத்தில் என்ன கற்றுக்கொடுக்கப்படுகிறது என்பதை ஆசிரியரிடம் அடிக்கடி பேசித் தெரிந்துகொள்ளவும். ஆசிரியர் கற்றுக்கொடுப்பதில் மேலும் பயிற்சி அளிப்பதே உங்கள் நோக்கமாக இருக்க வேண்டும். எனவே, புதிதாக எதுவும் கற்றுக்கொடுப்பதைத் தவிர்க்கவும். பள்ளியில் கற்றதை வலுப்படுத்துவதே உங்கள் கடமை. இதில் ஆசிரியரோடு இணைந்து செயல்படுங்கள்.

ஆங்கிலம் கற்றுக்கொடுக்கும்போது சொற்களின் ஒலிப்பு விதிமுறைகளைக் கற்றுக்கொடுக்க வேண்டும் (பார்க்க இயல் 11). காட்டாக, 'அமைதி காக்கும் e விதி' (silent e spelling rule) போன்ற சொற்களைச் சேகரித்து அதை ஒரு சொல் விளையாட்டாக முழுக் குடும்பமும் சேர்ந்து விளையாடலாம். இதேபோல, பார்வைச் சொற்களை மனனம் செய்வதில் பெற்றோர்கள் பெரும் பங்காற்றலாம். ஆனால் இவை யாவும் சிறப்பு ஆசிரியரின் வழிகாட்டலின்படி செயல்படுத்தப்பட வேண்டும்.

கற்றல் குறைபாட்டின் மற்ற கூறுகளான எண்கணிதக் குறைபாடு, கையெழுத்துக் குறைபாடு ஆகியவைக்கும் குறுக்கீடுகள் அவசியம். முன்னர் கூறப்பட்டது போல எண்கணிதக் குறைபாட்டில் ஒவ்வொரு குழந்தைக்கும் உள்ள கணக்கு சார்ந்த சிரமங்கள் வித்தியாசமாக இருக்கும். எனவே, அவற்றை அறிந்து அந்தக் குழந்தைக்குத் தனிப்பட்ட ஒரு திட்டத்தின்படி கற்றுக்கொடுப்பது அவசியம். இதேபோல, கையெழுத்துக் குறைபாடு உள்ளவர்களுக்கு அதற்கான பயிற்சி அளிக்கப்பட வேண்டும்.

கல்வியில் கவனம் செலுத்தும் அதே சமயத்தில் டிஸ்லெக்சியா வோடு இணைந்து வரும் குறைபாடுகளுக்கு வேறு சிகிச்சைகள் அளிக்கப்பட வேண்டும். உடல் ஒருங்கிணைப்பு குறைபாடு

உள்ளவர்களுக்குத் தொழில்வழிச் சிகிச்சை (occupational therapy) தேவைப்படும். மிகுசெயல் கவனக்குறைவு கோளாறு உள்ளவர்களுக்கு ஒரு குழந்தைநல மருத்துவர் அல்லது ஒரு குழந்தை மனநல மருத்துவரிடம் சிகிச்சை பெற வேண்டும்.

இந்தியாவில் இவர்களுக்கு ஏற்ற கல்வி வசதிகள் பெறுவது எட்டாக் கனியாகவே இருந்துவருகிறது. டிஸ்லெக்சியா உள்ளவர்களுக்குச் சிறப்புக் கல்வி வழங்க சென்னையிலும் தமிழ்நாட்டில் சில பெரு நகரங்களிலும் ஓரிரு தனியார் கல்வி நிலையங்களும், இலாப நோக்கற்ற நிறுவனங்களும் உள்ளன. சில பள்ளிகளில் வதிப்பிட வசதியும் உண்டு. ஆனாலும் டிஸ்லெக்சியாவுக்குப் பொருத்தமான கற்றல் வசதிகள் இந்தக் கல்வி நிலையங்களில் கிடைக்கப்பெறும் என்பதற்கு உத்தரவாதம் இல்லை.

எனவே, டிஸ்லெக்சியா உள்ள தன் குழந்தைக்கு ஒரு கல்வி நிறுவனத்தைத் தேர்ந்தெடுப்பதில் பெற்றோர்கள் அவதானமாக இருக்கவேண்டும். ஒரு குறிப்பிட்ட கல்வி நிறுவனம் தன் குழந்தையின் தேவைகளுக்கு ஏற்றதுதானா என்று அறிந்துகொள்வது முக்கியம். சிறப்புப் பள்ளிக்கூடங்கள் டிஸ்லெக்சியாவைக் கண்டறிய பல கல்வி சார்ந்த சோதனைகளை நடத்துகின்றன. அவர்கள் செய்த சோதனைகள் என்ன? அவற்றைச் செய்தவர்களின் தகைமை என்ன? அதன் முடிவுகள் என்ன என்பதைக் கேட்டுத் தெரிந்துகொள்வது பெற்றோர்களின் உரிமை, இதைக் கேட்கத் தயக்கம் காட்டத் தேவையில்லை.

சிறப்புக் கல்வி நிலையத்தில் எவ்வாறான சிறப்புக் கல்வி அளிக்கப்படும்? வாசிப்பின் விசேட கவனம் செலுத்தப்படுமா? அதை எவ்வாறு நடைமுறைப்படுத்துகிறார்கள்? இந்த விவரங்களைப் பெற்றோர்கள் கேட்டறிய வேண்டும். மேலே கூறப்பட்டது போல 6 அல்லது 8 பேரைக் கொண்ட சிறு சிறு குழுக்களாக வாசிப்பு கற்றுக்கொடுக்க வேண்டும். ஒரு நாளில் 45 நிமிடங்கள் சிறப்பு வாசிப்புப் பயிற்சி தேவைப்படும். டிஸ்லெக்சியா கடுமையாக இருக்கும்போது ஒரு மாணவனுக்கு ஓர் ஆசிரியர் என்ற அடிப்படையில் தனியே வாசிப்பு கற்றுக்கொடுக்க வேண்டி இருக்கும். இம்மாதிரியான வசதிகள் அந்தப் பள்ளிக்கூடத்தில் உள்ளனவா என்று அறிந்துகொள்ள வேண்டும்.

இயல் 14

டிஸ்லெக்சியா பற்றி அடிக்கடி கேட்கப்படும் கேள்விகள்

நூலின் இந்தப் பாகத்தை நிறைவு செய்யுமுன் டிஸ்லெக்சியா பற்றி பலருக்கு உள்ள ஐயங்களைத் தெளிவுபடுத்துவோம்.

- **டிஸ்லெக்சியாவுக்கும் 'சாதாரண' வாசிப்புப் பிரச்சினைகளுக்கும் என்ன வித்தியாசம்?**

குழந்தைகளின் வாசிப்புத் திறன் குன்றி இருப்பதற்குப் பல காரணங்கள் இருக்கலாம் (பார்க்க இயல் 6). டிஸ்லெக்சியாவில் வாசிப்புக் குறைபாடு நீண்டு நிலைக்கும். மற்ற குழந்தைகள் நாளடைவில் வாசிக்கக் கற்றுக்கொள்வார்கள். காட்டாக, வாய்ப்புக் குறைந்த குழந்தைகள் சராசரி வாசிப்புப் பாடங்கள் வழியாக விரைவாகக் கற்றுக்கொள்வார்கள். ஆனால் டிஸ்லெக்சியா உள்ள குழந்தைகள் சாதாரண வாசிப்புப் பாடங்களால் பயன்பெறுவது இல்லை. முன்னர் கூறப்பட்ட அறிகுறிகள் தொடர்ந்து காணப்படும்.

- **டிஸ்லெக்சியா உள்ள குழந்தைகள் வாசிப்பில் பின்தங்கி இருப்பார்கள். அதேபோல அறிவுத்திறன் குன்றிய குழந்தைகளும் வாசிப்பில் பின்தங்கி இருப்பார்கள். இதை வேறுபடுத்திப் பார்ப்பது எப்படி?**

டிஸ்லெக்சியா உள்ள குழந்தைகள் வாசிப்பில் பின்தங்கி இருப்பார்கள். எண்கணிதம் மற்றும் கையெழுத்தும் பாதிக்கப்படலாம். ஆனால்

இவர்களின் பிற திறன்களில் எந்தக் குறையும் இருக்காது. பேச்சு, நுண்ணறிவு, பொது அறிவு ஆகியவற்றில் எந்தப் பாதிப்பும் இருப்பது இல்லை. மிக முக்கியமாக, சுய பராமரிப்பு, சமூகத் திறன்கள் போன்ற அன்றாட வாழ்வியல் திறன்களில் எந்தக் குறையும் இருப்பது இல்லை. இதனால்தான் கற்றல் குறைபாடு ஒரு குறிப்பிட்ட குறைபாடு *(specific disability)*, அதாவது மற்ற திறன்களைப் பாதிக்காத குறைபாடு என்றும் அழைக்கப்படுகிறது.

- **டிஸ்லெக்சியாவில் வாசிப்பைப் புரிந்துகொள்ளும் திறன் பாதிக்கப் படுகிறதா?**

பொதுவாகக் கற்றல் குறைபாடு உள்ள குழந்தைகளுக்கு வாசிப்பைப் புரிந்துகொள்ளும் திறன் *(reading comprehension)* பாதிக்கப்படுவது இல்லை. ஆனால், சிலருக்கு இரண்டுமே சேர்ந்து வரலாம்[38].

- **டிஸ்லெக்சியாவில் பலவகை உண்டு என்று கேள்விப்பட்டிருக்கிறோம். இது சரியா?**

டிஸ்லெக்சியாவில் உள்ள மையக் குறைபாடுகள் ஒரே தன்மை கொண்டவையாக இருந்தாலும் அதன் கோலங்கள் குழந்தைகளுக் கிடையே வேறுபடலாம். இதனால் ஒரு காலத்தில் பலவகையான டிஸ்லெக்சியா உண்டு என்ற கருத்து முன்வைக்கப்பட்டது. ஆனால் டிஸ்லெக்சியாவைக் கூறுபடுத்திப் பிரிப்பதற்குப் போதிய ஆதாரங்கள் தற்சமயம் இல்லை[39].

- **டிஸ்லெக்சியா உள்ள ஒரு குழந்தை இரண்டாம் மொழி ஒன்றைக் கற்றுக்கொள்ளச் சிரமப்படும் என்றால் தமிழ்ப் பேசும் ஒரு குழந்தைக்கு ஆங்கிலம் கற்றுக்கொடுப்பது எப்படி?**

டிஸ்லெக்சியா உள்ள ஒரு குழந்தை இரண்டாம் மொழி ஒன்றைக் கற்றுக்கொள்ளச் சிரமப்படும் என்பது உண்மையேயானாலும் அதைக் கற்றுக்கொள்வது முற்றிலும் சாத்தியமே. உண்மையில் ஒரு மொழியைக் கற்றுக்கொள்வது இரண்டாவது மொழி ஒன்றைக் கற்றுக்கொள்வதில் துணைபுரியுமே ஒழியத் தடை செய்வதில்லை[40]. இன்னுமொன்று. இரண்டாம் மொழி ஒன்றைக் குழந்தை களுக்குக் கற்றுக்கொடுப்பதானால் அதை ஏழு வயதுக்கு முன் கற்றுக்கொடுப்பதே சிறந்தது என்று ஆராய்ச்சிகள் கூறுகின்றன. அதாவது, ஏழு வயதுக்கு முன் இரண்டாம் மொழி ஒன்றைக் கற்றுக்கொள்வது குழந்தைகளுக்கு அவ்வளவு சிரமமாக இருப்பது இல்லை. ஆங்கிலம் கற்றுக்கொடுக்கும்போது ஒலி(யன்கள்) வழியாகக் கற்றுக்கொடுப்பதே சிறந்தது.

- **என் குழந்தைக்கு டிஸ்லெக்சியா பாதிப்பு இருக்கலாம் என்ற சந்தேகம் எனக்குத் தோன்றியுள்ளது. நான் அடுத்து என்ன செய்ய வேண்டும்?**

முதலில் ஒரு குழந்தைநல மருத்துவரிடம் ஆலோசனை பெறுவது நல்லது. அவர் கண், காது ஆகியவற்றைச் சோதித்துப் பார்ப்பார். சிலர் வாசிப்புத்திறனையும் சோதிக்கலாம். ஆனால், எல்லாக் குழந்தைநல மருத்துவர்களுக்கும் டிஸ்லெக்சியாவை அடையாளம் காணும் அளவுக்கு நிபுணத்துவம் இருக்காது. மூளையை ஸ்கேன் பண்ணுவது போன்ற பரிசோதனைகள் தேவை இல்லை. அடுத்து, கற்றல் குறைபாடுகளில் நிபுணத்துவம் பெற்ற சிறப்பு ஆசிரியர்களைக் கலந்தாலோசிக்கலாம். ஆனால், சில தனியார் பள்ளியில் நிறுவனங்கள் எல்லா மனவளர்ச்சிக் குறைபாடு உள்ள குழந்தைகளையும் டிஸ்லெக்சியா என்று அடையாளப்படுத்தி தம் நிறுவனங்களுக்குச் சேர்த்துக்கொள்வதுண்டு. வருவாயை முதன்மைப்படுத்தும் இந்த நலமுரண்களை (conflict of interest) பெற்றோர் அறிந்து விழிப்புடன் செயல்பட வேண்டும்.

தற்சமயம் அரசு நடத்தும் பள்ளிக்கூடங்களில் டிஸ்லெக்சியா பயிற்சி பெற்ற சிறப்பு ஆசிரியர்கள் அறவே இல்லை என்றுதான் சொல்ல வேண்டும். எனவே, பெற்றோர்கள் தனியார் நடத்தும் சிறப்புப் பள்ளிக்கூடங்களையே நாட வேண்டி உள்ளது. இந்தப் பள்ளிகளில் டிஸ்லெக்சியா உள்ள மாணவர்களுக்குப் போதிய கல்வி வசதிகள் உள்ளனவா என்பதைப் பெற்றோர்கள் கண்டறிய வேண்டும். சில தனியார் சிறப்புப் பள்ளிகள் அறிவுத்திறன் குறைபாடு உள்ள குழந்தைகளுக்கும் டிஸ்லெக்சியா உள்ள குழந்தைகளுக்கும் ஒரே மாதிரியான பயிற்சிகள் அளித்து வருகின்றன. இதனால் டிஸ்லெக்சியா உள்ள குழந்தைகளின் நலன்கள் புறக்கணிக்கப்படுகின்றன.

- **என் குழந்தைக்கு டிஸ்லெக்சியா உள்ளது என்று உறுதி செய்யப் பட்டால் அடுத்து என்ன செய்ய வேண்டும்?**

டிஸ்லெக்சியா உள்ள ஒரு குழந்தைக்குத் தேவையான கல்வி பற்றி இயல் 12இல் கூறப்பட்டது. டிஸ்லெக்சியா உள்ளவர்களுக்கு வாசிப்பை முதன்மைப்படுத்திய சிறப்புக் கல்வி அவசியம். இதைச் சாதாரணப் பள்ளிகளில் வழங்க முடியும். ஆனால் இந்தியக் கல்விச் சூழ்நிலையில் இதற்குத் தேவையான வசதிகள் இல்லை என்றே கூற வேண்டும். எனவே, நடைமுறையில் பெற்றோர்கள் சிறப்புப் பாடசாலைகளையே நாட வேண்டி உள்ளது.

- **டிஸ்லெக்சியா உள்ள ஒரு குழந்தையின் எதிர்காலம் எப்படி இருக்கும்?**

இது பற்பல காரணிகளைப் பொருத்து வேறுபடும். கற்றல் குறைபாட்டின் கடுமை, அதோடு இணைந்து வரும் வேறு வளர்ச்சிக் குறைபாடுகள், வழங்கப்படும் கல்வி ஆகியவை குழந்தையின் எதிர்காலத்தைத் தீர்மானிப்பதாக உள்ளன. டிஸ்லெக்சியாவோடு இணைந்து வரும் குறைபாடுகளாக (1) உடல் இயக்க ஒருங்கிணைப்புக் கோளாறு, (2) ஏடிஎச்டி, (3) நடத்தைசார் பிரச்சினைகள் ஆகிய மூன்றைக் கூறலாம். டிஸ்லெக்சியாவின் பாதிப்பு குறைவாக இருக்கும்போது, அதாவது சுமாரான டிஸ்லெக்சியா உள்ளவர்கள் தமக்கு அமையப்பெற்ற வளங்களைக் கொண்டு தமக்கு உள்ள குறைபாடுகளை வெற்றிக்கொள்வார்கள். முன்னர் கூறியது போல, சில மொழிசார்ந்த பிரச்சினைகளால் தொந்தரவுகள் இருந்தபோதிலும் சமாளித்துக்கொள்வார்கள். இவர்களுக்கு டிஸ்லெக்சியா பெரும் தடையாக இருப்பதில்லை. மிதமான டிஸ்லெக்சியா உள்ளவர்களில்கூட, சரியான கல்வி வசதிகள் கிடைக்கப் பெறுமாயின் பெரும் முன்னேற்றம் உண்டாகும். கடுமையான கற்றல் குறைபாடு உள்ளவர்களும் இணைந்து வரும் வளர்ச்சிக் குறைபாடுகள் உள்ளவர்களும், குறிப்பாகப் பொருத்தமான கல்வி கிடைக்கத் தவறும் பட்சத்தில், தடம்புரளலாம். இவர்களின் கல்வி தடைபடலாம், நடத்தை சார்ந்த பிரச்சினைகள் உருவாகலாம்.

- **டிஸ்லெக்சியாவுக்கு வேறு சிகிச்சைகள் உண்டா?**

டிஸ்லெக்சியா ஒரு கல்வி சார்ந்த குறைபாடு. எனவே, அதற்கான 'சிகிச்சையும்' வாசிப்பைக் கற்பிக்கும் முறையிலேயே உள்ளது என்று முன்னர் கூறினோம். டிஸ்லெக்சியாவுக்கும் ஆட்டிசம் போன்ற வளர்ச்சிக் குறைபாடுகளுக்கும் மாயமான மருந்துகள், அற்புத சிகிச்சைகள், அரிய மாத்திரைகள், நூதனமான கற்பித்தல் முறைகள் ஆகியவை கண்டுபிடிக்கப்பட்டுள்ளதாக அவ்வப்போது நாளிதழ்களில் செய்திகளாகவும் விளம்பரங்களாகவும் பிரசுரிக்கப் படுவது உண்டு. இவற்றைக் கண்டு ஏமாற வேண்டாம்!

மேலும் வாசிக்க

Shaywitz. S. (2005) Overcoming dyslexia, New York: Vintage Books. இது பெற்றோருக்காக உலகத் தரம் வாய்ந்த ஒரு டிஸ்லெக்சியா ஆய்வாளரால் எளிய மொழியில் எழுதப்பட்ட நூல்.

பயனுள்ள வலைத்தளங்கள்:
International dyslexia Association (http://www.interdys.org)
Florida Center for Reading Research (FCRR) (www.fcrr.org<http://www.fcrr.org/>)
British Dyslexia Association (www.bdadyslexia.org.uk)

பாகம் 4

பெற்றோர்களுக்கு

திருவள்ளுவர்
திருக்குறள்மூலம்

இயல் 1

குடும்பத்தில் ஏற்படும் தாக்கங்கள்

தாங்கள் பெற்ற பிள்ளைக்கு ஒரு குறைபாடு உள்ளது என்று நாளடைவில் தெரியவரும்போது தாங்கள் எதிர்பார்த்த ஆரோக்கியமான குழந்தையை இழந்த துயரம் அவர்களை ஆட்கொள்கிறது. தாம் பறிகொடுத்த ஆரோக்கிய மான குழந்தையை எண்ணித் துயரப்படுகிறார்கள்.

மனவளர்ச்சிக் குறைபாடுகள் உள்ள குழந்தைகளின் பெற்றோர்கள் படும் துன்பங்களையும் துயரங்களையும் சொல்லில் வார்க்க முடியாது. தன் குழந்தைக்கு உள்ள குறை என்ன என்பதை அடையாளம் காண மருத்துவர்களிடம் அலைந்து திரிவதிலிருந்து ஆரம்ப மாகிறது அவர்களின் நீண்ட பயணம். அதை அடையாளம் கண்ட பின் ஏற்படும் மலைப்பு, அதைப் புரிந்துகொள்வதில் உள்ள குழப்பம், அதை ஏற்றுக்கொள்வதில் உள்ள தயக்கம், யார் யார் என்ன நினைப்பார்கள் என்ற மனக்கவலை எனப் பலவாறான உணர்ச்சிக் கொந்தளிப்புகளுக்குப் பெற்றோர்கள் ஆளாகிறார்கள். இத்தனையையும் கடந்தபின், தன் குழந்தையின் தேவைக்கு ஏற்ற சிகிச்சைகள் என்ன? கல்வி முறைகள் என்ன? இவற்றை எங்கே பெறுவது? என்ற கேள்விகளை எதிர்நோக்க வேண்டி உள்ளது.

பராமரிப்புச் சுமை

இதே சமயம் குழந்தையை அன்றாடம் பராமரிக்கும் கடமையையும், பொருளாதாரப் பொறுப்பையும்

சுமப்பவர்கள் பெற்றோர்களே. இந்தியாவைப் பொருத்தமட்டில் குழந்தைகளைப் பராமரிப்பது பெரும்பாலும் தாயின் பொறுப்பாகவே இருந்துவருகிறது. மற்ற குழந்தைகளுடன் ஒப்பிடும்போது மனவளர்ச்சிக் குறைபாடு உள்ள குழந்தைகளைப் பராமரிப்பது கடினமானது. இவர்களை முழு நேரமும் கண்காணிக்க வேண்டி இருக்கலாம். சிறு வயதில் இது இருபத்தி நாலு மணி நேரப் பணியாக அமையலாம். இந்தப் பணிச்சுமையினால் பல தாய்மார்கள் களைத்து மனம் சோர்ந்து போகிறார்கள். கூடவே, இவர்களுக்குத் தேவையான சேவைகளைப் பெறப் பணம் தேவைப்படுகிறது. இன்றைய நிலையில் அரசாங்கம் வழங்கும் கல்வியும் பிற சேவைகளும் மிகச் சொற்பமாகவே உள்ளன.

இன்னொரு கவலையும் பெற்றோரின் அடிமனதை வாட்டுகிறது. தம் வாழ்நாளுக்குப் பிறகு தன் குழந்தையின் எதிர்காலம் என்ன ஆகுமோ என்ற அச்சம் பெற்றோர்களைப் பற்றிக்கொள்கிறது. இது கருநிழல் போல அவர்கள் மனதை விட்டு நீங்குவது இல்லை, வாழ்நாள் முழுவதும் தொடர்கிறது. மாற்றுத் திறனாளிகள் என்ற பட்டம் பெயரளவில் மட்டுமே வழங்கப்படுகிறதே ஒழிய இந்தக் குழந்தைகளுக்குத் தேவையான வசதிகள் செய்துகொடுக்க முறைப்படியான சேவைகள் இல்லை என்பதுதான் யதார்த்த உண்மை.

எனவே, மனவளர்ச்சிக் குறைபாடு உள்ள ஒரு குழந்தையானது அதுவரை அமைதியாக இயங்கிவந்த அந்தக் குடும்பத்தின் வாழ்க்கையைப் புரட்டிப்போடுகிறது. இது அவர்களின் வாழ்க்கையில் ஒரு திருப்புமுனையாக அமைகிறது. தினம் தினம் வாழ்க்கையோடு போராடிக்கொண்டிருக்கும் பெற்றோர்கள் இதை உடனே உணர்வதில்லை. தம் வாழ்க்கை தடம் மாறிப் போகிறது என்பதை அறிந்துகொள்ளக்கூட பல ஆண்டுகள் போகலாம்!

இழப்புத் துயரம்

தன் குழந்தைக்கு மனவளர்ச்சிக் குறைபாடு உள்ளது என்பதை அறிந்த நாள் முதல் பெற்றோர்கள் பல உணர்ச்சிக் கொந்தளிப்புகளுக்கு ஆளாகிறார்கள். குடும்பங்களில் ஏற்படும் உணர்ச்சி சார்ந்த தாக்கங்களை அறிவியல்பூர்வமாக ஆராய்ந்த உளவியலாளர்கள் இதை அன்பார்ந்த ஒருவரின் மரணத்தின் பின் ஏற்படும் இழப்புத் துயரத்துக்கு (grief) நிகரானது என்று கூறுகிறார்கள்[1]. இதில் உள்ள இழப்பு என்ன? இயல்பாகவே, பெற்றோர்கள் தம் குழந்தையின் பிறப்பைப் பெரும் ஆவலோடு எதிர்பார்க்கிறார்கள். தங்கள் குழந்தை ஆரோக்கியத்தோடு நல்லபடி பிறக்கும் என்று அதன் வரவுக்காகக் காத்திருக்கிறார்கள். ஆனால், தாங்கள் பெற்ற

பிள்ளைக்கு ஒரு குறைபாடு உள்ளது என்று நாளடைவில் தெரியவரும்போது தாங்கள் எதிர்பார்த்த ஆரோக்கியமான குழந்தையை இழந்த துயரம் அவர்களை ஆட்கொள்கிறது. தாங்கள் பறிகொடுத்த ஆரோக்கியமான குழந்தையை எண்ணித் துயரப்படுகிறார்கள். ஏங்குகிறார்கள்.

மனம் மரத்துப் போன நிலை: தாம் பெற்ற குழந்தைக்கு ஒரு வளர்ச்சிக் குறைபாடு உள்ளது என்று அறிந்த பின் முதன்முதலில் ஏற்படுவது மனஅதிர்ச்சி. மனம் மரத்துப் போகிறது (shock and numbness). உண்மையை நம்ப உள்ளம் மறுக்கிறது. 'இது உண்மை இல்லை' என்று தோன்றுகிறது. நடப்பவை எல்லாம் வேறொரு உலகத்தில் நடப்பதுபோல தோன்றுகின்றன. தன் குழந்தைக்கு ஆட்டிசம் உள்ளது என்று தெரியவந்தபின் குழந்தையின் தாயார் அதை அடையாளம் கண்ட மருத்துவருக்குப் பின்வருமாறு கூறினார்: "என் குழந்தைக்கு ஆட்டிசம் உள்ளது என்று நீங்கள் முதல் முறையாகக் கூறியபோது எனக்கு 'ஆட்டிசம்' என்ற வார்த்தை மட்டுமே கேட்டது. அதன்பின் நீங்கள் என்னென்னமோ கூறினீர்கள். ஒன்றும் என் மனதில் பதியவில்லை. 'ஆட்டிசம்' என்ற சொல் மட்டுமே எனது காதில் ரீங்கரித்தது. அன்று இரவு முழுதும் என்னால் அழுகையை நிறுத்த முடியவில்லை." இதைக்கூட ஈராண்டுக்குப் பின்தான் அந்த தாயால் மருத்துவருக்குக் கூற முடிந்தது!

மறுப்பு: அடுத்தக் கட்டத்தில், 'இது உண்மை இல்லை, ஏதோ தவறாகக் கூறுகிறார்கள்' என்ற எண்ணம் ஏற்படுகிறது. அதாவது உள்ளம் உண்மையை நம்ப மறுக்கிறது. இது மறுப்புக் (denial) கட்டம். விளைவாக, குழந்தைக்குள்ள குறைபாடு தானாக நீங்கிவிடும் என்று சிலர் அதை உசாதீனம் செய்யலாம். வேறு சிலர் பலப்பல மருத்துவர்களிடம் குழந்தையைக் காட்டலாம். யாராவது ஒருவர் தன் குழந்தைக்கு ஒரு குறையும் இல்லை என்று கூற மாட்டாரா என்ற தவிப்பு அவர்களுக்கு. இன்னொரு மருத்துவ ஆலோசனைப் பெறுவதில் தவறில்லை என்றபோதும், சிலர் பலப்பல மருத்துவர்களிடம் குழந்தையைத் திரும்பத் திரும்பக் காட்டுவதற்கு 'மறுப்பு' என்ற உளவியல் காரணம் ஒரு விளக்கமாக அமைகிறது.

மனச்சோர்வு: மெல்ல மெல்ல உண்மையை உணரத் தொடங்கும்போது மனவேதனையும் துன்பமும் பெற்றோரை ஆட்கொள்கின்றன. குற்ற உணர்வு ("நான் கர்ப்பமாக இருந்தபோது கோயிலுக்குப் போகாததால் கடவுள் தந்த தண்டனை இது"), பிறரைக் குற்றம் கூறுதல் ("பிரசவத்தை மருத்துவர் சரிவரக் கவனிக்கவில்லை"), கோபம், மனச் சலனம் என பல தரப்பட்ட மனவெழுச்சிகளுக்குப் பெற்றோர்கள் ஆளாகிறார்கள். இவை

குறிப்பிட்ட எந்த ஒழுங்குமின்றி மனதை வியாபிப்பதுதான் இழப்புத் துயரத்தின் தன்மை. இது பல ஆண்டுகள் நீடிக்கலாம், பலர் இதிலிருந்து மீள்வதே இல்லை.

இத்தனையையும் தாண்டி அடுத்த கட்டமாகத் தன் குழந்தைக்கு உள்ள குறைபாட்டை ஓரளவு மனம் ஏற்றுக்கொண்டு குழந்தைக்குத் தேவையான சிகிச்சைகளையும் பயிற்சிகளையும் தேடவேண்டிய நீண்ட படலம் ஆரம்பமாகிறது.

குடும்பத்தில் ஏற்படும் உளவியல் தாக்கங்கள்

மனவளர்ச்சிக் குறைபாடுகள் உள்ள குழந்தைகளைப் பராமரிக்க பெற்றோர்கள் படும் நடைமுறைத் துன்பங்கள் ஒருபுறமிருக்க, இதனால் குடும்பத்தில் ஏற்படும் உளவியல் தாக்கங்களால் அன்றாட குடும்ப வாழ்க்கை பாதிக்கப்படுகிறது. குறைபாடு உள்ள குழந்தைகள் பெற்றோர்களின் நேரத்தில் பெரும் பகுதியை ஆக்கிரமித்துக்கொள்கின்றன. இதனால் கணவன் மனைவி இடையே அதிருப்தியும் மன நிறைவின்மையும் முறுகல் நிலையும் ஏற்பட இடமுண்டு. சிலருக்கு மனச்சோர்வு ஏற்படுவதும் உண்டு.

மனவளர்ச்சிக் குறைபாடுகளுக்கு மரபணுக்கள் ஒரு காரணமாக இருப்பதால் சில குடும்பங்களில் கூடுதலாகக் காணப்படுகிறது என்று முன்னர் கூறினோம். எனவே, பெற்றோர்கள் ஒருவரை ஒருவர் குறைகூறலாம், குற்றம் சாட்டலாம். இதனால் தம்பதிகளுக்கிடையே பூசல்கள் உண்டாகலாம். பெற்றோரின் தாய்தந்தையினரும் இதில் தலையிட்டு நிலைமையை மேலும் மோசமடையச் செய்யலாம்.

இது ஒருபுறமிருக்க, குடும்பத்தில் உள்ள மற்ற குழந்தைகளும் மனவளர்ச்சிக் குறைபாடு உள்ள தம் உடன் பிறந்தவர்களால் பாதிக்கப்படுவார்கள் என்பதையும் மறந்துவிடக் கூடாது. பெற்றோர்கள் குறைபாடு உள்ள குழந்தை மீது கூடுதல் கவனம் செலுத்துவதால் கூடப்பிறந்தவர்களுக்கு தாம் புறக்கணிக்கப் படுகிறோம் என்ற உணர்வு ஏற்பட இடமுண்டு. இதையும் பெற்றோர்கள் புரிந்துகொள்ள வேண்டும். அவர்களுக்கென தனியாக நேரம் ஒதுக்கி வைப்பது நல்லது.

மனவளர்ச்சிக் குறைபாடு உள்ள குழந்தைகளைப் பராமரிக்கும் சில பெற்றோர் குழந்தையைப் பொத்திப் பொத்திப் பாதுகாப்பது உண்டு. அதாவது, குழந்தையின் எல்லா தேவைகளையும் தாமே ஓடி ஓடிச் செய்ய வேண்டும் என்ற மனப்பான்மை சில பெற்றோருக்கு உண்டு. உளவியலில் இது குழவிப்பருவமயப்படுத்தல் (infantalisation) என்று அழைக்கப்படுகிறது. அதாவது, குழந்தையின் திறன்களைக் குறைவாக மதிப்பிட்டுத் தானே எல்லாவற்றையும்

செய்யவேண்டும் என்ற போக்கு. இது குறிப்பாகச் சில தாய்மாருக்கு உண்டு. உதாரணமாக, தானாகவே கழிப்பறையைப் பாவிக்கக் கூடிய ஒரு குழந்தைக்குத் தாய் ஓடிச் சென்று உதவி செய்ய வேண்டும் என்று நினைப்பது மிகைபாதுகாப்பாகும் *(over protection)*. இவர்கள் குழந்தையைத் தற்சார்புடன் செயல்பட அனுமதிப்பது இல்லை. அன்பு செலுத்தும் அதே வேளையில் குழந்தை மீது ஆகக்கூடுதல் கவனம் செலுத்துவதும் பயன் தருவது இல்லை. சில தாய்மார்கள் சில சமயங்களில் தன் கணவன் குழந்தையிடம் கண்டிப்பாக நடந்துகொள்கிறார்கள் என்பதால் குழந்தைக்கு அளவுக்கு அதிகமான சலுகைகள் வழங்குவது உண்டு. இதுவும் ஒரு வகையான மிகைப் பாதுகாப்பே. பெற்றோர்கள் தங்களிடையே பேசி முடிவு செய்து இருவரும் ஒரே மாதிரியான போக்கைக் கடைப்பிடிப்பதே சிறந்தது.

இன்னும் சில குடும்பங்கள் நேர் எதிர்மாறாகச் செயல்படுவது உண்டு. குடும்பத்தில் உண்டாகும் எல்லாப் பிரச்சினைகளுக்கும் மனவளர்ச்சிக் குறைபாடு உள்ள குழந்தையைக் குற்றஞ்சாட்டும் வழக்கம் சில குடும்பங்களில் உண்டு. குடும்பத்தில் ஏற்படும் எல்லாப் பிரச்சினைகளுக்கும் இவர்கள் பலிகடாவாக நடத்தப் படுகிறார்கள். 'தரித்திரம்', 'சனியன்', 'தண்டச்சோறு' என்று வசை பாடுவதும் உண்டு. சிலர் பெற்றோர்களின் கொடுமைக்கும் ஆளாகிறார்கள்.

சமூக மனப்பான்மைகள்

அத்தோடு, சமூகம் மனவளர்ச்சிக் குறைபாடு உள்ள குழந்தை களைச் சமூகத்தின் உறுப்பினர்களாக ஏற்றுக்கொள்ளத் தயங்கு கிறது. தமிழ்ச் சமூகம் மனவளர்ச்சிக் குறைபாடு உள்ள குழந்தை களை ஏற்றுகொள்ள இன்னும் பழகவில்லை. வயதுவந்தவர்கள்கூட இவர்களை நூதனமாகப் பார்க்கிறார்கள். சிலர் இவர்களைப் பார்த்து முகம் சுழிக்கிறார்கள். அவர்கள் முன்னிலையில் அவர்களைப்பற்றி வெளிப்படையாக கேள்விகள் கேட்கிறார்கள். தம் குழந்தைகளை இவர்களுடன் பழகவிடுவது இல்லை.

இதனால் இந்தக் குழந்தைகளை வெளியே அழைத்துக் கொண்டு போவது பெற்றோருக்குப் பெரும் பிரச்சினையாகிப் போய்விடுகிறது. பொது இடங்களில் பெற்றோர்கள் அனுபவிக்கும் துன்பங்களில் இதுவும் ஒன்று. சமூகம் இவர்களை ஒதுக்கி வைப்பது மட்டுமல்லாமல், 'மெண்டல்', 'லூசு' என்ற வசைச் சொற்கள் மூலம் காயப்படுத்துவதுமுண்டு. ஆசாரமான சிலர் இந்தக் குழந்தைகளை அபசகுணமாகக் கருதுகிறார்கள். பெற்றோர்கள் படும் துயரத்துக்கும் துன்பத்துக்கும் சமூகத்தின் இம்மாதிரியான அணுகுமுறையும் ஒரு காரணம்.

இயல் 2

பெற்றோர்களுக்குச் சில உதவிக் குறிப்புகள்

உங்கள் குழந்தையை நீங்கள் அப்படியே உள்ளதை உள்ளவாறே ஏற்றுக்கொள்ள வேண்டும். அதாவது குழந்தைக்கு உள்ள குறைபாடுகள், பிரச்சினைகள், சிக்கல்கள் அத்தனையோடும் ஏற்றுக்கொள்ள வேண்டும். இரண்டாவதாக, உங்கள் எதிர்பார்ப்புகள் யதார்த்தமானவையாக இருக்க வேண்டும். இது சுலபமான காரியமாகப் பிறருக்குத் தோன்றலாம். ஆனால் உண்மையில் இது உணர்வுரீதியாக சிக்கலானது.

உங்கள் குழந்தைக்கு உள்ள மனவளர்ச்சிக் குறைபாடு என்ன என்பதையும் அதன் கடுமையையும் அறிந்து கொள்ளுங்கள். அந்தக் குறைபாட்டைப் பற்றி நிறைய வாசியுங்கள். ஆனால் அதைப் பொத்தம் பொதுவாக அறிந்துகொள்வது மட்டும் போதாது. மனவளர்ச்சிக் குறைபாடுகள் எல்லாக் குழந்தைகளிலும் ஒரே மாதிரியாக இருப்பது இல்லை, ஒவ்வொரு குழந்தையிலும் வெவ்வேறு விதமாக வெளிப்படும்.

எனவே, குறைபாட்டின் என்னென்ன கூறுகள் உங்கள் குழந்தையிடம் காணப்படுகிறது என்பதை உற்றுநோக்கி அறிந்துகொள்ளுங்கள். கூடவே, அதோடு இணைந்து வரும் குறைபாடுகள் உள்ளனவா என்பதையும் தெரிந்துகொள்ளுங்கள்.

பெற்றோர்களுக்கு ஆலோசனைகள் கூறுவதும் அறிவுரை வழங்குவதும் சுலபம். குடும்பத்தைக் கட்டிக்காப்பது, பொருள் சம்பாதிப்பது முதல்

குழந்தையையும் குடும்பத்தையும் பாரமரிப்பது வரை அன்றாடம் பல முனைகளில் போராடிக்கொண்டிருக்கும் பெற்றோர்களுக்கு உற்றார், உறவினர், அடுத்த வீட்டுக்காரர் என ஆலோசனை வழங்க முன்வருகிறவர்களுக்குக் குறைச்சல் இல்லை. இதைக் கண்டு பெற்றோர்கள் சினந்துகொள்கிறார்களே தவிர அவற்றை ஒன்றும் பெரிதாக மதிப்பது இல்லை. இதற்கு முக்கியக் காரணம் அவர்களது இன்னல்களை மருத்துவர்கள், ஆசிரியர்கள், அண்டைவீட்டார் போன்ற பிறத்தியார் உணர்வது இல்லை என்ற ஆதங்கமே. "ஒரு நாள் எங்கள் வீட்டில் வாழ்ந்து பாருங்கள், அப்போது தெரியும் நாங்கள் படும் கஷ்டங்கள்", என்று ஒரு தாய் நியாயமான கோபத்தோடு ஒரு மருத்துவருக்கு எடுத்துக் கூறினார். பெற்றோர்களின் விரக்தியையும் ஆற்றாமையை யும் கணக்கில்கொண்டே பின்வரும் உதவிக் குறிப்புகள் வழங்கப் படுகின்றன.

முதலாவதாக, உங்கள் குழந்தையை நீங்கள் அப்படியே ஏற்றுக்கொள்ள வேண்டும். அதாவது அவனுக்கு உள்ள குறைபாடுகள், பிரச்சினைகள், சிக்கல்கள் அத்தனையோடும் ஏற்றுக்கொள்ள வேண்டும். இது இலகுவானதல்ல. இந்த நிலையை அடையப் பல வருடங்கள் போகலாம். நீங்கள் அடிக்கடி குழந்தையோடு கோபப்படுகிறீர்கள் என்றால் இன்னும் அவனை முழுமையாக நீங்கள் ஏற்றுக்கொள்ளவில்லை என்பதுதான் பொருள். அடுத்ததாக, உங்கள் குழந்தையை மற்ற குழந்தைகளோடு ஒப்பிட்டுப் பார்த்து, "இவன் ஏன் அவர்கள் போல இல்லை?" என்று உங்களுக்குள் சினந்துகொள்வதும் நீங்கள் அவனை ஏற்றுக்கொள்ளவில்லை என்பதையே சுட்டிக்காட்டுகிறது. உங்கள் குழந்தை மற்ற குழந்தைகளிலிருந்து வித்தியாசமானது, தனித்துவமானது என்பதை உணர்வது முக்கியம்.

எனவே, உங்கள் மனதில் கீழே கொடுக்கப்பட்ட ஓர் அளவுகோலை உருவாக்கிக்கொள்ளுங்கள். இதன்படி, சுழியம் (0) என்பது நீங்கள் அவனை இன்னும் முழுமையாக ஏற்றுக்கொள்ள வில்லை என்பதைக் குறிக்கும் (வரைபடம் 4.1). பத்துப் புள்ளிகள் (10) அவனை முற்றுமுழுதாக ஏற்றுக்கொண்டீர்கள் என்பதைக் குறிக்கும். தற்சமயம் எத்தனை புள்ளிகள் வழங்குவீர்கள் என்பதை நேர்மையாக அளவிட்டுப் பாருங்கள். அடுத்து, ஒரு கட்டத்திலிருந்து அடுத்த கட்டத்துக்குப் போக நீங்கள் என்னென்ன செய்யவேண்டும் என்பதை யோசித்துப் பாருங்கள். உதாரணமாக, தற்சமயம் உங்கள் மதிப்பீடு மூன்று புள்ளிகளாக இருந்தால் அதை நான்கு புள்ளிகளாக மாற்றுவது எப்படி என்று எண்ணிப் பார்க்கவும். இதைப் பெற்றோர்கள் தனித்தனியாக அளவிட்டுப் பார்ப்பது நல்லது.

0	5	10
ஏற்றுக்கொள்ள முடியவில்லை	ஓரளவு ஏற்றுக்கொண்டேன்	முழுமையாக ஏற்றுக்கொண்டேன்

வரைபடம் 4.1

இரண்டாவதாக, உங்கள் எதிர்பார்ப்புகள் யதார்த்த மானவையாக இருக்க வேண்டும். குறைபாட்டின் கடுமைக்கு ஏற்ப குழந்தையிடம் ஓரளவு முன்னேற்றம் காணப்பட்டாலும் பொதுவாகவே இவை தீர்க்க முடியாத குறைபாடுகள் என்பதை உணர்ந்துகொள்வது முக்கியம். இதைப் பெற்றோர்களுக்குக் கூறும்போது அவர்கள் மனமுடைந்து போகிறார்கள். மூளைச் சேதமும் ஆட்டிசமும் உள்ள பையனின் பெற்றோர் ஒவ்வொரு முறையும் அவனை மருத்துவரிடம் காட்டியபோதும் அவர்கள் கேட்ட கடைசிக் கேள்வி, “இது குணமாகிவிடும் தானே?” என்பதாகவே இருந்தது. இத்தனைக்கும் ஒவ்வொரு தடவையும் அவர் அவனுக்குள்ள குறைபாட்டின் தன்மையை விளக்கமாக எடுத்துக் கூறத் தவறியது இல்லை.

மிகையான எதிர்பார்ப்பு ஏமாற்றத்துக்கு வழிவகுக்கும். உங்கள் ஏமாற்றத்தையும் விரக்தியையும் குழந்தையின் மீது காட்டாதீர்கள். அடிக்கடி அவனைக் குறை கூறாதீர்கள், அவன் ஏற்கெனவே நொந்து போயிருக்கிறான் என்பதை நினைவுபடுத்திக் கொள்ளுங்கள்.

மனவளர்ச்சிக் குறைபாடுகளில் நாளடைவில் ஓரளவு முன்னேற்றம் காணப்படுவது உண்மையேயானாலும் அவர்கள் தம் வயதை ஒத்த மற்ற குழந்தைகளின் வளர்ச்சி நிலையை அடைவது இல்லை. அதாவது, அவர்களின் வளர்ச்சி நிலைக்கும் ‘சாதாரண’க் குழந்தைகளின் வளர்ச்சி நிலைக்கும் இடையே எப்போதுமே ஒரு இடைவெளி இருந்துவரும் (படம் 2.4). இதனால் தான் மனவளர்ச்சிக் குறைபாடுகள் வாழ்நாள் முழுவதும் நீண்டு நிலைக்கும் தன்மையுடையன என்று கூறப்படுகிறது.

சில பெற்றோர்கள் குழந்தையிடம் காணப்படும் சிறுசிறு முன்னேற்றத்தையும் கண்டு, குழந்தை ‘குணமாகி வருகிறது’ என்ற வீணான ஆசையை உருவாக்கிக்கொள்கிறார்கள். குழந்தையின் சிறுசிறு முன்னேற்றத்தையும் கொண்டாட வேண்டும், அதை ஊக்குவிக்க வேண்டும் என்பதில் மாற்றுக் கருத்துக்கு இட மில்லை. ஆனால், நடவா ஆசைகளை வளர்த்துக்கொள்வது

ஏமாற்றத்துக்கே இட்டுச் செல்லும். இதனால் குழந்தையைக் குறை கூறலாம் அல்லது குழந்தையோடு கோபப்படலாம். பாதிக்கப்பட்டோரைக் குற்றவாளியாக்குவது எந்த வகையில் நியாயமானது?

மூன்றாவதாக, இக்குழந்தைகளின் சிறு சிறு வெற்றிகளையும் சுட்டிக்காட்டி, உற்சாகமூட்டும் வார்த்தைகள் கூறுவது அவர்களை ஊக்கமளிப்பதாகவும் தன்மதிப்பை மேம்படுத்துவதாகவும் அமையும். இவர்களுக்குள் புதைந்து கிடக்கும் திறமைகளைக் கண்டறிந்து அவற்றை வளர்த்தெடுப்பது பெரும் பயனுள்ளதாக இருக்கும். சிலர் விளையாட்டுகளில் ஆர்வம் உள்ளவர்களாகவும் வல்லவர்களாகவும் இருப்பார்கள். ஓவியம், கைவினை, இசை, கணினி பயன்படுத்துதல், கணினி பழுதுபார்த்தல் போன்ற துறைகளில் சிலர் ஆற்றல் மிக்கவர்களாக இருப்பார்கள். சிலருக்கு அபாரமான ஞாபக சக்தி இருப்பதுண்டு. எனவே, குழந்தைக்கு உள்ள திறன்கள் என்ன என்று அடையாளம் கண்டு அவற்றில் கவனம் செலுத்துவது அவர்களுக்குள்ள குறைபாட்டை ஈடு செய்ய உதவும். எல்லாக் குழந்தைகளும் ஏட்டுக் கல்வியை மட்டும் பெற வேண்டும் என்ற கட்டாயம் இல்லை.

நான்காவதாக, குழந்தையை ஆசிரியர்களும் பயிற்சியாளர்களும் கவனித்துக்கொள்வார்கள் என்ற மனப்பான்மை நன்மை தராது. குழந்தைக்குக் கற்றுக்கொடுக்கும் ஆசிரியர், பயிற்சியளிக்கும் பேச்சுப் பயிற்சியாளர், உடலியக்கத்தையும் புலனுணர்வுகளையும் சமநிலைப்படுத்தும் தொழில்வழிச் சிகிச்சையாளர் போன்ற துறைசார் வல்லுநர்களோடு இணைந்து செயலாற்றப் பெற்றோர்கள் கற்றுக்கொள்ள வேண்டும். இதில் பெற்றோர்கள் ராஜதந்திரத்தோடு செயல்பட வேண்டும். குழந்தைக்குக் கிடைக்கப் பெறும் கல்வியையும் பயிற்சிகளையும் முதன்மைப்படுத்தி இவர்களோடு இணக்கமாகவும் நட்புடனும் பழகி அவர்களோடு ஒத்துழைக்க முன்வர வேண்டும். சிலர் இவர்களோடு போட்டி போடுவதும், குறைகாணுவதும் உண்டு. ஆனால், குழந்தைகளின் நலனை முதன்மைப்படுத்தி அவர்களுக்குத் தேவையான பயிற்சிகளைப் பெறுவதே பெற்றோரின் குறிக்கோளாக இருக்க வேண்டுமே தவிர தங்களது மேம்பட்ட அறிவையும் மேன்மையையும் பறைசாற்றுவது அல்ல.

எனவே, பெற்றோர்கள் தங்கள் குழந்தைக்கு அளிக்கப்படும் கல்வி மற்றும் பயிற்சிகள் பற்றி முறையே ஆசிரியரிடமும் பயிற்சியாளரிடமும் கேட்டுத் தெரிந்துகொண்டு அதன்படி ஒழுக வேண்டும். பயிற்சியாளர்களும் ஆசிரியர்களும் கூறுவதைக் கேட்டு அதே முறைகளை வீட்டிலும் பின்பற்ற வேண்டும்.

இறுதியாக, நீங்கள் உங்களுடைய ஆரோக்கியத்தையும் மனநலத்தையும் அக்கறையோடு பேணிக் காக்க வேண்டும். உங்கள் உடல் நலனும் மனநலனும் ஆரோக்கியமாக இருந்தால் மட்டுமே உங்களால் குழந்தையைப் பராமரிக்கவும் ஆதரிக்கவும் முடியும். எனவே, முடியுமானவரை அன்றாடக் கடமைகளைக் குடும்பத்தவர்களோடு பகிர்ந்துகொள்வது, இடையிடையே குழந்தையை வேறொருவர் பார்த்துக்கொள்ள ஒழுங்குகள் *(respite care)* செய்வதால் நீங்கள் சிறிது ஓய்வு பெற உதவியாக இருக்கும். இது போன்ற குறைபாடு உள்ள மற்ற குழந்தைகளின் பெற்றோர்களுடன் அடிக்கடி கூடிக் கலந்துரையாடுவதும், ஆதரவுக் குழுக்களாகச் *(support groups)* செயல்படுவதும் உங்களுக்குப் பெரும் பக்கபலமாக இருக்கும்.

மனவளர்ச்சிக் குறைபாடுகள் உள்ள குழந்தைகளின் உரிமைகளை நிலைநாட்டவும் அவர்களுக்குத் தேவையான கல்வி மற்றும் பிற சேவைகளைப் பெற்றெடுக்கவும் பெற்றோர்கள் இணைந்து செயல்பட முன்வரவேண்டும்.

இயல் 3

சிறப்புக் கல்வி

சிறப்புக் கல்வியைப் பொதுப் பள்ளிக்கூடங்களில் வழங்க முடியும். ஆனால் தற்சமயம் பொதுப் பள்ளிக்கூடங்களில் சிறப்புத் தேவை உடைய குழந்தைகளுக்கான போதுமான வசதிகள் இல்லை, சிறப்பு ஆசிரியர்களும் போதுமான அளவில் இல்லை.

அனைத்துக் குழந்தைகளுக்கும் கல்வி முக்கியம் என்றாலும் வளர்ச்சிக் குறைபாடுகள் உள்ள குழந்தை களுக்குச் சாதாரணக் குழந்தைகளைவிட அவர்கள் எதிர்காலத்தை நிர்ணயிக்கும் ஒரு தீர்க்கமான சக்தியாகக் கல்வி விளங்குகிறது. இந்த இடத்தில் சிறப்புக் கல்வி பற்றிப் பேசுவது முக்கியமாகிறது. சிறப்புக் கல்வி (special education) என்பது சில இயலாமைகள் உள்ள குழந்தைகளுக்கு அவரவரின் குறைநிறைகளுக்கு ஏற்ப வழங்கப்படும் கூடுதல் கல்வி வசதிகளைக் குறிக்கும். இவர்கள் சிறப்புத் தேவைகள் உள்ள குழந்தைகள் (children with special needs) என்று அழைக்கப்படுகிறார்கள். சிறப்புக் கல்வி என்றவுடன் பலருக்கு மனவளர்ச்சிக் குன்றிய குழந்தைகளுக்கான சிறப்புப் பள்ளிக்கூடங்களே நினைவுக்கு வரும். சிறப்புக் கல்வியும் சிறப்புப் பள்ளிக்கூடமும் ஒன்றல்ல. சாதாரணப் பள்ளிக்கூடங்களிலும் சிறப்புக் கல்வி வழங்க முடியும், வழங்க வேண்டும் என்பதே வளர்ச்சியடைந்த நாடுகளில் உள்ள நடைமுறை. இதுவே இந்திய அரசின் கல்விக் கொள்கையாகவும் உள்ளது.

மத்திய அரசின் கீழ் செயல்படும் 'எல்லா மாணவர்களுக்கும் கல்வி' (சர்வ சிஷ்ய அபியான், 2000) என்ற கல்வி பெறும் உரிமைக்கான சட்டம்[1] 6 வயது முதல் 14 வயதுள்ள குழந்தைகள் யாவருக்கும், மாற்றுத் திறனாளிகள் உட்பட, கட்டாயமாகக் கல்வி வழங்கப்பட வேண்டும் என்று வலியுறுத்திக் கூறுகிறது. ஒரு குழந்தைக்கு உள்ள இயலாமையின் தன்மை, வகைமை, கடுமை ஆகியவற்றைக் கணக்கில் கொள்ளாது குழந்தையின் தேவைகளுக்கு ஏற்ற சூழலில் கல்வி வழங்கப்படும் என்றும் கூறுகிறது. மேலும், கல்வி பெறுவதிலிருந்து ஒரு குழந்தை கூட விடுபடக் கூடாது என்பதில் 'பூஜ்ய நிராகரிப்புக் கொள்கையை'க் *(zero rejection policy)* கடைப்பிடிக்கும் என்றும் உத்தரவாதம் அளிக்கிறது. எனவே, கொள்கையளவில் வளர்ச்சிக் குறைபாடுகள் உள்ள குழந்தைகளுக்குத் தேவையான கல்வியின், அதாவது சிறப்புக் கல்வியின் முக்கியத்துவத்தை அரசு ஏற்றுக்கொள்கிறது.

அடுத்து, சிறப்புக் கல்வியில் பெரிதும் பேசப்படும் இரு கோட்பாடுகள் பற்றி அறிந்துகொள்வோம். ஒரு காலத்தில் சிறப்புத் தேவைகளை உடைய குழந்தைகளை மற்ற குழந்தைகளிடம் இருந்து பிரித்து ஒதுக்கி தனிப் பள்ளிகளில் அல்லது வீட்டில் கல்வி அளிக்கும் வழக்கம் *(segregated education)* இருந்து வந்தது.

ஆனால், சிறப்புத் தேவை உள்ள குழந்தைகள் சாதாரணப் பள்ளிகளில் கற்பதனால் பெரும் பயனடைகிறார்கள். திறன் குறைவற்ற சக மாணவர்களோடு பழகுவதால் அவர்களின் நடத்தையும் சமூகத் திறன்களும் மேம்படுகின்றன, அவர்களின் கல்வித் தரத்திலும் கணிசமான முன்னேற்றம் உண்டாகிறது. மட்டுமல்லாது, மற்ற குழந்தைகளும் சிறப்புத் தேவைகளை உடைய குழந்தைகளின் பிரச்சினைகளை உணர்ந்து இசைவாக நடந்துகொள்ளக் கற்றுக்கொள்கிறார்கள். இதனால் சமூகம் மாற்றுத்திறனாளிகளை ஒதுக்கி வைப்பது குறைவடைகிறது, நாளடைவில் மாற்றுத்திறனாளியை மையச் சமூக நீரோட்டத்தில் இணைத்துக்கொள்ள வழி அமைகிறது. எனவே, சிறப்புக் கல்வியைப் பொதுப்பள்ளிகளில் *(main stream schools)* வழங்குவதே சிறந்தது என்று இப்போது கல்விப் புலனில் ஒருமனதாக ஏற்றுக்கொள்ளப்பட்ட கொள்கையாக விளங்குகிறது[2]. இது, அனைவரையும் உள்ளடக்கிய கல்வி முறை என்று அழைக்கப் படுகிறது.

அனைவரையும் உள்ளடக்கிய கல்வி *(inclusive education)*:

பொதுப் பள்ளிக்கூடங்களில் சாதாரண மாணவர்களுடன் சிறப்புத் தேவை உள்ள மாணவர்களும் சேர்ந்து படிக்கும்

கல்வி முறையே (அனைவரையும்) உள்ளடக்கிய கல்வி என்று அழைக்கப்படுகிறது. இந்த முறையில் எல்லாக் குழந்தைகளுக்கும் ஒரே பாடத்திட்டம் பின்பற்றப்படும். ஒரே வகுப்பறையில் தன் வயதொத்த மற்ற மாணவர்களுடன் கலந்து சிறப்புத் தேவைகள் உள்ள மாணவர்களும் கற்பார்கள். பொதுப்பள்ளி ஆசிரியரே கல்வி கற்பிப்பார்.

ஆனால், இதை நடைமுறைப்படுத்த சிறப்புத் தேவை உள்ள மாணவர்களைச் சாதாரணப் பள்ளிகளில் ஒருங்கிணைத்துக் கற்பிக்க அதற்கேற்ற வசதிகள் செய்துகொடுப்பது அவசியம். காட்டாக, டிஸ்லெக்சியா உள்ள மாணவர்களுக்குத் தினந்தோறும் வாசிப்புப் பயிற்சி தேவை (பார்க்க பாகம் 3, இயல் 11). இதைச் சாதாரண வகுப்பறையில் வழங்க முடியாது. எனவே, பள்ளிக்கூட வளாகத்தில் வளம்மிகு வகுப்பறைகளில் டிஸ்லெக்சியா உள்ள மாணவர்களைக் கொண்ட சிறு குழுக்களாகப் இந்தப் பயிற்சி அளிக்கப்பட வேண்டும். இதேபோல, சில வேளைகளில் குறிப்பிட்ட ஒரு மாணவனை வகுப்பில் இருந்து அகற்ற வேண்டிய நிலை ஏற்படலாம். காட்டாக, ஆட்டிசம் உள்ள ஒரு மாணவன் புலனுணர்வு மிகுசுமையால் (பார்க்க இயல் 8) வகுப்பில் தாறுமாறாக நடந்துகொண்டால் அவனை வகுப்பில் இருந்து அகற்றி இன்னொரு வகுப்பறையில் ஒரு துணை ஆசிரியையோடு அமர்த்தி ஆசுவாசப்படுத்த வசதிகள் தேவைப்படும். இம்மாதிரியான வசதிகள் இல்லாத பட்சத்தில் ஆட்டிசம் உள்ள குழந்தைகள் பள்ளியில் இருந்து இடைநிறுத்தப் படலாம் அல்லது வெளியேற்றப்படலாம்.

மனவளர்ச்சிக் குறைபாடு உடையவர்களின் நுண்ணறிவுத் திறன் மற்றும் செயல்திறன் ஆகியவற்றை அடிப்படையாகக் கொண்டு கூடியவரை பொதுப்பள்ளியில் கல்வி அளிக்கப்பட வேண்டும் என்ற உள்ளடக்கிய கல்விக் கொள்கையை 1989லேயே செகந்தராபாத்தில் அமைந்துள்ள மனவளர்ச்சிக் குன்றியோருக் கான தேசிய நிறுவனம் (இப்போது இது 'அறிவுத்திறன் குறைபாடு உள்ள நபர்களை அதிகாரம் அளிக்கும் நிறுவனம்' என்று பெயரிடப்பட்டுள்ளது) முன்வைத்து ஒரு கையேட்டையும் பிரசுரித்தது[3].

எனவே, உள்ளடக்கிய கல்வி வழங்க வேண்டும் என்ற உறுதியான நோக்கம் அரசுக்கு இருக்குமானால் பொதுப்பள்ளியில் இவர்களின் தேவைகளுக்கு ஏற்றவாறு கல்வி அளிக்க எண்ணற்ற வகையான ஏற்பாடுகள் செய்ய முடியும்[4]. இவற்றில் சில:

- பொது வகுப்பறையில் சாதாரண மாணவர்களுடன் சேர்ந்து சிறப்பு உதவிகள் இன்றி முழு நேரமும் கற்றல்;

இதற்குச் சிறப்பு ஆசிரியர் தேவை இல்லை. சிறப்புக் கல்வி பற்றி அறிந்த ஆசிரியர் மட்டும் போதும்.

- ஒரு துணை ஆசிரியரின் உதவியுடன் பொது வகுப்பறையில் கற்றல்.
- பொது வகுப்பறையில் கற்றல். கூடவே, பள்ளி வளாகத்தில் உள்ள ஒரு சிறப்பு வகுப்புக்கு ஓரிரு மணித்தியாளங்கள் சிறப்புப் பயிற்சி பெறுதல் (உ–ம். டிஸ்லெக்சியா உள்ளவர்களுக்கு வாசிப்புப் பயிற்சி). இதற்குச் சிறப்பு ஆசிரியர் தேவை.
- பகுதி நேரம் பொது வகுப்பறையில் கற்றல்; பகுதி நேரம் பள்ளி வளாகத்தில் உள்ள வளம்மிகு வகுப்பில் சிறப்பு ஆசிரியருடன் சிறப்புக் கல்வி பெறுதல்.
- பகுதி நேரம் பொதுப் பள்ளியில் கற்றல், பகுதி நேரம் சிறப்புப் பள்ளியில் கற்றல்.

இதையும் தாண்டி, கடும் வளர்ச்சிக் குறைபாடுகள் உள்ள குழந்தைகளுக்கு முழு நேரமும் சிறப்புப் பள்ளியில் கற்பிக்க வேண்டிவரும். மிகக் கடுமையான குறைபாடுகள் உள்ளவர்களுக்கு வசிப்பிடச் சிறப்புக் கல்வியோ வீட்டில் அல்லது மருத்துவமனையில் கற்றுக்கொடுக்க ஏற்பாடுகள் செய்ய வேண்டும்.

ஆனால், உள்ளடக்கிய கல்விக் கொள்கையைச் செயல்படுத்துவதாக இருந்தால் சாதாரணப் பள்ளிக்கூடங்களில் ஒரு பண்பாட்டு மாற்றம் தேவைப்படும். ஓரிரு வசதிகள் மட்டும் செய்து கொடுப்பது மட்டும் போதுமானதல்ல. கல்விக்கூடங்கள் இவர்களை அரவணைத்துச் செயல்பட வேண்டும். இதற்குத் தலைமை ஆசிரியர், மாணவர் முதற்கொண்டு பள்ளியில் வேலை செய்யும் கடைக்கோடி திறன்சாரா பணியாளர் வரையில் ஒரு மனமாற்றம் அவசியம். இவர்கள் சிறப்புத் தேவை உடைய குழந்தைகள் பற்றி தமக்கு உள்ள முற்சார்பெண்ணங்களை மாற்றிக்கொள்ளத் தயாராக இருக்க வேண்டும். இது ஒரு விருப்பத் தேர்வாக அன்றிக் கட்டாயமாகக் கடைப்பிடிக்க வேண்டிய ஒரு கொள்கை என்பதை அரசு உறுதிப்படுத்த வேண்டும். இம்மாதிரியான பள்ளிக்கூடங்கள் மாற்றுத் திறன் நேயக் கல்விச் சாலைகள் (disability friendly schools) என்று அழைக்கப்படுகின்றன.

எல்லாவற்றுக்கும் மேலாக, உள்ளடக்கிய கல்வியை நடைமுறைப்படுத்த முறைப்படி பயிற்சி பெற்ற சிறப்பு ஆசியர்கள்

போதிய அளவில் தேவை. இவர்களின்றி உள்ளடக்கிய கல்விக் கொள்கையை நடைமுறைப்படுத்துவது சாத்தியப்படாது. இவர்கள் குழந்தைகளின் வளர்ச்சிக் குறைபாடுகள் பற்றி அறிந்தவர்கள், அவர்களுக்கு ஏற்ற வகையில் கற்றுக்கொடுப்பதில் பயிற்சி பெற்றவர்கள். உயர் வருவாய் உள்ள நாடுகளில் ஒவ்வொரு பள்ளிக்கூடத்திலும் ஒரு சிறப்பு ஆசிரியர் அல்லது ஆசிரியை நியமிக்கப்படுகிறார். இவர் சிறப்புத் தேவை உடைய குழந்தைகளுக்கு மற்ற ஆசிரியர்கள் கற்றுக்கொடுக்க உதவி புரிவார். தானும் வளம்மிகு வகுப்புகளில் கற்றுக்கொடுப்பார். மேலும் மாற்றுத்திறனாளிக் குழந்தைகள் உள்ள வகுப்புகளில் ஆசிரியருக்கு உதவி செய்ய பயிற்றுவிக்கப்பட்ட ஒரு துணை ஆசிரியரும் (teaching assistant) இருப்பார். நம் நாடுகளிலோ பல பள்ளிக்கூடங்களுக்கு ஒரு சிறப்பு ஆசிரியர் என்ற நிலையே நிலவுகிறது. இதுகூட நாட்டின் பல பகுதிகளில் நடைமுறையில் இல்லை.

உள்ளடக்கிய கல்வி முறையால் எல்லாக் குழந்தைகளும் நன்மையடைகின்றன என்பதற்கு வலுவான பல காரணங்கள் இருந்தபோதிலும் நடைமுறையில் சிறப்புத் தேவை உடைய குழந்தைகளைப் பொதுப் பள்ளிகள் ஏற்றுகொள்ளத் தயங்கு கின்றன. இன்றைய நாளில் கல்வி அடைவுகளை முதன்மைப் படுத்துவதே கல்விக்கூடங்கள் தங்கள் தலையாய பணியாகக் கருதுகின்றன. பல தனியார் கல்விக்கூடங்கள் சிறப்புத் தேவை உடைய குழந்தைகளை ஏற்றுக்கொண்டால் பள்ளிக்கூடத்தின் பெயர் பாதிக்கப்படலாம் என்று கருதுகின்றன, அடைவுகள் குறைந்துவிடும் என்று அச்சப்படுகின்றன. மற்ற பெற்றோர்கள் சிலரும் இதை விரும்புவது இல்லை.

இணக்கங்களும் மாற்றங்களும்

அடுத்து, சிறப்புத் தேவை உடைய குழந்தைகளுக்கு ஏற்ற வகையில் பள்ளியில் சலுகைகள் தேவைப்படலாம். காட்டாக, உடல் ஒருங்கிணைப்பு இயக்கம் குறைந்தவர்களுக்கு விசேட இருக்கைகள், எழுதுகோல்கள் போன்றவை தேவைப்படலாம். வாசிப்புக் குறைபாடு உள்ளவர்களுக்குத் தேர்வுகள் எழுதக் கூடுதல் நேரம் வழங்குவது, எடிஎச்டி உள்ள குழந்தைகளுக்குத் (கவனச் சிதைவைக் குறைக்க) தனியே இருந்து தேர்வுகள் எழுத அனுமதிப்பது, டிஸ்லெக்சியா உள்ளவர்களுக்கு வினாத் தாளை, குறிப்பாக பன்முகத் தெரிவு வினாக்களை, ஓர் ஆசிரியர் வாசிப்பது ஆகியவற்றை உதாரணங்களாகக் கூறலாம். இவ்வாறாகப்

பிரச்சினைகளுக்கு மாற்று வழிகளால் சமாளிக்கும் முறைகள் இணக்கங்கள் (accommodations) என்று அழைக்கப்படுகின்றன.

இன்னும் சிலருக்கு, குறிப்பாகக் கடுமையான மனவளர்ச்சிக் குறைபாடுகள் உடையவர்களுக்குக் கலைத் திட்டத்தில் மாற்றங்கள் (modifications) தேவைப்படும். காட்டாக, கணக்குப் பாடத்துக்குப் பதிலாக கைவினைச் சார்ந்த ஒரு பாடத்தைக் கற்றுக்கொடுப்பது என்று ஏற்பாடு செய்துகொள்ளலாம்.

தனி நபர் கல்வித் திட்டம்

சிறப்புத் தேவை உடைய ஒவ்வொரு மாணவனும் தனக்கே உரிய வேகத்தில்தான் கற்றுக்கொள்கிறான். கற்பித்தலும் கற்பித்தல் முறையும் இதற்கு ஏற்றவாறு உருவாக்கப்பட வேண்டும். ஒவ்வொரு மணவனின் திறன்களையும் ஆற்றல்களையும் அளவிட்டு அதற்குத் தகுந்தவாறு குறிக்கோள்களை நிர்ணயித்து கற்பிக்கப்பட வேண்டும். இது தனி நபர் கல்வித் திட்டம் (Individual education plan, IEP) என்று அழைக்கப்படுகிறது. உதாரணமாக, டிஸ்லெக்சியா உள்ள ஒரு மாணவன் ஆண்டு இறுதிக்குள் ஈரசை கொண்ட சொற்களை ஒலி பிரித்து அவன் வாசிக்கக் கற்றுக்கொள்ள வேண்டும் என்பது தனிநபர் கல்வித் திட்டத்தில் ஒரு குறிக்கோளாக அமைய வேண்டும். ஒவ்வொரு ஆண்டும் இந்தக் கல்வித் திட்டம் மீளாய்வு செய்யப்பட்டு ஒரு புதுக் கல்வித் திட்டம் உருவாக்கப்படும். சிறப்புத் தேவை உடைய மாணவர்களின் முன்னேற்றத்தை மதிப்பிடவும் கண்காணிக்கவும் இது வழி சமைக்கிறது. இம்மாதிரியான செறிவான கல்வி முறைகளைச் சிறப்பு ஆசிரியர்கள் செயல்படுத்துவார்கள். இதில் பெற்றோர்களும் பங்கெடுக்க வேண்டும்.

சிறப்புப் பள்ளிக்கூடங்கள்

சிறப்புப் பள்ளிக்கூடங்களில் சிறப்புத் தேவை உடைய குழந்தை களுக்குச் சிறப்பு ஆசிரியர்களைக் கொண்டு தனியொரு பள்ளிக் கூடச் சூழலில் கல்வி கற்றுக் கொடுக்கப்படும். கலைத் திட்டமும் வித்தியாசமாக இருக்கலாம். சிறப்புப் பள்ளிகளில் ஒவ்வொரு குழந்தையின் இயலாமையைக் கருத்தில் கொண்டு அதற்கு ஏற்றவாறு கற்றுக் கொடுக்கப்படும். பொதுக் கல்விக்கூடங்களில் இல்லாத கற்பித்தல் சாதனங்களும் மாற்றுத் திறனாளிகளுக்குத் தேவையான வசதிகளும் இருக்கும். ஒவ்வொரு குழந்தைக்கும் அக்குழந்தையின் செயல்திறனைப் பொறுத்து ஒவ்வொரு ஆண்டும் ஒரு தனியாள் கல்வித் திட்டம் அமைக்கப்படுகிறது.

சுருக்கமாகக் கூறுவதானால், இந்த நூலில் கூறப்பட்ட சுமாரான மற்றும் மிதமான மனவளர்ச்சிக் குறைபாடுகள் உடைய குழந்தைகளுக்குப் போதுமான வசதிகள் உள்ள பொதுப் பள்ளிக் கூடங்களில் சிறப்பு ஆசிரியர்களின் உதவியோடு கற்றுக்கொடுக்க முடியும். ஆனால், கடுமையான மனவளர்ச்சிக் குறைபாடுகள் உள்ள குழந்தைகளுக்குச் சிறப்புப் பள்ளிக்கூடங்கள் தேவைப்படும்.

உள்ளடக்கிய கல்வி பற்றி இந்தியா கல்வி வட்டாரங்களில் பெரிதும் பேசப்பட்டு வருகிறது[5]. ஆனால் நடைமுறையில் பொதுப் பள்ளிக்கூடங்களில் சிறப்புத் தேவை உடைய குழந்தைகளுக்கான போதுமான வசதிகள் இல்லை, சிறப்பு ஆசிரியர்களையும் அரிதாகவே காண முடிகிறது.

இந்த நிலையில் வேறு வழியின்றி சுமாரான மனவளர்ச்சிக் குறைபாடு உள்ள குழந்தைகளின் பெற்றோர்கள் சிறப்புப் பள்ளிக்கூடங்களையே நாட வேண்டி உள்ளது. தமிழகத்தில் இப்போது மிகப்பெரும்பாலான சிறப்புப் பள்ளிக்கூடங்கள் தனியார் துறை பள்ளிக்கூடங்களாகவே இருக்கின்றன. வசதி படைத்த பெற்றோர்களால் தம் குழந்தைகளைப் பெரும் செலவில் இந்தச் சிறப்புப் பள்ளிகளில் சேர்க்க முடிகிறது. இவற்றிலும் கூட பொருத்தமான கல்வி பெற முடியும் என்பதற்கு உத்தரவாதம் இல்லை. சில தன்னார்வத் தொண்டு நிறுவனங்களும் ஒரு சில சிறப்புப் பள்ளிகள் நடத்துகின்றன. ஆனால் தேவையோ மிகப்பெரிது. இது யானைப் பசிக்குச் சோளப் பொரி போட்ட கதையாகவே இருக்கிறது.

ஒரு நாடு எவ்வளவு நாகரிகம் அடைந்துள்ளது என்பதைத் தன்னகத்தே வாழும் நலிவுற்ற பிரிவினரை அது எவ்வாறு நடத்துகிறது என்பதைக் கொண்டு அறிந்துகொள்ளலாம் என்று கூறப்படுகிறது. சிறப்புத் தேவை உடைய குழந்தைகள் யாவரும் இந்தப் பிரிவில் அடங்குவார்கள். மாற்றுத் திறனாளிக் குழந்தைகளில் 1% விகிதமே 2014ஆம் ஆண்டு அரசுப் பள்ளிகளில் கல்வி பெற்றனர் என்று ஓர் அறிக்கை தெரிவிக்கிறது[6]. அரசு இவர்களைப் புறக்கணித்து வருகிறது என்பதே யதார்த்த நிலவரமாக உள்ளது. இதை ஒரு சமூக அவலம் என்றுகூடச் சொல்லலாம்.

கல்வி உரிமைச் சட்டத்தின் கீழ் சிறப்புக் கல்வி உட்பட அனைத்து அம்சங்களையும் நிறைவேற்றுவது அரசின் கடமை. இதைத் தனியார் துறை பள்ளிகளுக்கும் தன்னார்வ நிறுவனங் களுக்கும் விட்டுவிட்டு அரசு தன் பொறுப்பைத் தட்டிக்கழிக்க

முடியாது. அரசு முழுப் பொறுப்பேற்றுச் சிறப்புத் தேவை உடைய மாணவர்களுக்குத் தரமான கல்வி வசதிகள் செய்துகொடுக்க முன்வர வேண்டும். இன்றைய நிலையில் அரசுப் பள்ளிகளை மேம்படுத்த ஓர் இயக்கமே தேவைப்படுகிறது.

மேலும் வாசிக்க:

அறிவுத்திறன் குறைபாடு உள்ள நபர்களை அதிகாரம் அளிக்கும் நிறுவனம் *(National Institute for the Empowerment of Persons with Intellectual Disability)*: இந்த இந்திய இணையத்தளத்தில் இருந்து மனவளர்ச்சி பற்றிப் பல கையேடுகளைப் பதிவிரக்கம் செய்யலாம். *http://niepid.nic.in/*

Wendling, B. & Mather, N. (2009). *Essentials of evidence-based academic interventions*, New York: Wiley.

கலைச் சொற்கள்

அகர எழுத்து முறை	Alphabetic writing system
அகர – அசை எழுத்து முறை	Alphasyllabary
அசை (மொழியில்)	Syllable
அசை எழுத்து முறை	Syllabary
அபாய அறிவிப்புச் சமிக்ஞைகள்	Red flags
அருபக்கருத்துச் சிந்தனை	Abstract thinking
அறிகை	Cognition
அறிவுத்திறன்	Intellect
அறிவுத்திறன்குறைபாடு/ அறிவாற்றல் குறைபாடு	Intellectual disability
அஸ்பர்ஜர்சின்றோம்	Asperger syndrome
ஆட்டிசம்	Autism
ஆட்டிசக் கூட்டு அறிகுறி	Autistic spectrum
ஆட்டிசம் நிறமாலை	Autism spectrum
ஆட்டிசம் சார்புள்ள ஆளுமைப்பிறழ்வு	Autistic Psychopathy
ஆதரவுக் குழுக்கள்	Support groups
ஆபத்து விளைவிக்கக்கூடிய நடத்தை	Challenging behaviour
ஆழமற்ற மொழி எழுத்து முறை	Shallow/transparent orthography
ஆக்கத்திறன் / படைப்பாற்றல்	Creativity
ஆழ்ந்த (மிகக் கடுமையான) அறிவாற்றல் குறைபாடு	Severe intellectual disability
இடமதிப்பு (கணிதத்தில்)	Place value
இரட்டை வழக்குமொழி	Diglossia
இரண்டாம் நிலை ஆட்டிசம்	Secondary autism

இடைச்செவி அழற்சி	*Otitis media (middle ear infection)*
இரண்டாம் நிலை அறிவுத்திறன் குறைபாடு	*Secondary intellectual disability*
இளங்குற்றவாளிகள்	*Young offender / delinquent*
இறுக்கமான பழக்கவழக்கங்கள்	*Rigid behaviours*
இணக்கங்கள்	*Accomodations*
இணைந்துவரும் குறைபாடுகள்	*Comorbidity*
இயற் பரவல்	*Normal distribution*
இயன்முறை சிகிச்சை	*Physiotherapy*
இழப்புத் துயரம்	*Grief*
எண்கணிதப் பொருண்மைகள்	*Numerical facts*
உருகிப்போதல்	*Meltdown*
உடல் இயக்க ஒருங்கிணப்புக் கோளாறு	*Developmental co-ordination disorder*
உளவியல் அளவிடும் அணுகுமுறை	*Psychometric approach*
உள்ளடக்கிய கல்வி முறை	*Inclusive education*
இணக்கங்கள்	*Accommodations (in education)*
எதிர்ப்புக் காட்டும் நடத்தை	*Oppositional defiant behaviour*
ஒருங்கிணைந்த கல்வி	*Integrated education*
ஒலியன்	*Phoneme*
ஒலி வழிக் கற்றல்	*Phonemic approach*
ஒலியன் விழிப்புணர்வு	*Phonological awareness*
ஓவிய எழுத்து	*Pictograph*
கவனக்குறைவும் மிகை இயக்கக்கோளாறும்	*Attention deficit hyperactivity disorder (ADHD)*
கருத்துநிலை வழி நின்று சிந்தித்தல்	*Abstract thinking*
கடுமையான அறிவாற்றல் குறைபாடு	*Severe intellectual disability*
கருத்தெழுத்து	*Logograph,ideograph*
கணிப்பொறி நிரல்கள்	*Computer programmes*

கற்றல் குறைபாடு	*Learning disability*
கற்றதைப் பொதுமைப்படுத்தல்	*Generalisation of learning*
காந்த ஒத்ததிர்வு வரைவுப் பரிசோனை	*Functional magnetic resonance imaging (fMRI)*
குறுகியகால நினைவாற்றல்	*Short-term memeory*
குறி அவிழ்ப்பு	*Decode*
குறியீட்டுப் புள்ளிகள்	*Diacritic marks*
குறைதீர் கல்வி	*Remedial education*
குறைவான தன்மதிப்பு	*Low self-esteem*
குறுக்கீடுகள்	*Interventions*
குழந்தைநல மருத்துவர்	*Paediatrician*
குழந்தை மனநல மருத்துவர்	*Child psychiatrist*
குழவிப் பருவம்	*Infancy*
குழவிப் பருவமயப்படுத்தல்	*Infantilising*
கூர்நோக்குத் திட்டநிரல்	*Observation schedule*
கைஎழுத்துக் குறைபாடு	*Disorder of written expression; dysgraphia*
சமூக அறிதிறன் / அறிகை	*Social cognition*
சமூக இடைவினை புரிதல்	*Social interaction*
சமூகத் தொடர்பாடல்	*Social communication*
சிசு	*Foetus*
சிறப்பு ஆசிரியர்	*Special teacher*
சிறப்புக் கல்வி	*Special education*
சிறப்புப் பள்ளி	*Special school*
சிறப்புத்தேவைகள் உள்ள குழந்தைகள்	*Children with special needs (CWSN)*
சுவர்மடல் (மூளையின்)	*Parietal lobe (brain)*
செயல்படு நினைவாற்றல்	*Working memory*
செயலாக்கத் திறன்கள்	*Adaptive functioning*
செயல்வழிக் கற்றல்	*Activity based learning*
சொற்சார்பற்ற செய்திப் பரிமாற்றம்	*Non-verbal communication*

சோதனைக் கொத்து	Test battery
டிஸ்கல்குலியா	Dyscalculia
டிஸ்கிரபியா	Dysgraphia
டிஸ்லெக்சியா	Dyslexia
சுமாரான அறிவுத்திறன் குறைபாடு	Mild intellectual disability
மிதமான அறிவுத்திறன் குறைபாடு	Moderate intellectual disability
தனிச்சொல் வாசிப்புச் சோதனை	Single word reading test
தரப்படுத்துதல்	Standardisation
தரப்படுத்தப்பட்ட புள்ளிகள்	Standardised scores
தன்மேம்பாட்டுக்கான தேசிய நிறுவனம்	National Institute for the empowerment of persons with intellectual disability
தனியாள்/ தனிநபர்வேறுபாடு	Individual variation
தனியாள் கல்வித் திட்டம்	Individual Education Plan
துணை ஆசிரியர்	Teaching assistant
தூலச் சிந்தனை	Concrete thinking
தொடர் செய்கைகள்	Repetitive behaviours
தொழில்வழிச் சிகிச்சை	Occupational therapy
நட்புப்பேணும் முறை	Buddy system
நடத்தைக் கோட்பாடு	Behaviourism theory
நடத்தைப் பிறழ்வு	Conduct disorder
நடத்தைச் சீராக்கம்	Behaviourism therapy
நடத்தைப் பகுப்பாய்வு	Behaviour analysis
நரம்பியல் சார்ந்த வளர்ச்சிக் குறைபாடு	Neuro-developmental disorder
நடைமுறை ஒழுங்குகள்	Rituals
நினைவாற்றல்	Memory
நுண்ணறிவு	Intelligence
நுண்ணறிவு ஈவு	Intelligence quotient
பட நிரப்புச் சோதனை	Picture completion test

பார்வைப் புலன்வழி கற்பவர்கள்	Visual learner
பராமரிப்புச் சுமை	Burden of care
பன்முகத் தெரிவு வினாக்கள்	Multiple choice questions
பல்புலமை அணுகுமுறை	Multidisciplinary approach
பல்புலமைக் குழுக்கள்	Multidisciplinary teams
பயன்முறை நடத்தைப் பகுப்பாய்வு	Applied behaviour analysis
பயன்பாட்டு மொழி	Pragmatic language
பார்வைச் சொற்கள்	Sight words
பிடரி மடல் (மூளையின்)	Occipital lobe (brain)
பிடிவாத ஆர்ப்பாட்டங்கள்	Temper tantrums
புலனுணர்ச்சி மிகுசுமை	Sensory overload
புலனுணர்வு ஒருமைப்பாட்டுப் பயிற்சி	Sensory integration
மூளை முடக்கு வாதம்	Cerebral plasy
பேச்சு மற்றும் மொழி சிகிச்சை / பயிற்சி	Speech and language therapy
பேச்சு வளர்ச்சிக் குறைபாடு	Speech and language impairment
பொருத்தப்பாடில்லாத மாணவர்கள்	Disaffected pupils
பெற்ற பண்பு	Acquired characteristics
போலிச்சொற் சோதனை	Pseudo word reading test
பொதுப்பள்ளி	Main stream school
மனக் கோட்பாடு	Theory of mind
மனவளர்ச்சி குன்றுதல்	Mental retardation
மனவெழுச்சி	Emotion
மாற்றுத் திறன் நேயக் கல்விச் சாலைகள்	Disability friendly schools
மிதமான	Moderate
மரபணுக்கள்	Genes
மிகைப் பாதுகாப்பு	Overprotection
மறுப்பு	Denial
முதல் நிலை ஆட்டிசம்	Primary autism
முன்னேறும் உருவத்தொடர் சோதனை	Progressive Matrices test

முன்மடல் (மூளையின்)	*Frontal lobe (brain)*
மூல மதிப்புப் புள்ளிகள்	*Raw scores*
மூளை உறையழற்சி,	*Meningitis*
மூளை அழற்சி நோய்	*Encephalitis*
மூளையில் குருதிப் பெருக்கம்	*Cerebral haemorrhage*
மூளைச் சேதம்	*Brain damage*
மெதுவாய்க் கற்போர்	*Slow learners*
மொழிசார்ந்த நடத்தைப் பகுப்பாய்வு	*Verbal Behaviour Analysis (VBA)*
மைய ஒத்திணக்கக் கோட்பாடு	*Theory of central coherence*
ரெட் சின்றோம்	*Rett syndrome*
வளர்ச்சிக் குறைபாடு	*Developmental disorder / disability*
வளர்வு உளவியல்	*Developmental psychology*
வகை மாதிரியான / சராசரி ஆட்டிசம்	*Typical autism*
வலுவூட்டம்	*Reinforcement of behaviour*
வலுவூட்டிகள்	*Reinforcers (behaviour)*
வலிப்பு நோய்	*Epilepsy*
வளம்மிகு வகுப்புகள்	*Resource rooms*
வளர்ச்சி மைல்கற்கள்	*Developmental milestones*
வழக்கத்துக்கு மாறான நாட்டங்கள்	*Unusual interests*
வாழ்வியல் திறன்கள்	*Life skills*
வாய்ப்புக் குறைந்த குழந்தைகள்	*Disadvantaged children*
வாசிப்புக் குறைபாடு	*Reading disability*
வாசிப்புப் பயிற்சி	*Teaching reading skill*
வாசிப்பதைப் புரிந்துகொள்ளல்	*Reading comprehension*
விரக்தி	*Frustration*
விரைவாகப் பெயரிடும் சோதனை	*Rapid naming test*

சான்றுக் குறிப்புகள்

பாகம் 1: ஆட்டிசம்

1. Kanner L.(1943). Autistic disturbances of affective contact. Nervous Child 2, 217- 250.

2. Asperger H; tr. and annot. Frith U (1991) [1944]. 'Autistic psychopathy' in childhood". In Frith U. Autism and Asperger syndrome. Cambridge University Press. pp. 37–92.

3. Wing, L & Gould. J. (1979) Severe impairments of social interaction and associated abnormalities in children: epidemiology and classification. Journal of Autism and Developmental Disorders. 9, 11-29.

4. American Psychiatric Association (2013). Diagnostic and statistical manual of mental disorders. 5th ed. Arlington, VA: American Psychiatric Association.

5. Grandin, T. (2015) 4th Ed. The Way I See It: A Personal Look at Autism and Asperger's, Texas: Future Horizons (பார்க்கவும் இவரது இணையத் தளம்: www.templegrandin.com)

6. Centres for Disease Control and prevention (2014), Autism Spectrum Disorder: Data and statistics. https://www.cdc.gov/ncbddd/autism/data.html [பார்த்த நாள் 02.01.2017]

7. Bruson, S.E. & Bradley, E.A. et al, Prevalence of autism among adolescents with intellectual disabilities, Canadian Journal of Psychiatry, 53, 7, 449-559.

8. Mulloy A, Lang R, O'Reilly M et al (2009), Gluten-free and casein-free diets in the treatment of autism spectrum disorders: A systematic review, Research in Autism Spectrum Disorders, doi:10.1016/j.rasd.2009.10.008.

10. Godlee, F, Smith, J, Marcovitch, H. (2011). Wakefield's article linking MMR vaccine and autism was fraudulent, British Medical Journal, c7452.

10. Miles, J.H. (2011). Autism spectrum disorders—A genetics review, Genetics in Medicine, 13, 278–294.

11. Rutter, M., Bailey, A., Bolton, P. & Le Couteur, A. (1994). Autism and known medical conditions: myth and substance, Journal of child psychology and psychiatry, 35, 311-322.

12. Tick, B., Bolton P, Happé F, Rutter, M.& Rijsdijk, F. (2016) Heritability of autism spectrum disorders: a meta-analysis of twin studies, Journal of Child Psychology and Psychiatry, 57, 5, 585-95

13. Centers for Disease Control and prevention (2014), Autism Spectrum Disorder: Data and statistics. https://www.cdc.gov/ncbddd/autism/data.html [பார்த்த நாள் 02.01.2017]

14. Silberberg.D, Arora N, Bhutani V et al (2013). Neuro-Developmental Disorders in India – An INCLEN Study, Neurology, 80, 7 Supplement P04.229.

15. Baxter A. Brugha, T.S., Erskine, H.E & Scheurer. R. W. (2015) The epidemiology and global burden of autism spectrum disorders. Psychological Medicine. 45(3), 601-613.

16. Howlin P., Moss P. (2012). Adults with autism spectrum disorders. Canadian Journal of Psychiatry. 57(5), pp. 275-283.

17. Ministry of Social Justice and Empowerment, Department of Empowerment of persons with disabilities (2016), Guidance for evaluation and assessment of Autism, and procedure for certification (www, disabilityaffairs. gov.in/.../Autism%20Guidelines-%20Notification_compressed.pdf)

18. Dalwal, S., Ahamed.S., Udani, V. et al (2017). Consensus Statement of the Indian Academy of Pediatrics on Evaluation and Management of Autism Spectrum Disorder, Indian Pediatrics, 54, 383- 393.

19. Juneja, M, Mishra D, Russell P. S. et al. (2014) INCLEN Diagnostic Tool for Autism Spectrum Disorder (INDT-ASD): development and validation. Indian Pediatrics. 1(5):359-65.

20. Weitlauf A. S, McPheeters M.L, Peters B, et al (2014). Therapies for Children with Autism Spectrum Disorder: Behavioral Interventions Update. Comparative Effectiveness Review No. 137. Available from www. effectivehealthcare.ahrq.gov/reports/final.cfm.

21. மேலது

22. Sarva Shiksha Abhiyan http://mhrd.gov.in/sarva-shiksha-abhiyan

23. Constantino. J,N, & Tedd. R.D. (2003) Autistic traits in the general population: a twin study. Achieves of General Psychiatry, 60, 524-530.

24. Happe, F. & Frith, U. (2006) The Weak Coherence Account: Detail-focused Cognitive Style in Autism Spectrum Disorders, Journal of Autism and Developmental Disorders 36(1): 5–25.

25. Baron-Cohen, S. Wheelwright, S. Scahill, V. Lawson, J. and Spong, A. (2001). Are intuitive physics and intuitive psychology independent? A test with children with Asperger Syndrome. *Journal of Developmental and Learning Disorders*, 5:47-78

26. Baron-Cohen, S. (1992). Out of sight or out of mind: Another look at deception in autism. *Journal of Child Psychology and Psychiatry*, 33, 1141–1155.

27. Baron-Cohen, S., Leslie, A.M., & Frith, U. (1985). Does the autistic child have a 'theory of mind?' *Cognition*, 21, 37–46.

பாகம் 2: அறிவுத்திறன் குறைபாடு

1. Schalock, R., & Luckasson, R., & Shogren, K. (2007). The Renaming of Mental Retardation: Understanding the Change to the Term Intellectual Disability, *Intellectual and Developmental Disabilities*, 45, 116-124.

2. American Psychiatric Association (2013). *Diagnostic and Statistical Manual of Mental Disorders,(Fifth ed.)*, Arlington, VA: American Psychiatric Publishing.

3. World Health Organiazation (2017). *International Classification of Diseases 11 (Beta Draft)*, Geneva: WHO.

4. Thambirajah, M. S. (2011), Developmental milestones, In *Developmental Assessment of the Schoo-aged child with Developmental disabilities; A clinician's guide*, pp 306-311, London: Jessica Kingsley Publishers.

5. World Health Organization (1980). *International classification of impairments, disabilities, and handicap: a manual of classification relating to the consequences of disease*. Geneva: WHO.

6. American Psychiatric Association (2013). *Diagnostic and Statistical Manual of Mental Disorders,(Fifth ed.)*. Arlington, VA: American Psychiatric Publishing.

7. Patterson, T; Rapsey, CM; Glue, P (Apr 2013). Systematic review of cognitive development across childhood in Down syndrome: implications for treatment interventions. *Journal of Intellectual Disability Research*, 57, 4, 306–18.

8. Colver A, Fairhurst C, Pharoah P. O. D. 2014) Cerebral palsy. *Lancet*. 583(9924):1240-1249.

9. Maulik,P.K.,et al. (2011) Prevalence of intellectual disability: A meta-analysis of population-based studies. *Research in Developmental Disabilities*, doi:10.1016/j.ridd.2010.12.018

10. National Sample Survey Organization (2002). *Disabled persons in India: NSS 58th Round (July-December-2002)*. Report No. 485. New Delhi: Ministry of Statistics and Programme Implementation, Government of India.

11. Panda. K.C. (1999). Education of exceptional children, New Delhi: Vikas Publishing House.

12. Thapar, A. (2017). Intellectual disability and Attention Deficit/ Hyperactivity Disorder: what does the clinical and genetic overlap mean for practice and research?, Journal of the American Academy of Child and Adolescent Psychiatry, 56, 2, 105-106.

13. Swanson JM. Sergeant J.A. Taylor E, et al. (1998) Attention-deficit hyperactivity disorder and hyperkinetic disorder. Lancet. 351:429–433

14. Ramar, R., Kusuma, A. & Reddy, G.L. (2008). Slow learners: Their psychology and instruction, New Delhi: Discovery Publishing.

15. Daily D.K, Ardinger H.H, Holmes G.E (2000). Identification and evaluation of mental retardation. American Family Physician. 61, 4, 1059–67.

16. Colver A, Fairhurst C, Pharaoh P. O. D. 2014) Cerebral palsy. Lancet. 583(9924):1240-1249.

17. Bowley C, Kerr M. (2000). Epilepsy and intellectual disability. Journal of Intellectual Disability Research, 44, 529–43.

18. Narayan, J & Menon, D.K. (1989). Organisation of special classes in regular schools, National Institute for Mentally Handicapped, Secunderbad, India.

19. Emerson, E. & Einsfield, S. (2011). Challenging Behaviour (3rd Ed.) Cambridge: Cambridge University Press.

20. Neisser, U,, Boodoo, G., Bouchard, T.J. et al. Intelligence: Known's and unknowns, American Psychologist, 51,2, 77-101.

21. American Psychiatric Association (2013). Diagnostic and Statistical Manual of Mental Disorders,(Fifth ed.), Arlington, VA: American Psychiatric Publishing.

22. Wechsler, D. (2012). Wechsler Intelligence Scale for Children – Fifth Edition, UK: Pearson.

23. Raven J. C. et al. (2012) Raven's Progressive Matrices Educational (India edition), Bengaluru: Pearsons India.

24. Sternberg, R. J. (1988). The triarchic mind: A new theory of human intelligence. New York: Viking

25. Vygotsky, L. S. (1987). Thinking and speech. In R.W. Rieber & A.S. Carton (Eds.), The collected works of L.S. Vygotsky, Volume 1: Problems of general psychology (pp. 39–285). New York: Plenum Press. (Original work published 1934.)

26. Wechsler, D. (2012). Wechsler Intelligence Scale for Children – Fourth Edition, India (WISC-IVINDIA), Bengaluru: Pearsons India.

பாகம் 3: கற்றல் குறைபாடு

1. McCardle. P.D., Miller, B., Lee, T.J., Tzeng, O.J.L. (2011). Dyslexia across languages: Orthography and the brain-gene-behaviour link,, Baltimore: Paul, H, Brookes Publishing Co.

2. Arun P. Chavan B.S. Bhargava R Sharma A & Kaur J (2013) Prevalence of specific developmental disorder of scholastic skills in school students in Chandigarh, India. Indian Journal of Medical Research, 138(1): 89-96.

3. Mogasale. V. V. Patil. V.D. Patil N.M. & Mogasale V. (2012) Prevalence of Specific Learning Disabilities Among Primary School Children in a South Indian City, Indian Journal of Pediatrics, 79, 3, 342-347.

4. Lyon G. R, Shaywitz S. E, Shaywitz B.A. (2003) A definition of dyslexia. Annals of Dyslexia. 53: 1-14.

5. Morgan W. P. (1896) A case of congenital word blindness. British Medical Journal, 2(1871):1378.

6. Shalev, R. S., Auerbach, J., Manor, O., & Gross-Tsur, V. (2000). Developmental dyscalculia: prevalence and prognosis. European Child & Adolescent Psychiatry, 9 Suppl 2II58-II64.

7. Ramaa, S., & Gowramma, I. P. (2002). A systematic procedure for identifying and classifying children with Dyscalculia among primary school children in India. Dyslexia. (10769242), 8(2), 67-85. doi:10.1002/dys.214.

8. Dowker, A.D. (2004) What works for Children with Mathematical Difficulties? London: Department for Education and Skills (Research Report 554).

9. James. K.H & Engelhardt. L. (2012) The effects of handwriting experience on functional brain development in pre-literate children, Trends in Education and Neuroscience, 1, 1, 32- 42.

10. Velluntinno F.R, Fletcher J.M. Snowling M.J. and Scanlon D.M. (2004). Specific reading disability (dyslexia): what have we learned in the past four decades? Journal of Child Psychology and Psychiatry, 45, 2-40.

11. ராதாகிருஷ்ணன். ல. டிஸ்லெக்சியா: புலன்கட்கு தென்படாத குறைபாடு (நான்காம் பதிப்பு), பக். 4., சென்னை: Madras Dyslexia Association.

12. Baldwin, N. (2001) Edison: Inventing the Century, University of Chicago Press.

13. Thambirajah, M.S., (2010) Developmental dyslexia: Clinical aspects, Advances in Psychiatric Treatment, 16, 360-387.

14. Fawcett, A & Nicholson, R. (2012). Dyslexia screening test Junior, India Edition (DSTJ India, India: Pearson.

15. Saldanha, M., Siddsiah, A, Veerappa, A. M. et al. (2014). Catch them before they fall: A simple test of sight-word and pseudo-word reading in Kannada for a quick and early assessment, Sage Open Access Available from: <http://journals.sagepub.com/doi/full/10.1177/2158244014560524>. Retrieved 10.5,2017.

16. Gathercole, S.E. & Alloway, T.P. (2008). Working memory and learning: A practical guide for teachers. London: Sage.

17. Alloway T.P., McCallum, F., Alloway, R.G., Copello, E., Hoicka, E. (2015). Liar, Liar, Working Memory on Fire: Investigating the Role of Working Memory in Childhood Verbal Deception. Journal of Experimental Child Psychology, 137, 30-38.

18. Velluntinno F.R, Fletcher J.M. Snowling M.J. and Scanlon D.M. (2004). Specific reading disability (dyslexia): what have we learned in the past four decades? Journal of Child Psychology and Psychiatry, 45, 2-40.

19. Mogasale. V. V. Patil. V.D. Patil N.M. & Mogasale V. (2012) Prevalence of Specific Learning Disabilities Among Primary School Children in a South Indian City, Indian Journal of Pediatrics, 79, 3, 342-347.

20. Grigorenko, E.L. (2001). Developmental dyslexia: An update on genes, brains and environment, Journal of Child Psychology and Psychiatry, 42, 1, 91-145.

21. Handler, S.M. & Fierson, W.M. (2011). Joint technical report: Learning disabilities, dyslexia and vision, Pediatrics, 127, 818-856.

22. Shaywitz BA, Shaywitz SE, Pugh KR et al. (2002). Disruption of posterior brain systems for reading in children with developmental dyslexia. Biological Psychiatry, 52(2):101-10.

23. Dennis, W. (1940). The effect of cradling practices upon the onset of walking in Hopi children, Journal of Genetic Psychology, 56, 77-86.

24. Kirk. J., & Reid, G. (2001). An examination of the relationship between dyslexia and offending in young people and the implications for the training system, Dyslexia, 7.2, 77-84.

25. Snowling, M. J. (2000). Dyslexia: A cognitive developmental perspective (Second edition) Oxford: Blackwell.

26. Velluntinno F.R, Fletcher J.M. Snowling M.J. and Scanlon D.M. (2004). Specific reading disability (dyslexia): what have we learned in the past four decades? Journal of Child Psychology and Psychiatry, 45, 2-40.

27. Helmuth, L. (2001). Dyslexia: Same brains, different languages, Science, 219, 2064-2065.

28. Nag, S & Snowling M (2011) Cognitive profiles of poor readers of Kannada. Reading and writing, 24(6), 657-676.

29. National Reading Panel (2010) Teaching children to read: an evidence-based assessment of the scientific literature on reading and its implications for reading instruction. National Institute of Child Health and Human Development. Washington D. C.

30. Rose. J. (2013) Identifying and teaching children and young people with dyslexia and literacy difficulties. London, UK: Department of Children, Schools and Families. Available from: <http://www.education.gov.uk/publications/eOrderingDownload/00659-2009DOM-EN.pdf>

31. Dolch, E. W. (1936). A Basic Sight Vocabulary. The Elementary School Journal, 36.6, 456-460.

Available from: <http://dolchsightwords.org/>

32. National Reading Panel (2010) Teaching children to read: an evidence-based assessment of the scientific literature on reading and its implications for reading instruction. National Institute of Child Health and Human Development. Washington D. C.

33. Kulkarni M, Karande S, Thadhani A, Maru H, Sholapurwala R. (2006) Educational provisions and learning disability. Indian Journal of Pediatrics. 73:789-93.

34. Baroody, A. (1987). Children's mathematical thinking, New York: Teachers college press.

35. Beygi, A, Padakannaya, P. & Gowramma, I. P. (2010)A Remedial Intervention for Addition and Subtraction in Children with Dyscalculia, Journal of the Indian Academy of Applied Psychology, 36, 1, 9-17.

36. Doweker. A.D. (2009).What works for children with mathematical difficulties: The effectiveness of intervention schemes, London: DCSF.

37. Rose. J. (2013) Identifying and teaching children and young people with dyslexia and literacy difficulties. London, UK: Department of Children, Schools and Families.

38. Nation, K. (2005). Children's reading comprehension difficulties. In Snowling, M.J & Hulmes, C. (eds.) The Science of Reading, Oxford: Blackwell Publishing. pp 248-2465.

39. Snowling, M. J. (2000). Dyslexia, pp 14-28 (Second edition) Oxford: Blackwell.

40. Nakamura. P (2014) Facilitating reading acquisition in multilingual environments in India. (FRAME India), Final Report, American Institutes for Research.

பாகம் 4: பெற்றோர்களுக்கு

1. Bruce, E. J., Schultz, C. L. and Smyrnios, K. X. (1996), A longitudinal study of the grief of mothers and fathers of children with intellectual disability. British Journal of Medical Psychology, 69: 33-45. doi:10.1111/j.2044-8341.1996. tb01848.x

2. Department of Education of Groups with Special Needs. (2014), Including children with special needs, National council of Educational Research and Training.
Available from: www.ncert.nic.in/pdf_files/Special Needs.pdf <http://www. ncert.nic.in/pdf_files/SpecialNeeds.pdf>. Accessed on 14. 5. 2017.

3. Sarva Shiksha Abhiyan (2007). Inclusive education in SSA. Available at: 164.100.51.121/inclusive-education/Inclusive_Edu_May07.pdf

4. Singal, N. (2008b). Working towards inclusion: Reflections from the classroom. Teaching and Teacher Education, 24, 1516-1529.

5. Narayan, J & Menon, D.K. (1989). Organization of special classes in regular schools, National Institute for Mentally Handicapped, Secunderbad, India.

6. Deno, E. Special education as developmental capital, Exceptional Children, 37, 229-237.

7. Das, A.K., & Shah, R. (2014). Special education today in India: practices across the globe. Special Education international Perspectives, 28, 561-581.

8. The Hindu (2014). Report says enrolment of disabled children in government schools under 1%. Retrieved on 15.5.2017, from http://www.thehindu. com/news/national/report-says-enrolment-of-disabled-children-in-govt-schools-under=1/article5519483ace

சுட்டி

அகர எழுத்து முறை 227, 269
அகர – அசை எழுத்து முறை 228, 269
அசை எழுத்து முறை 228
அறிகை 269, 271

அறிவுத்திறன் குறைபாடு
    கடும் அறிவுத்திறன் குறைபாடு 56, 151
    சுமாரான அறிவுத்திறன் குறைபாடு 129, 134, 155, 156, 162, 163
    மிதமான அறிவுத்திறன் குறைபாடு 122, 128, 129, 136, 162, 164,
    மிகக் கடும் (ஆழ்ந்த) அறிவுத்திறன் குறைபாடு 127, 138

அறிவுத்திறன் (நுண்ணறிவுச்) சோதனைகள் 177–179
அன்றாட செயல் திறன்கள் 124
அஸ்பர்ஜர், ஹான்ஸ் 23
அஸ்பர்ஜர் சின்றோம் 25, 37, 46, 49, 50, 51, 91, 92, 94, 96

ஆட்டிசம்
    கடும் ஆட்டிசம் 39, 44, 72, 81, 83, 101
    சுமாரான ஆட்டிசம் 20, 22, 25, 46, 63, 73, 76, 81, 82, 84, 91, 92, 95, 101
    மிதமான ஆட்டிசம் 22, 25, 39, 43, 50, 73, 75, 92

ஆட்டிசக் கூட்டு அறிகுறி 24, 269
ஆட்டிச நிறமாலை 20, 24, 25
ஆதரவுக் குழுக்கள் 260
ஆபத்தை விளைவிக்கக்கூடிய நடத்தைகள் 151, 269
ஆழமற்ற மொழி எழுத்து முறை 269
ஆசிரியர்களின் பங்கு 90, 76

அரியத் திறன்பெற்றவர்கள் 106
ஆலோசனைகள்
ஆசிரியர்களுக்கு 81–84, 172, 173
பெற்றோர்களுக்கு 85–88, 170–172, 241–244, 256–260
இரட்டை வழக்குமொழி 230, 270
இரண்டாம் நிலை ஆட்டிசம் 58, 59, 270
இரண்டாம் நிலை அறிவுத்திறன் குறைபாடு 156
இடைச்செவி அழற்சி 208
இறுக்கமான பழக்கவழக்கங்கள் 38, 40, 270
இணைந்து வரும் குறைபாடுகள் 52–56, 80, 243, 248, 256
இயன்முறைச் சிகிச்சை 56, 161
இழப்புத் துயரம் 252, 254, 270
எண்கணிதப் பொருண்மைகள் 199, 200
உருகிப்போதல் 55, 270
உடல் இயக்க ஒருங்கிணப்புக் கோளாறு 53, 141, 142, 248, 270
உள்ளடக்கிய கல்வி 163, 262–265, 267, 270
உளவியல் தாக்கங்கள் 53, 144, 215, 254
இணக்கங்கள் (கல்வி) 265, 270
எதிர்ப்புக் காட்டும் நடத்தை 148, 149, 210
ஒருங்கிணைந்த கல்வி 270
ஒலியன்கள் 213, 223, 227, 229, 234
ஒலியன்களை அகற்றி வாசிக்கும் சோதனை 215
ஒலி வழி கற்றல் 232
ஒலியன் விழிப்புணர்வு 223, 270
ஓவிய எழுத்து 226, 271
கவனக்குறைவும் மிகையியக்கக் கோளாறும் 53, 271
கருத்தெழுத்து 226, 271
கற்றல் குறைபாடு 1, 3, 5, 11, 27, 115, 116, 148, 149, 15, 165, 181, 183, 184, 187, 188, 191, 193, 197, 202, 209, 215, 216, 246, 247, 248, 271
கன்னட தனிச்சொற் வாசிப்புச் சோதனை 216
காந்த ஒத்ததிர்வு வரைவுப் பரிசோனை (MRI) 201, 218
குறைதீர் கல்வி 184, 236
குறைவான தன்மதிப்பு 145, 271
குழவிப் பருவம் 23, 34, 50, 271
குழவிப்பருவமயப்படுத்தல் 254, 271

கூர்நோக்குத் திட்டநிரல் 67
கென்னர், லியோ 23
கொஹன், சைமன் 102, 104
கைஎழுத்துக் குறைபாடு 197, 198, 200, 202, 271
சமூக அறிதிறன் 101, 271
சமூக இடைவினை புரிதல் 211
சமூகத் தொடர்பாடல் 12, 28, 271
சிறப்பு ஆசிரியர் 237, 264, 265, 271
சிறப்புக் கல்வி 112, 132, 134, 163, 164, 236, 241, 242, 244, 247, 261, 262, 264, 267, 272
சிறப்புப் பள்ளி 45, 59, 135, 163, 164, 244, 247, 261, 264, 266, 267
சிறப்புத் தேவைகள் உள்ள குழந்தைகள் 261
செல்வியும் அமுதாவும் பரிசோதனை செயல்படு நினைவாற்றல் 103
செயலாக்கத் திறன்கள் 120, 179, 209, 272
செயல்வழிக் கற்றல் 82, 272
சொற்சார்பற்ற செய்திப் பரிமாற்றம் 272
டவுன் கூட்டுக்குறி 104
டிஸ்கல்குலியா 193, 272
டிஸ்கிரபியா 193, 272
டிஸ்லெக்சியா 115, 183, 184, 188–199, 203–225, 231–264, 266, 272, 287
மதியிறுக்கம் 27
மனவளர்ச்சி குன்றுதல் 113
தனிச்சொல் வாசிப்பு சோதனைகள் 212, 214
தன்மேம்பாட்டுக்கான தேசிய நிறுவனம் 139
தனியாள்/தனிநபர் வேறுபாடு 194, 196
தனியாள் கல்வித் திட்டம் 266
தமிழ் ஒலிப்பு முறை 230
தமிழ் ஒலியன்கள் 227, 228, 230
தமிழ் எழுத்து முறை 227
துணை ஆசிரியர் 272
தொடர் செய்கைகள் 19, 28, 272
தொழில்வழிச் சிகிச்சை 45, 160, 161, 243, 259, 272
நடத்தைக் கோட்பாடு 167, 273
நடத்தைப் பிறழ்வு 141, 149, 150, 273
நடத்தைச் சீராக்கம் 20, 161, 166, 167, 273

நடத்தைப் பகுப்பாய்வு 74, 75, 166, 273,
நினைவாற்றல் 107, 199, 273
நுண்ணறிவுச் சோதனைகள் 174, 175, 177–179
நுண்ணறிவு ஈவு 43, 45, 46, 49, 51, 54, 63, 115,130, 134, 145, 174–176, 179, 191, 238, 273, 187
பட நிரப்புச் சோதனை 177, 273
பார்வைப் புலன்வழி கற்பவர்கள் 273
பராமரிப்புச் சுமை 251, 273
பல்புலமை அணுகுமுறை 273
பல்புலமைக் குழுக்கள் 161, 273
பயன்முறை நடத்தை பகுப்பாய்வு 74, 273
பார்வைச் சொற்களை 219, 235, 243
பிடிவாத ஆர்ப்பாட்டங்கள் 273
புலனுணர்வு 55, 71, 74, 86, 161, 263, 273
புலனுணர்ச்சி மிகுசுமை 84, 55
பெருமூளை வாதம் 158, 273
பெற்றோர் 170–172
பேச்சு மற்றும் மொழி சிகிச்சை / பயிற்சி 72, 273
பேச்சு மற்றும் மொழி வளர்ச்சிக் குறைபாடு 12, 49
பொருத்தப்பாடில்லாத மாணவர்கள் 51, 273
போலிச்சொற் சோதனை 274
பொதுப் பள்ளிகள் 13, 265
போலிச் சொற் வாசிப்புச் சோதனை 213, 214
ரேவன் செயற் சோதனை 178
மனக் கோட்பாடு 101, 104, 274
மனவளர்ச்சி குன்றுதல் 27, 113, 274
மனவெழுச்சி 253, 273
மாற்றுத் திறன் நேயக் கல்விச் சாலைகள் 264
மிகை பாதுகாப்பு 273
முதல் நிலை ஆட்டிசம் 58
முன்னேறும் உருவத் தொடர் சோதனை 178
மூல மதிப்புப் புள்ளிகளில் 176, 274
மூளை 218, 219, 220 (படம்)
மூளை உறையழற்சி 136, 274
மூளை அழற்சி நோய் 136, 274

மூளையில் குருதிப் பெருக்கம் 136, 274
மூளைச் சேதம் 157
மூளை முடக்குவாதம் 136, 141, 158
மெதுவாகக் கற்போர் 154, 155
மோர்கன், பிரிங்கல் 142
ரெட் சின்றோம்   59, 157, 274
வகைமாதிரியான ஆட்டிசம் 22, 25. 41, 43, 63, 65
வயதுவந்தவர்களில் ஆட்டிசம் 91, 93
வலிப்பு நோய் 138, 141, 158, 159, 160, 275
வளம்மிகு வகுப்புகள் 236, 275
வளர்ச்சி மைல்கற்கள் 132, 275
வாழ்வியல் திறன்கள் 93, 120, 129, 1330, 275
வாய்ப்புக் குறைந்த குழந்தைகள் வாசிப்பு 221, 222
வாசிக்கக் கற்றுக்கொள்ளல் 190, 196, 201, 206, 208, 219, 221, 223, 225, 229, 230, 231, 245
    ஆங்கிலத்தில் 229
    தமிழில் 222, 230
வாசிப்புக் குறைபாடு   195, 203
வாழ்வியல் திறன்கள் 73
வாசிப்புப் பயிற்சி 184, 209, 232, 233, 234, 236, 241, 242, 243, 244, 263, 264, 275
விரைவாக பெயரிடும் சோதனை 213
விங், லோனா 24
ஸ்டீவன் வில்ட்ஷயர் 106, 107